குட்டி ரேவதி
நேர்காணல்கள்

தொகுப்பாசிரியர்
நா. கோகிலன்

தேநீர் பதிப்பகம்

குட்டி ரேவதி நேர்காணல்கள்
நேர்காணல்கள்
தொகுப்பாசிரியர் நா.கோகிலன்
முதல் பதிப்பு: டிசம்பர் 2024

வெளியீடு:
தேநீர் பதிப்பகம்
24/1, மசூதி பின் தெரு, சந்தைக்கோடியூர்
ஜோலார்பேட்டை - 635851
தொடர்புக்கு: +91 9080909600

ISBN : 978-81-968381-6-4

Kutty Revathi Interviews
Interviews
Compiled by Na.Kokilan
First Edition: December 2024
Pages: 264 Price: ₹ 280

Published by
Theneer Pathippagam
24/1, Masuthi Back Street
S.Kodiyur
Jolarpettai - 635851
Contact: +91 9080909600
e - mail: theneerpathippagam@gmail.com
Designed by: Gopu Rasuvel

புகைப்படங்கள்: ஆர். ஆர். சீனிவாசன்

குட்டி ரேவதி

பாளையங்கோட்டை அரசினர் சித்தமருத்துவக் கல்லூரியில் சித்த மருத்துவத் துறையில் மருத்துவப் பட்டம் வென்றிருக்கிறார்.

பூனையைப் போல அலையும் வெளிச்சம் (2000), முலைகள் (2002), தனிமையின் ஆயிரம் இறக்கைகள் (2003), உடலின் கதவு (2006), யானுமிட்ட தீ (2011), முத்தத்தின் அலகு (காதல் கவிதைகளின் தொகுப்பு, 2011), மாமத யானை (2012), இடிந்த கரை (2012), அகவன் மகள் (2013), காலவேக மதயானை (2016), ஹீராக்ளீட்டஸ் நதி, அகமுகம் (2017), மூவாமருந்து (2019), மீண்டும் கண்டெடுக்கப்படும், புலியும் புலிபோலாகிய புலியும், திராவிட அரசி/பெண்ணுடலென்னும் தொன்மம் (2020), நுழைவாயிலென ஒரு நிலைக்கண்ணாடி (2020), மூவாயிரமாண்டு காதல் மொழிகள், இந்தப் புவிக்கு உந்தன் பெயரிடுவேன் (2024) ஆகிய கவிதை நூல்களை எழுதியுள்ளார். 'முள்ளிவாய்க்காலுக்குப் பின்', (ஈழத்திலிருந்து புலம்பெயர்ந்த கவிஞர்களின் ஈழ இனப்படுகொலை பற்றிய நினைவுக்கவிதைகள், 2011) என்ற தொகுப்பையும் வெளியிட்டிருக்கிறார். UK Southbank Centre நிறுவனம் தேர்ந்தெடுத்த சென்ற நூற்றாண்டின் சிறந்த ஐம்பது காதல் கவிதைகளில் இவரது 'முலைகள்' கவிதையும் ஒன்று.

'நிறைய அறைகள் உள்ள வீடு' (2013), விரல்கள் (2018), இயக்கம், நூறாயிரம் சொற்கள், மீமொழி, ஊன் வளர்த்தாள் உயிர் வளர்த்தாளே ஆகிய சிறுகதை நூல்களை வெளியிட்டிருக்கிறார். 'காலத்தைச் செரிக்கும் வித்தை', (தமிழ்ப் பெண்ணிய விவாதங்களை முன்வைக்கும் கட்டுரைகள், 2010) 'நிழல் வலைக்கண்ணிகள்', சாதியையும் பாலியலையும் ஆராயும் பெண்ணியக் கட்டுரைகள், (2011), 'ஆண் குறி மையப் புனைவைச் சிதைத்த பிரதிகள்', (தமிழ் நவீனப்பெண் கவிஞர்களின் கவிதைகள் குறித்த மீளாய்வுக் கட்டுரைகள், 2011) ஆகிய கட்டுரை நூல்களை எழுதியிருக்கிறார். 'அழியாச் சொல்' (2020) நாவலை வெளியிட்டுள்ளார்.

கல்லுடைக்கும் தொழிலாளர்களின் உரிமைகளைப் பேசும் 'கல் மனிதர்கள்' என்ற முழுநீள ஆவணப்படத்தை இயக்கியிருக்கிறார். 'ஆஸ்கர் விருது' வென்ற இசையமைப்பாளர் ஏ.ஆர்.ரஹ்மான் அவர்களின் 'இரசாயன ரோஜாக்கள்' இசை ஆல்பத்தில் பாடல்கள் எழுதியிருக்கிறார். மரியான், அருவி எனத் தொடர்ந்து, திரைப்படங்களுக்குப் பாடல்கள் எழுதிவருகிறார். 'சிறகு' (2019) என்ற முழு நீளத் திரைப்படத்தை First Copy Productions மாலா மணியன் தயாரிப்பில், இயக்கியிருக்கிறார். 'கோடை இருள்' (2023) என்ற திரைப்படத்தை பீம் மூவிஸ் (Bheem Movies) வழியாக வெளியிட்டிருக்கிறார். இசையமைப்பாளர் ஏ.ஆர்.ரஹ்மான் அறக்கட்டளைக்காக, 'கருணாமிர்த சாகரம்' என்ற தமிழிசைக்கான இணையதளத்தை இயக்கிவருகிறார். 'ஆபிரகாம் பண்டிதரின் கருணாமிர்த சாகரம்', என்ற நான்குமணி நேர ஆவணப்படத்தை இயக்கியிருக்கிறார். 2022 ஆம் ஆண்டு நியூயார்க் நகரத்தில் நிகழ்ந்த வட அமெரிக்கத் தமிழ்ச்சங்கப் பேரவை நிகழ்வில் இப்படம் வெளியிடப்பட்டது.

பெண்ணியம், சாதிய மறுப்பு, மனித உடல் கருத்தாக்கங்கள், பௌத்தம், திரைவெளி ஆகியவை இவரது மையச் செயல்பாட்டு வெளிகளாகும்.

காலத்தின் வரைபடம்

வாசிப்பின் வழி எனக்குக் கிடைக்கும் எல்லாவற்றையும் எப்பொழுதும் சுமந்து கொண்டு போக முடிவதில்லை. ஆனால் அந்த அனுபவங்களை மழை வரும் ஒரு நாளில் உயிர் பெறும் மீன் முட்டைகளைப் போல நினைவின் கதகதப்பில் தேக்கி வைத்திருக்கிறேன். ஏதோ ஒன்றை வாசிக்கும் போது அல்லது உற்று நோக்கும் போது, ஏதோ ஒன்று நினைவின் அடி ஆழத்திலிருந்து உயிர்பெறுகிறது. ரயிலில் சாவி மாட்டிகள் விற்கும் ஒரு பெண்ணின் கண்கள் வழியாகவோ, கொண்டை ஊசி வளைவில் ஒரு பேருந்திலிருந்து இன்னொரு பேருந்துக்கு கை காட்டும் ஒரு குழந்தையின் கையசைப்பிலோ, ரேசனில் வாங்கி வந்த அரிசிமூட்டை கை தவறிக் கீழே விழ, கலங்கிய கண்களோடு பரபரப்பான சாலையில் கூட்டி வாரும் கைகளில் என அன்றாடங்களிலிருந்தும் அதைக் கண்டு உணர்ந்திருக்கிறேன்.

சென்னை எனக்கு இன்னொரு வாசிப்புத் தளத்தை உருவாக்கிய காலம் அது.

வாழ்வு, படிப்பு என மரபார்ந்த செயல்பாடுகளில் இருந்து என்னை இன்னொரு வடிவத்திற்கு ஒப்புக்கொடுத்துக் கொண்டிருந்தேன்.

முகத்தில் விழும் சூரிய ஒளி முதுகில் பரவும் வரை மெரினா கடற்கரையில் புத்தகங்களோடு ஐக்கியமாக இருந்திருக்கிறேன். ஒவ்வொரு நாளையும் பிரதி எடுக்கும் தனிமைக்கு வாசிப்பு மட்டுமே துணையாக இருந்தது.

திருவல்லிக்கேணி பழைய புத்தகக் கடைகளும், அமைந்தகரை முழுநேர நூலகமும் எனக்கு அறிமுகப்படுத்திய படைப்பாளிகளின் எண்ணிக்கை அதிகம்.

அப்போதுதான் முதன்முதலாக கவிஞர் குட்டி ரேவதி அவர்களின் நேர்காணல் ஒன்றை தீராநதியில் வாசித்தேன். அதற்கு முன்பு அவரின் பெயர் மட்டுமே எனக்கு அறிமுகம்.

அன்று தொடங்கிய அவருடைய படைப்புகள் வழியான பயணம் இப்போது “இந்தப் புவிக்கு உந்தன் பெயரிடுவேன்” வரை தொடர்கிறது.

நேர்காணல்கள் வாசிப்பது எனக்கு எப்போதும் பிடித்தமான ஒன்றாக இருந்திருக்கிறது. இலக்கியத்தின் பல்வேறு வடிவங்களில் நேர்காணல்களையும் பிரதானமான ஒன்றாகவேக் கருதுகிறேன். வடிவ நேர்த்தியிலும், சொல் முறையிலும் மற்ற படைப்புகளுக்குத் தரும் ஆழமான ஒளியை அதற்கும் பாய்ச்ச வேண்டும். அப்படி கேட்கப்படும் கேள்விகளும், சொல்லப்படும் பதில்களும் படைப்புக்கு நிகராக மின்னத் தவறுவதில்லை என்றே தோன்றுகிறது. ஒரு படைப்பாளியை நேரில் சந்தித்து உரையாடுவதற்கு நிகரான ஒரு மனநிலையை அவரின் நேர்காணல்கள் தந்துவிடுகிறது என்றும் நம்புகிறேன்.

அந்த வகையில்தான் கவிஞர் குட்டி ரேவதி அவர்களின் நேர்காணல்களைத் தொகுக்க ஆரம்பித்தேன்.

கிட்டத்தட்ட அவரின் வாழ்வின் மைய நீரோட்டத்தின் திசை மாறாமல் 25 ஆண்டுகளுக்கும் மேலாக வெவ்வேறு தளங்களில் பரவி விரிந்திருக்கிறார். எழுத்தின் வழியாக அவர் உருவாக்கி இருக்கும் படிநிலைகள் தமிழில் அரிதான ஒன்று.

அவரின் படைப்புகள் தாண்டி இந்த நேர்காணல்கள் அவரின் உணர்வோடும் நெருங்க வைத்தது. அவரின் வாழ்க்கை வரலாற்றை போல விரிவான வரைபடம் ஒன்றை மனதில் தீட்டத் தொடங்கியது. காலம் மாறி மாறி அச்சிதழ், இணையம், இன்ஸ்டா வரை இயக்கத்தை விடாமல் ஓடிக்கொண்டே இருந்திருக்கிறார், இருக்கிறார்.

ஆரம்ப நேர்காணலில் ஒரு பதிலும் பிறகு ஒரு பதிலும் இல்லை... மென்மையான கசப்பையும், தீராத இனிப்பையும் ஒரே விதமாக எதிர்கொண்டிருக்கிறார். கோபமான கேள்விகளுக்கும் மறுப்பேதும் சொல்லமுடியாத காத்திரமான பதிலைத் தந்திருக்கிறார். ஒவ்வொரு நேர்காணலும் தனித்துவமானவை. அவரின் கால் நூற்றாண்டுக்கும் மேலான வாழ்வை, பயணத்தை இதில் கண்டடையலாம். சித்த மருத்துவர், கவிஞர், சிறுகதையாளர், நாவலாசிரியர், பாடலாசிரியர், இயக்குனர் என அவர் எத்தனை விதமான அடுக்குகளை உருவாக்கியிருக்கிறார்.

தமிழின் தவிர்க்க முடியாத கவிஞர்களுள் ஒருவரான குட்டி ரேவதியின் நேர்காணல்களைத் தொகுத்தது உண்மையில் நெகிழ்ச்சியையும் மன நிறைவையும் தந்தது. இந்தத் தலைமுறைக்கு

அவரை இந்த நேர்காணல்கள் வழியாக மீளறிமுகம் செய்வதை மிக அவசியமான ஒன்றாகவும் கருதுகிறேன். நேர்காணல்களைத் தொகுக்க அனுமதியளித்த கவிஞர் குட்டி ரேவதி அவர்களுக்கும், நேர்காணல்களை வெளியிட்ட அச்சு இணைய இதழ்களுக்கும், தொகுப்பதற்கு உதவியாக இருந்த நண்பர்கள் அனைவருக்கும் நன்றி.

— நா. கோகிலன்

உள்ளடக்கம்

1. "கவிதை என்பது இலக்கியம் மட்டுமன்று; அதுவோர் இயக்கமும் கூட" உரையாடல் (மூன்று பகுதிகள்) – **கவிஞர் தமிழ்நதி** 11
2. முழுக்க முழுக்க எனக்காகத்தான், உரையாடல் – **ரமேஷ், கனகராசு** 33
3. குட்டி ரேவதியும் பெண்ணியமும், உரையாடல் – **நட்சத்திரன்** 40
4. பெண் கவிஞர்கள் மீதான தாக்குதல்களுக்கு சாதியம் அடித்தளமாக இருக்கிறது, உரையாடல் – **தளவாய் சுந்தரம்** 48
5. பெண் என்ற ஒற்றை அடையாளம் ஆதிக்கச் சிந்தனைப் பெண்களுக்கானது!, உரையாடல் – **ரவிச்சந்திரன், ராஜ், பிரவீண், கஜேந்திரன், ஜெ.ஜெய்கணேஷ்** 64
6. சினிமா, எழுத்தைப்போல அல்ல... அது பலரின் கூட்டுத்திறமை! உரையாடல் - **சக்தி தமிழ்ச்செல்வன்** 115
7. முதல் பிரவேசம் - கவிதையின் ஒற்றைக்கயிறு 120
8. கவிதை முதல் வெள்ளித்திரை வரை... உரையாடல் – **ஸ்ரீதேவி மோகன்** 125
9. சக கவிஞர், உரையாடல் – **மௌனன் யாத்ரிகா** 134
10. எந்த ஓர் உயிர் இழப்பையும் தியாகம் என்று கொண்டாடுவது சாதியச் சிந்தனை! - தி டைம்ஸ் தமிழ் 139
11. தமிழகத்தின் தொல் நிலமே ஈழம்தான், உரையாடல் – **ரோஷன் பூங்குன்றன்** 143
12. புத்தகம் சூழ்ந்த வீடு - இந்த புத்தகங்கள் இன்னும் என்னை எங்கே அழைத்துச் செல்லப் போகின்றன? 155
13. கவிதை என்பதே வாக்குமூலம்தான்! உரையாடல் - **வெய்யில்** 161
14. கவிதை தீப்பந்தம் போன்றது!, உரையாடல் - **ஆசை** 189
15. "பெண்ணிய உரையாடல்கள் என்னும் மானுட உரிமைகள் வழியாகவே மாண்பற்று இருந்த ஆண்களின் உடல்களுக்கும் மாண்புகளை ஈன்றளித்திருக்கிறோம்.." உரையாடல் – **வீரசோழன் க.சோ.திருமாவளவன்** 195
16. பெண் எழுத்து என்பது தமிழ்மொழியின் பெருவெடிப்பு, உரையாடல் – **ச.ப்ரியா, ஜோதிலட்சுமி லோ, வீ.ரமேஷ்குமார், பீட்டர் பால் லா, மு.சுதா, கவிதா மணாளன்** 215

"கவிதை என்பது இலக்கியம் மட்டுமன்று; அதுவோர் இயக்கமும் கூட"

உரையாடல் – கவிஞர் தமிழ்நதி

பகுதி - 1

உங்களைக் கவிதை எழுதத் தூண்டியது வாசிப்பு அனுபவமா அல்லது இயல்பாகவே எழுந்த உள்ளார்ந்த தூண்டுதலா? நீங்கள் எப்படி எழுத்துத்துறையைத் தேர்ந்தெடுத்தீர்கள்?

வாசிப்பு அனுபவம் என்று சொல்லமுடியாது. நான் சித்தமருத்துவம் படிக்க ஆரம்பித்த பிறகுதான் கவிதையில் ஈடுபாடு வந்தது. ஆனால் புத்தகங்கள் வாசிப்பது உண்டு. நான் பத்தாவது பரீட்சையில் நல்ல புள்ளிகள் பெற்றிருந்தேன். மருத்துவம், பொறியியல் என்று எது வேண்டுமானாலும் படிக்கக்கூடிய வாய்ப்பு இருந்தது. ஆனால் எனக்கென்னவோ தமிழ் இலக்கியம் படிக்கவேண்டுமென்பதில் ஆர்வம் அதிகமாக இருந்தது. இவ்வளவு புள்ளிகள் எடுத்துவிட்டு எதற்காக தமிழ் இலக்கியம் படிக்கவேண்டுமென்று அப்பா நினைத்தார். அப்புறம் நான் சித்த மருத்துவம் படிக்கலாமென்று தீர்மானித்து அதில் இணைந்துகொண்டேன். சித்த மருத்துவத்தில் உள்ள சிறப்பு என்னவென்றால், அந்தப் பாடத்திட்டத்தில் பெரும்பாலும் எல்லாமே செய்யுள் வடிவத்தில் இருக்கும். அழுத்தமான மொழிநடை இருக்கும். அதிலே பிரயோகிக்கப்படுகிற சொல்லகராதி வந்து புழக்கத்தில் இல்லை. ஆனால் நவீனத்துடன் கூடிய ஒரு உக்கிரம் அதில் இருக்கும். சித்த மருத்துவத்தில் ஆர்வத்தோடு படித்து முதல் மதிப்பெண்கள் வாங்கியபோதிலும்,

தொடர்ந்து அதிலேயே ஆழ்ந்து அதன் தொடர்ச்சியாக ஒரு நல்ல வேலைக்குப் போகவேண்டும் என்ற இலட்சியமெல்லாம் எனக்கு இருக்கவில்லை.

அதனையடுத்து படிப்பதிலிருந்து விடுபட்டுக் கொஞ்சம் ஆசுவாசமாக இருந்த நாட்களில் எனக்கு எழுதுவதில் ஆர்வம் ஏற்பட்டது. எனக்குத் தோன்றியதை எழுதினேன். அதை வாசித்த ஒரு நண்பர் 'நன்றாக இருக்கிறது... நீங்கள் ஏன் இதைப் பிரசுரத்திற்கு அனுப்பக்கூடாது...?' என்று கேட்டார். சில சிற்றிதழ்களுக்கு அனுப்பியபோது அவை உடனடியாக வெளிவந்தன. அதன் பிறகு தமிழினி பதிப்பகத்தார்தான் தாமாகவே முன்வந்து என்னுடைய கவிதைகளைத் தொகுப்பாகப் போடலாமென்று சொன்னார்கள். பொதுவாகப் பார்த்தீர்களானால், அவர்கள் கவிதைப் புத்தகங்கள் போடுவதில்லை. அதன்படி 2000ஆம் என்னுடைய முதற்தொகுப்பான 'பூனையைப் போல் அலையும் வெளிச்சம்' வெளிவந்தது. அதனையடுத்து 2003ஆம் ஆண்டு 'முலைகள்' என்ற தொகுப்பு வெளிவந்தது. அந்தத் தலைப்பு குறித்து தொடக்கத்தில் எனக்கு ஒரு தயக்கம் இருந்தது. பிரச்சனையில்லை என்று உற்சாகமூட்டி, தயக்கத்தைப் போக்கி, அத்தொகுப்பையும் வெளியிட்டது தமிழினி பதிப்பகம் தான்.

கவிதையில் ஆதர்சம் என்று யாருடைய கவிதைகளை நீங்கள் குறிப்பிட்டுச் சொல்வீர்கள்? இதற்குப் பதிலளிப்பது உங்களுக்குச் சங்கடமாக இருந்தால் வேண்டாம்.

சங்கடம் என்றெல்லாம் இல்லை. நான் 'பனிக்குடம்' இதழுடைய ஆசிரியராக இருக்கிறேன். அதனால் எல்லாக் கவிதைகளையும் உன்னிப்பாகக் கூர்ந்து கவனித்து வாசிக்க வேண்டியிருக்கிறது. ஒரு நல்ல கவிதையை, அது உருவாகும் பரிணாமத்தை என்னால் பகுத்துணர முடிகிறது. நானும் எழுதுகிறவள் என்ற வகையில் ஒரு நல்ல கவிதையை நிராகரிக்கவோ தரமற்ற கவிதையை முன்னெடுத்துச் செல்லவோ முடியாது. கூடாது. ஈழத் தளத்திலே இருந்து வந்து, தமிழகத்திலே இயங்கி, இன்றைக்கு ஏறக்குறைய எல்லோராலும் மறக்கடிக்கப்பட்டு விட்ட கவிஞர் பிரமிள் மற்றும் தேவதேவன் ஆகியோரை என்னுடைய ஆதர்சம் என்று சொல்லாம். தமிழில் நவீன கவிதை என்பது பிரமிள் என்ற மொழிவீச்சுள்ள ஆளுமை

பொருந்திய கவிஞன் இல்லையென்றால், இப்போதுள்ள தளத்திற்கு வந்திருக்க முடியாது என்று சொல்லக்கூடிய அளவிற்கு அவருடைய விசை இருந்திருக்கிறது. அண்மையில் அவருடைய கவிதை பற்றிய கட்டுரைகள் அடங்கிய நூல் ஒன்றை வாசிக்கக் கிடைத்தது. கவிதையியல் என்பது குறித்த அவருடைய விமர்சனங்கள் எந்தக் காலத்திற்கும் பொருந்தக்கூடியதாக பிரமிக்க வைக்கின்றன. அதற்கு அவர் அரசியல் நிர்ப்பந்தங்கள் நிறைந்த ஒரு நிலத்திலிருந்து வந்தது ஒரு காரணமாக இருக்கலாம். நான் பெரும்பாலான கவிஞர்கள் எல்லோருடைய கவிதைகளையும் படித்திருக்கிறேன். ஆனால், ஆதர்சம் என்று வரும்போது தேவதேவன், பிரமிள் ஆகியோரைத்தான் குறிப்பிட வேண்டியிருக்கிறது. தேவதேவனுடைய கவிதைகள் அதிநவீனமான பாணியைக் கொண்டிருக்கின்றன என்று சொல்லலாம். தொடர்ந்து கவிதையின் தளத்தில் இயங்கிக்கொண்டிருந்தால் மட்டுந்தான் அத்தகைய ஒரு இயைபாக்கத்தை நீங்கள் பெறலாம்.

அப்புறம் கவிதை எனப்படுவது இலக்கியத்துள் மட்டும் அடங்காதது, அது ஓர் இயக்கம் என்றுதான் நான் சொல்வேன். சிறுகதை, நாவல் என்பதெல்லாம் ஓரளவுக்கு புனைவு கலந்த வடிவங்கள். கவிதைக்கென்றொரு அழகியல், இலக்கியத்தன்மை, மொழிவளமை, நவீனத்தன்மை எல்லாம் இருக்க வேண்டுமென்பதால் அதனை இலக்கியம் என்பதனைக் காட்டிலும் இயக்கம் என்றுதான் சொல்லவேண்டும்.

‘முலைகள்’ என்ற உங்கள் கவிதைத் தொகுப்பின் தலைப்பு இவ்வளவு சர்ச்சைக்கு ஆளாக்கப்பட்டதன் அடிப்படையான காரணம் என்னவென்று நீங்கள் நினைக்கிறீர்கள்?

இப்போது கேரளாவிலிருந்து என்னை நிறைய இலக்கியக்கூட்டங்களுக்கு அழைத்துக்கொண்டே இருக்கிறார்கள். ஆனால், தமிழ்நாட்டிலே என்னை இலக்கியக்கூட்டங்களுக்கு அழைப்பதில்லை. காரணம், என்மீது இருக்கின்ற அந்த அடையாளம்...! ‘முலைகள்’ என்ற பெயரில் ஒரு தொகுப்பு போட்ட காரணத்தினால் என்னை யாரும் அழைப்பதில்லை. அந்தச் சொல் ஆபாசமான, அசிங்கமான, அருவருப்பான ஒரு விடயமாகியிருக்கிறது. தமிழ் சினிமாவில், மலிவு இலக்கியத்தில்,

வெகுஜன இதழ்களில் பெண்களுடைய மார்பகங்கள் வணிகப் பொருளாக்கப்பட்டிருக்கின்றன. ஆனால், நான் அதை ஒரு எதிர்நிலையில் நின்று பார்க்கிறேன். அதாவது, நம்முடைய உடலை நான் ஒரு பெரிய நிலவெளியாகப் பார்க்கிறேன். ஒரு புவியியல் நிலப்பரப்பானது இலையுதிர்காலம், இளவேனில், கோடை என எப்படிப் பலவிதமான பருவங்களைக் கடந்து வருகின்றதோ அப்படியான ஒரு நிலவெளியாகத்தான் உடலைப் பார்க்கிறேன். அதையொரு உறுப்பாக, பொருளாகப் பார்க்கவில்லை.

அப்படி நான் அந்தச் சொல்லைப் பிரயோகித்தது ஆண்களுக்குப் பெரிய அதிர்ச்சியாக இருந்திருக்கவேண்டும். பெண்கள் அவர்களுக்கென வரையறுக்கப்பட்ட எல்லைகளுள் நின்று எதைப்பற்றி வேண்டுமானாலும் பேசலாம். ஆனால், பாலியல் உரிமைகளைப் பற்றிப் பேசிவிடமுடியாது. அதற்கான அதிகாரம் பெண்களுக்குக் கிடையாது என அவர்கள் நினைக்கிறார்கள். இன்னுமொரு விடயம் என்னவென்றால், சாதீயம் மிகப்பெரியதொரு விடயமாக இருக்கிறது. இப்போது பாலியல் உரிமைகள் குறித்துப் பேசுவதற்கான வெளி திறந்துவிடப்படுகிறதெனில் அடுத்து சாதீயம் பற்றித் தயக்கமின்றிப் பேசப் புறப்பட்டுவிடுவார்கள் என்ற பயம். மூன்றாவதாக, தமிழ்த்தேசியவாதம் என்றொரு விடயம்... இங்கு பேசப்படுகிற தமிழ்த்தேசியவாதம் என்பது வேறு. ஈழத்தில் அதன் பொருள் வேறு. இங்கே பேசப்படும் தமிழ்த்தேசியவாதத்திலே பெண்களின் கற்பு என்பது முக்கியமான அம்சம். தனக்கு உடமையான ஒரு பெண் இன்னொருவனோடு போய்விடக்கூடாது என்பதில் கவனமாயிருக்கிறார்கள்.அதன் அடிப்படையிலேதான் கண்ணகியைத் தூக்கிப்பிடிக்கிறார்கள். இவர்கள் மணிமேகலை மற்றும் மாதவியைத் தூக்கிப் பிடிப்பார்களா என்றால்... இல்லை! என்னை மிகவும் ஈர்த்த கதாபாத்திரம் என்றால் அது மணிமேகலைதான். தன்னைக் காதலித்த உதயகுமாரன் மீது அவளுக்கும் காதல் இருக்கிறது. அதைக் குறித்த மனவெளிப் போராட்டங்கள் அவளுக்கு இருந்திருக்கின்றன. ஆனால், அதை அவள் வெளிப்படுத்தாமல் அறநெறியில் போய் இணைந்துகொள்கிறாள். இந்த மாதிரியான கதாபாத்திரங்களை இவர்கள் தூக்கிப்பிடிப்பதில்லை. அதற்கு

இன்னொரு காரணம் இங்கு வேரோடியிருக்கும் இந்துத்துவம் என்று சொல்லலாம். பௌத்தத்தைப் பேசும் மணிமேகலையை அவர்கள் கண்டுகொள்ளாமல் போய்க்கொண்டிருப்பதற்கு இந்த இந்துத்துவம்தான் காரணம். ஆணாதிக்கத்தினுடைய மூலாதாரம் இந்துத்துவம்தான். ஒரு பெண் பத்தினியாகச் சித்திரிக்கப்பட்டிருந்த சிலப்பதிகாரத்தை தலைமேல் தூக்கிவைத்துக்கொள்வதற்கும் மணிமேகலையை இருட்டடிப்புச் செய்ததற்கும் இதுதான் காரணம். என்னைக் கேட்டால் மணிமேகலையைத்தான் காவல்தெய்வம் என்று நாங்கள் வணங்கவேண்டும் என்று சொல்வேன். பெண்கள் என்றால் தாய்மை, பொறுமை, விட்டுக்கொடுப்பு, கருணை இவற்றின் வடிவமாக இருக்கவேண்டும் என்றுதான் எல்லோரும் எதிர்பார்க்கிறார்கள். பெண்களிடத்தில் வீரம், போராடும் குணம், பகுத்தறிவு இன்னோரன்ன குணாம்சங்கள் இருப்பதை இவர்கள் ஏற்றுக்கொள்ளத் தயாராக இல்லை. மணிமேகலை தனது மனவெளியில் காதல் தொடர்பான ஊடாட்டங்கள் இருந்தபோதிலும் அதையெல்லாம் துறந்து பௌத்தத்திலே இணைந்து மக்களுக்குச் சேவை செய்யவேண்டுமென்ற வழியைத் தானே தேர்ந்தெடுக்கிறாள். இவ்வாறு ஒரு பெண் தனக்குரிய பாதையைத் தேர்ந்தெடுப்பது இவர்களுக்கு உவப்பானதல்ல என்ற காரணத்தினால் மணிமேகலை இருட்டடிப்புச் செய்யப்படுகிறாள். இவ்வாறான மனோநிலை கொண்ட ஒரு

சமுதாயத்திற்கு 'முலைகள்' என்ற சொல் எவ்வாறான அதிர்ச்சியைக் கொடுத்திருக்கும் என்பதை யோசித்துப் பாருங்கள். அதனால் விளைந்த எதிர்வினைகளால் ஒரு ரெண்டு வருஷம் நான் மிகுந்த மனவுளைச்சலுக்கு ஆளாகியிருந்தேன்.

இதே சொல்லை ஓர் ஆண் எழுதியிருந்தால்...?

எழுதிக்கொண்டிருக்கிறார்கள். சங்க இலக்கியங்களில் இடம்பெற்றிருக்கிறது. இப்போதும் வெகுஜன இதழ்களில் பெண்களுடைய முலைகள் மிகவும் கவர்ச்சியாக வர்ணிக்கப்படுகின்றன. அதைப் பற்றி யாரும் சர்ச்சை எழுப்பத் தயாராக இல்லை. ஆண் எதைச் செய்தாலும் அது ஏற்றுக்கொள்ளப்படுகிறது. என்னுடைய மிக நெருங்கிய ஒரு நண்பர் சொன்னார் "உங்களுடைய 'முலைகள்' கவிதைத் தொகுப்பு அத்தனையையும் நானே பணம் கொடுத்து வாங்கி எரித்துவிட விரும்புகிறேன்" என்று. இந்த அதிகார விடயத்தில் நட்பு, உறவு ஒன்றும் கிடையாது.

'சண்டைக்கோழி' திரைப்படத்தில் இடம்பெற்ற ஒரு வசனத்தின் பின்னால் நீங்கள் கூடுதல் கவனம் பெற்றதாகச் சொல்லப்படுகிறதே...!

எல்லோருமே அப்படித்தான் சொல்கிறார்கள். ஆனால், என்னுடைய வாழ்க்கையிலே அதனால் எந்தவித முன்னேற்றமும் ஏற்பட்டதாகச் சொல்லமுடியாது. 'முலைகள்' என்ற பெயரில் தொகுப்பு வெளியிடப்பட்ட பிறகு எந்தவொரு இலக்கியக்கூட்டத்திலோ கல்லூரிகளில் நடக்கும் விழாக்களிலோ கலந்துகொள்ள எனக்கு அழைப்பு அனுப்பப்படுவதில்லை. அதற்கான தகுதியை நான் இழந்துவிட்டதாக அவர்கள் நினைக்கிறார்கள். ஆனால், அண்டை மாநிலமான கேரளாவிலிருந்து என்னை அழைக்கிறார்கள். மாதத்தில் இரண்டு அல்லது மூன்று கூட்டங்களிலாவது நான் கலந்துகொள்கிறேன். அவர்களது பண்பாட்டில் 'முலைகள்' என்பது வழக்கிலிருக்கும் ஒரு சொல். பாலியல் உரிமைகள், மனிதவுரிமைகள், சாதியம் இவை பற்றியெல்லாம் மாணவர்களிடையே பேசுவதற்கு கேரளாவில் படைப்பாளிகள் முன்வராத நிலையில் அதற்கான தேவை அங்கே நிறைய இருக்கிறது. அதனால் என் போன்றவர்களை அழைக்கிறார்கள். 'சண்டைக்கோழி' படத்திலும் என்னுடைய பெயர் தேவையற்று

இழுக்கப்பட்டிருந்தது. இங்கே சினிமா என்பதும் ஆணாதிக்கம் நிறைந்ததென்ற வகையில் அதில் ஆச்சரியப்படுவதற்கு ஒன்றுமில்லை. தமிழகச் சூழலில் மேற்குறித்த சர்ச்சைகளால் நான் கூடுதல் கவனம் பெறவில்லை என்பதுதான் உண்மை. எனக்கு அதனால் சாதகம் என்று ஒன்றுமேயில்லை. அதனால் நான் இருட்டடிப்பு செய்யப்பட்டிருக்கிறேன் என்று சொல்வதே பொருந்தும்.

உள் தனிமை

தனிமையில் மட்டுமே
கசியும் உள்தனிமை
பெருங்கடலாய் உருவெடுத்து
அலையெழுப்பும்
வேறு மனித வாசனை வீச
ஒரு துளியாய்த் திரண்டு விழி நிரப்பும்
கோள நீர்ப்பரப்பில்
காட்சியாகும் உள்தனிமை
காலச்சரிவில் உருண்டோடிப்
பழுத்த பாறைகளைப் போல்
பாரமாய் விழும் கண்ணீர்த்துளிகளை
ஏந்த வலுவுண்டா உன் கைகளுக்கு?

கவிஞரின் 'பூனையைப் போல அலையும் வெளிச்சம்'
கவிதைத் தொகுப்பிலிருந்து.

"தமிழ்த் தேசத்திற்கான பிரத்தியேகமானதொரு பெண்ணியம் உருவாக்கப்பட வேண்டும்"

பகுதி - 2

இந்தப் பத்தாண்டுகளில் முன்னரைக் காட்டிலும் பெண்களின் எழுத்துக்கள் கவனிக்கப்படுகின்றன. பேசப்படுகின்றன. முன்னர் பெண்கள் இந்தளவிற்கு எழுதவில்லையா...? அல்லது எழுதியும் கவனிக்கப்படவில்லையா...? இப்போதிருக்கும் இந்த இணக்கமான சூழலுக்கு என்ன காரணம் என்று நீங்கள் நினைக்கிறீர்கள்?

முன்பு எழுதவில்லை என்று சொல்லிவிடமுடியாது. அம்பை குறுநாவல்கள், சிறுகதைகள், நாடகங்கள் என்று நல்ல ஆளுமையோடு எழுதிக்கொண்டிருந்தார். அவருக்கே நிறைய வருடங்களுக்குப் பிறகு இப்போதுதான் 'விளக்கு' விருது கொடுத்திருக்கிறார்கள். இடையில் ஒரு இருபது ஆண்டுகள் வாஸந்தி, அனுராதா ரமணன், ராஜம் கிருஷ்ணன், சிவசங்கரி போன்ற ஆதிக்கசாதியைச் சேர்ந்த பெண்கள்தான் எழுதிக்கொண்டிருந்தார்கள். அவர்களுக்கெல்லாம் வெகுஜன இதழ்களில் இடமிருந்தது. அவர்கள் வெகுஜன இதழ்களால் இருகரம் நீட்டி வரவேற்கப்பட்டார்கள். ஆனால், வாஸந்தி போன்றவர்கள் எழுதிக்கொண்டிருந்த ஓர் இருபது ஆண்டுக் காலம் தீவிர இதழ்களில் பெண்ணியம் சார்ந்த கருத்தாக்கங்கள் இடம்பெறவில்லை. அதற்கு இன்னொரு காரணம் என்னவென்று பார்த்தீர்களானால் தீவிர இதழ்கள் ஆதிக்கசாதி ஆண்களின் கைகளில் இருந்தன. அவர்கள் யாரையும் உள்ளே வரவிடாத சூழ்நிலையில், அம்பை கூட மிகவும் சிரமப்பட்டுத்தான் எழுதியிருக்க வேண்டுமென்று நான் நினைக்கிறேன். அவரிடம் கேட்டால் தான் பட்ட சிரமங்களை எப்படி எதிர்கொண்டார் என முழுமையாக அறிந்துகொள்ள இயலும்.

அதற்குப்பிறகு தான் மெல்ல மெல்ல பெண்களின் கவிதைகள் வர ஆரம்பிக்கின்றன. மிகவும் கூர்மையாக எழுதுகிறவர்களே இப்பொழுது ஓர் இருபது பேர் வரையில் இருக்கலாம். பனிக்குடத்தில் போடுவதற்கு தேர்ந்தெடுப்பதற்கே சிரமமாக

இருக்கிற அளவிற்கு பெண்கள் தீவிரமான கவிதைகளை எழுதிக்கொண்டிருக்கிறார்கள். பெண்களின் கவிதைகள் இப்போது கூடுதல் கவனம் பெற்றிருப்பதற்கு அவர்கள் தங்களுக்கென்றொரு அரசியலை எடுத்துக்கொண்டுவிட்டதுதான் காரணமாக இருக்கலாம். தமிழ்ச்சூழலில் பெண்கள் மீதான ஒடுக்குமுறைகள் முதலில் பாயுமிடம் பெண்களின் உடல்கள்தான். எழுதிக்கொண்டிருக்கும் பெண்களுடைய சொந்த வாழ்க்கையைப் பார்த்தீர்களானால் துயரங்கள், சிக்கல்கள் மிகுந்ததாக இருக்கும். அதையெல்லாம் அவர்கள் வெளிக்கொணரும் ஒரு ஊடகமாக கவிதை அமைந்தது. அதனால் கூடுதல் கவனம் பெற்றதாக எல்லாம் சொல்ல முடியாது. எழுதுகிறவர்களுக்கு ஒரு உத்வேகம் ஏற்பட்டதாக வேண்டுமானால் சொல்லலாம். இது ஓர் இணக்கமான சூழ்நிலை என்பதில் ஐயமில்லை. இது இந்த உடல் அரசியல் என்பதையும் கடந்து வேறு வேறு கட்டங்களுக்கு எடுத்துச் செல்லப்படவேண்டும் என்று விரும்புகிறேன். இனியும் நிறைய படைப்பாளிகள் வந்து புதிய கருத்தாக்கங்களைக் கொணர்ந்து தமிழ்த் தேசத்திற்கான பிரத்தியேகமானதொரு பெண்ணியம் உருவாக்கப்பட வேண்டும். மேலைநாட்டுப் பெண்ணியம், மாக்சியம் தொடர்பான பெண்ணியம் இவற்றை நாம் உள்வாங்கிக்கொள்கிறோம். அப்படி என்றில்லாமல் தமிழ் புவியியல் பரப்பிற்கேற்ற வலிய பெண்ணியம் உருவாவதற்கான ஒரு தளமாக இப்போதிருக்கும் இந்த இணக்கமான சூழ்நிலையைக் கொள்ள வேண்டும்.

பொதுவாக ஒரு பெண் படைப்பாளியாக இனங்காணப்பட்டவுடனேயே சமூகம் அவளையொரு பெண்ணியவாதியாகவும் கலகக்காரியாகவும் பார்க்கிற ஒரு கண்ணோட்டம் உருவாகிவிடுகிறது இல்லையா...? உங்கள் வாழ்வில் இதை உணர்ந்திருக்கிறீர்களா?

தமிழ்நாட்டிலேயே நிறையப் பெண் கவிஞர்கள், எழுத்தாளர்கள் இருக்கிறார்கள். இவர்கள் இரண்டு குழுவாகப் பிரிந்துவிட்டார்கள். சில பெண் எழுத்தாளர்கள் குறிப்பிட்ட சிலருடன்தாம் சேர விரும்பவில்லை என்பதை வெளிப்படையாகச் சொல்கிறார்கள். அதற்கு என்ன காரணம் சொல்கிறார்கள் என்றால், 'இவர்கள் மிக ஆபாசமாக எழுதுகிறார்கள். உடல் என்பது ஒரு புதிர்... அந்தப் புதிரை இவர்கள் எழுத்தால் விடுவிக்கிறார்கள். அதனால், இவர்களில் ஒருத்தியாக நான் அடையாளங் காணப்பட விரும்பவில்லை' என்கிறார்கள்.

ஆண்கள் எப்படி எழுதுவார்களோ அதையொட்டியே இந்தப் பெண்களும் இணைய மற்றும் அச்சு இதழ்களில் எழுதிக்கொண்டிருக்கிறார்கள். அவர்கள் தாங்கள் பெண்ணியவாதிகளாக அடையாளங்காணப்பட விரும்பவில்லை. எழுதுகிறவள் ஒரு பெண்ணாக இருப்பதனாலேயே அவள் பெண்ணியவாதி என்று பொருளல்ல. எழுத்தின் உள்ளடக்கம்தான் அவள் யார் என்பதை வெளிப்படுத்துகிறது. உள்வாங்கும் விடயம் ஆணாதிக்கமாக இருந்தால் வெளிப்படுத்தலும் அதையொட்டியே நிகழ்கிறது. எம்மை நாமே கேள்வி கேட்கும்போது சுயவிமர்சனத்திற்குட்படுத்தும்போது நமக்குள்ளேயே எவ்வளவு ஆணாதிக்கம், இந்துத்துவம் சார்ந்த விடயங்கள் ஊறிப்போயிருக்கின்றன என்பது தெரியவருகிறது. எங்களைப் போன்றவர்களுடன் அடையாளப்படுத்தப்பட விரும்பாத பெண்கள் என்ன சொல்கிறார்களென்றால், ஆண்கள் எப்படி பெண்களைக் கொச்சைப்படுத்துகிறார்களோ பாலியல் உறுப்புகள் குறித்து எழுதுகிறார்களோ அதைப் போலத்தானே இவர்களும் எழுதிக்கொண்டிருக்கிறார்கள்... இவர்கள் எப்படிப் பெண்ணியவாதிகளாக இருக்க முடியும் என்று குற்றஞ்சாட்டுகிறார்கள். அதற்கு என்னுடைய பதில் என்னவென்றால் 'நாங்கள் முன்வைக்கும் அரசியல் வேறு' என்பதாகும். ஆண்கள் வர்ணித்து எழுதுவார்கள். 'அவளுடைய விழிகள் கயல் மீனைப் போலிருந்தன... அவள் மாம்பழம் போன்ற நிறத்திலிருந்தாள்... அவளுக்குப் பருத்த மார்பகங்கள் இருந்தன' என்றெல்லாம் வர்ணித்து எழுதுவார்கள். நாங்கள் வைக்கும் அரசியலில் அதே வார்த்தைகளைத்தான் பயன்படுத்துகிறோம். ஆனால் வேறு பொருளில், வேறு நோக்கத்தில் அவற்றைப் பயன்படுத்துகிறோம்.

பெண்கள் இன்னின்ன சொற்களைத்தான் தனது படைப்பில் பிரயோகிக்கலாம் என்றொரு எதிர்க்குரல் சில கலாசார காவலர்களிடமிருந்து எழுந்தது. நீங்கள் எழுத உட்காரும்போது அந்தக் குரல் ஒருவித மனத்தடையை, வரையறையை, எச்சரிக்கை உணர்வை, சோர்வை உங்களுக்கு ஏற்படுத்துகிறதா?

நிச்சயமாக. என்னுடைய அடுத்த தொகுப்பின் தலைப்பு 'உடலின் கதவு' என்பதாகும். அது அச்சுக்குப் போய்விட்டது. அதிலுள்ள சில கவிதைகள் குறித்து எனக்கு தயக்கம் இருந்தது. இவற்றைப் பற்றி என்ன விமர்சனம் வரப்போகிறதோ...

எடுத்துவிடலாமா என்று குழப்பமாக இருந்தது. இவ்வாறு குழப்பத்தை உருவாக்குவதுதான் சம்பந்தப்பட்டவர்களின் நோக்கமே. 'நான் என்னுடைய எழுத்துக்கள் பற்றித் தெளிவாக இருக்கிறேன்... குழப்பமே கிடையாது' என்றெல்லாம் சொல்வதற்கில்லை. இந்தச் சமூகத்தினுடைய தாக்கமும் அது ஏற்படுத்தும் குழப்பமும் களைப்பும் சோர்வும் நம்மோடு இருந்துகொண்டேயிருக்கும். நம்முடைய வேறுபட்ட அனுபவங்கள் ஊடாக நாம் அந்தச் சோர்விலிருந்து மீண்டு வரவேண்டும். இலக்கியம் என்பதே அதுதானே இல்லையா...? இவர்கள் விளைவிக்கும் குழப்பங்களுக்கெல்லாம் நாம் ஆடிப்போய்விட்டோமென்றால் அது அவர்களுடைய வெற்றியாகிவிடும் அல்லவா? அதனால், மீண்டும் மீண்டும் நம்மைப் புத்துணர்ச்சியூட்டிக் கொள்வது மிக அவசியம். அதற்கு எனக்கு மிக உதவியாக இருப்பது என்னவென்றால், நிறைய பெண்களைச் சந்தித்து ஆக்கபூர்வமாக உரையாடுவது. ஒரு கிராமப்புறத்திற்குப் போய் அங்கு வயல்வெளியில் இருக்கும் ஒரு பாட்டியிடம் உரையாடினாலே உங்களுக்கான புத்துணர்ச்சி கிடைத்துவிடும். அவர்கள் வாழ்வில் எத்தனை துயரங்களை எதிர்கொண்டிருப்பார்கள்... அதிலொரு துளிகூட நாம் அனுபவித்திருக்க மாட்டோம். அந்தத் துயரங்களையெல்லாம், சிக்கல்களையெல்லாம் அவர்கள் நம்மைவிட நுட்பமாகக் கையாண்டு கடந்துபோயிருப்பார்கள். அவர்களையெல்லாம் சந்தித்துப் பேசுவதுதான் எனக்கு உத்வேகம் தருகிறது. நான் நிறைய பயணம் செய்வேன். கேரளாவுக்கு ஒரு வகுப்பு எடுக்கப் போகிறேன் என்றால், அதையடுத்து வரும் நாட்களில் இரண்டொரு நாட்களையாவது அந்த இடத்தைச் சுற்றியுள்ள இடங்களைப் பார்க்க எடுத்துக்கொண்டு விடுவேன். பெண்ணியத்தின் முக்கிய கூறுகளில் ஒன்றாக நிறைய பயணம் செய்வதைப் பார்க்கிறேன். வீட்டின் அறைகளுக்குள் குறிப்பாக சமையலறைக்குள் முடங்கிப்போய்விடுகிறவளாக பெண் இருக்கக்கூடாது. பல்வேறுபட்ட நிலவெளிகளை நமக்கு அறிமுகம் செய்துகொள்ள வேண்டும். வேறு வேறு ஊர்களுக்குப் பயணம் செய்வது, திருவிழாக்களில் கலந்துகொள்வது இவையெல்லாம் எமது பார்வையை விரிவுபடுத்துவன. பெண்ணியத்தின் மற்றொரு கூறு என்னவென்றால், நிறைய

பெண்களைச் சந்தித்துப் பேசவேண்டும். பேசுவதென்றால் வம்பு பேசுவதல்ல. ஆக்கபூர்வமாகப் பேசவேண்டும். அதில் அப்படியொரு ஆசுவாசம் கிடைக்கும்.

இந்த ஆணாதிக்க சமூகத்தை மீறி ஒரு பெண் தனது படைப்புகள் வழியாக அடையாளங் காணப்படுவதென்பது சிரமமானதுதான் இல்லையா...? உங்கள் அனுபவங்கள் பற்றி...

என்னுடைய வீட்டிலிருந்து பெரிய எதிர்ப்பு கிளம்பவில்லை. என்னுடைய அப்பாவுக்கு சொல்லிக்கொள்ளும்படியான கல்வியறிவு கிடையாது. ஆகவே, அவர் தன்னுடைய பெண்கள் படிக்கவேண்டுமென்பதில் மிகுந்த ஆர்வத்தோடிருந்தார். நானும் என் தங்கையும் படித்து மேலே வரவேண்டுமென்பதே அவருடைய ஆசையாக இருந்தது. ஆனால், குடும்பம் என்ற எல்லையை விட்டு வெளியே வரும்போது நிறையப் பிரச்சனைகளை எதிர்நோக்க வேண்டியிருந்தது. 'முலைகள்' என்று எனது கவிதைத் தொகுப்பிற்குப் பெயரிட்டபோது தொலைபேசி மற்றும் அஞ்சல் வழியாகவெல்லாம் எனக்கு மிரட்டல்கள் வந்தன. இணையத்தளங்களில் கீழ்த்தரமான விமர்சனங்கள் வந்தன. ஒரு பெண்ணின் ஆழ்மனதில் சென்று தைக்கக்கூடிய வார்த்தைகளைத் தேர்ந்தெடுத்து துல்லியமாகக் குறிபார்த்து எறிந்தார்கள். எனது குடும்பத்தினரும் இதனால் பயங்கரமான மனவழுத்தத்திற்கு ஆளாகவேண்டியிருந்தது. இதையெல்லாம் பெண்களாகிய நாம் செய்வோமா என்றால்... இல்லை! பொதுவாக ஆண்களுடைய வன்முறையைவிட அவர்களுடைய மூர்க்கம் என்னை மிகவும் பாதித்த விடயம். பெண்களாகிய நாமும் அவ்விதமான மனோநிலையை நமது ஆண் பிள்ளைகளிடம் வளர்க்கிறோமோ என்று சிலசமயங்களில் தோன்றுவதுண்டு. குடும்பத்தின் தூண்களாகப் பெண்கள் இருக்கிறார்கள். ஆண்களைப் பொறுத்தமட்டில் வீடு என்பது சாப்பிடுவதற்கும் தூங்குவதற்கும் பெண்களோடு படுத்துக்கொள்வதற்கும் இன்பங்களை அனுபவிப்பதற்குமான ஒரு இடம். அவர்களுக்கு அது ஒரு தற்காலிகமான தங்குமடமாக இருக்கிறதேயன்றி அது அவர்களுக்கான நிரந்தர இடம் கிடையாது. உண்மையில் வீட்டைச் சுமப்பவர்கள் பெண்கள்தான். அடுப்பு மூட்டுவதிலிருந்து பிள்ளைகளை வளர்ப்பது வரை அவர்கள்தான் பார்த்துக்கொள்ள வேண்டும். அதே சமயத்தில்

அவர்கள் கற்பைக் கட்டிக்காக்கிறவர்களாகவும் இருக்க வேண்டும். பார்த்துக்கொண்டே போனால் குடும்பத்தின் இத்தகைய இறுக்கமான கட்டமைப்பிற்கு மூல காரணமாக இருப்பது இந்துத்துவம்தான். இதற்கு மாற்று வழி என்று ஒன்று இல்லை. அதனால், குடும்பத்தைத் தாங்கிக்கொண்டிருக்கிற இந்தத் தூண்களைக் கொஞ்சம் இளக்குவதன் மூலம் நமது சுமைகளைக் கொஞ்சம் குறைத்துக்கொள்ள முடியுமேயன்றி, மற்ற விதிகள் எல்லாம் அப்படியேதான் இருக்கும். நீங்கள் என்ன செய்துகொண்டிருக்கிறீர்களோ அதையேதான் மீண்டும் மீண்டும் செய்துகொண்டிருப்பீர்கள்.

கவிதையில் இருண்மை என்பதைப் பற்றி நீங்கள் என்ன நினைக்கிறீர்கள்? பல நவீன கவிஞர்களுடைய கவிதைகள் புரிவதில்லை என்றொரு முணுமுணுப்பு வாசகர்களிடையே நிலவுகிறதே...

இது மொழி அரசியல் தொடர்புடையது எனலாம். திராவிட இயக்கங்கள் பெரிய இலக்கியங்களைப் படைத்துவிட்டதான ஒரு கற்பனை உலவுகிறது. வைரமுத்து போன்றவர்களெல்லாம் பெரிய கவிஞர்கள் என்று பேசப்படுகிறது. அவர்களுடைய மொழி எல்லோருக்கும் புரியும் வகையில் இருப்பதனால் அப்படிச் சொல்லப்படுகிறது. எடுத்த எடுப்பில் ஒருவர் பல் வைத்தியராக ஆகிவிட முடியுமென்றில்லை. அதற்கு நாலோ ஐந்தோ ஆண்டுகள் படிக்க வேண்டியிருக்கிறது. நிறைய நாட்கள் மொழியைப் பயின்று ஒரு கவிஞன் எழுதுகிற கவிதை மட்டும் உடனடியாக ஒரே வாசிப்பில் புரிந்துகொள்ளப்பட

வேண்டுமென்று ஏன் எதிர்பார்க்கிறீர்கள்? நவீன கவிதையானது பழைய மொழியினுடைய வீச்சைத்தான் உள்வாங்கியிருக்கிறதே தவிர அந்தச் சொற்களை அது வைத்துக்கொள்ளவில்லை. தனக்கான சொற்களோடு அதனுடைய இசைவுடன்தான் வருகிறது. பாலகுமாரன், சுஜாதா, வைரமுத்து வகையறா எழுத்தாளர்களின் எழுத்துக்களோடு பரிச்சயம் கொண்டிருப்பவர்களுக்கு இந்த நவீன மொழிக்கட்டமைப்பை இலகுவில் புரிந்துகொள்ளமுடியவில்லை என்பதுதான் உண்மை. புதிய மொழியை உருவாக்கியதும் அதை வளர்த்தெடுத்ததும் வைரமுத்துவால் அல்ல. ஆனால் அவர்கள் அப்படித்தான் நினைத்துக்கொண்டிருக்கிறார்கள். புதிதாக வரும் கவிஞர்கள் ஆழம் மிக்க சொல்லாடலுடன் வருகிறார்கள். அதன் மூலம் மொழியின் கதவுகள் திறக்கப்படுவதாக நான் உணர்கிறேன். அந்த அனுபவத்திற்கு நாம் தயாராக இருக்க வேண்டும். நாம் தயாராக இருந்தால்தான் மொழி எம்முடன் உரையாடும்.

நீளமான இரவுகள்

இப்பொழுதும் இரவின் நீளத்தை
வார்த்தைகளால் அளந்துகொண்டிருக்கிறேன்
வாடைக்காற்று காதருகில்
பலமான வார்த்தைகளைக் கொண்டுவருகிறது
பனி தனது பாதங்களை
எனது மேனியின் எல்லா இடுக்குகளிலும்
பதுக்குகிறது
எனது இரவைவிட அம்மாவின் இரவு நீளமாயும்
அதைவிட அவரது அம்மாவின் இரவு நீளமாயும்
மரங்களின் இரவுகளை விட
பறவைகளின் இரவுகள் நீளமானவை
அதிகாலையில் பறவைகள் அலகினால்
இறகைக் கோதுவதையும்
ஒரு சூரியக்கதிரினால் சுகமாய்ச் சொறிந்துகொள்வதையும்
காண்கிறேன்

- கவிஞரின் 'தனிமையின் ஆயிரம் இறக்கைகள்'
கவிதைத் தொகுப்பிலிருந்து.

"உங்களுக்கு வழங்கப்பட்டிருக்கும் வெளி அறையின் தனிமைதான்"

பகுதி - 3

இப்போதிருக்கும் இதே வீச்சுடன் பெண்கள் எழுதிக்கொண்டிருந்தால் அடுத்தடுத்த தசாப்தங்களில் குறிப்பிடத்தக்க மாற்றங்கள் நிகழும் என்று நீங்கள் நம்புகிறீர்களா?

கண்டிப்பாக நம்புகிறேன். இப்போது நாம் எழுதிக்கொண்டிருக்கும் இந்த உடல் அரசியல் என்பதோடு மட்டும் இந்த வீச்சு தேங்கிப்போய் நின்றுவிடாது. அதற்கான மாற்றத்தை இப்போது உணரமுடிகிறது. முன்னரே நான் குறிப்பிட்டதுபோல முன்பு சிவசங்கரி, வாஸந்தி போன்ற மேட்டிமை சாதியினர்தான் எழுதிக்கொண்டிருந்தார்கள். இப்போது பார்த்தால் விளிம்புநிலையில் இருக்கிறவர்களும் அதிகமாக எழுதுகிறார்கள். வேறு வேறு பின்னணிகளில் இருந்து எழுத வருகிறவர்கள் தாம் சார்ந்த பின்னணி சார்ந்த அரசியல் விடயங்களையும் எழுதக்கூடிய ஒரு சூழல் உருவாகியிருக்கிறது. இது இப்போதிருப்பதிலிருந்து வேறொரு கட்டத்தை நோக்கி நகர்த்திச் செல்லும் என்று நான் நிச்சயமாக நம்புகிறேன்.

இன்னுமொரு விடயம் என்னை மிகவும் பாதித்தது. அதாவது, குழந்தைகள் மீதான பாலியல் வன்முறை. எப்போது ஒரு சந்தர்ப்பம் கிடைத்தாலும் நான் இந்தப் பிரச்சனையை முன்வைத்துப் பேசப் பின்னின்றதில்லை. அதைப் பற்றி நான் பேச நினைக்கிறபோதெல்லாம் அப்படியொரு விஷயம் இருக்கிறதா என்ன என்று கேட்பார்கள். உதாரணமாக இப்போது நொய்டாவில் நடந்த கொடுமை வெளிச்சத்திற்கு வந்த பிறகு ஆச்சரியமாகப் பார்க்கிறார்கள். நான் இதைக் குறித்து சில களஆய்வுகள் செய்திருக்கிறேன். ஐந்து ஆறு வயதுடைய பெண்குழந்தைகளைப் பாலியல் வல்லுறவுக்குட்படுத்தியபின் கொலை செய்வதென்பது சாதாரணமாக நடந்திருக்கிறது.

கருப்பை சீரழிந்த நிலையிலெல்லாம் நான் குழந்தைகளைப் பார்த்திருக்கிறேன். தன்னுடைய பாலியல் அடையாளத்தைக் கூடப் புரிந்துகொள்ளவியலாத குழந்தையை உபயோகித்துக் கொள்வது பல வீடுகளில் நடந்து கொண்டுதானிருக்கிறது. குழந்தையானது அதை உடல்ரீதியாக அசௌகரியமாக உணருமேயன்றி என்ன நடந்ததென்று சொல்லக்கூடத் தெரியாமலிருக்கும். தவிர, தந்தை போன்ற தமது நெருக்கமானவர்கள் இவ்விதம் நடந்துகொள்ளும்போது அதை மறுத்து ஒன்றும் சொல்ல முடிவதுமில்லை. இதுகூட ஆணாதிக்கத்தினுடைய ஒரு வடிவம்தான். பெண்ணியத்தினுடைய நீட்சி எவ்விதம் அமையவேண்டுமெனில், குழந்தைகள் மீதான இந்தப் பாலியல் கொடுமைகளைத் தடுத்து நிறுத்தக்கூடிய அளவிற்கு வளரவேண்டும். ஆண் தனது பாலியல் ரீதியான அதிகாரத்தைப் பிரயோகிக்கக்கூடிய ஓர் உயிராகப் பெண் எப்போதும் இருப்பது என்பது விசனத்திற்குரியது.

என்னை ஒரு கூட்டத்திலே ஓர் ஆண் கேட்கிறார்: "இந்தியாவில் எத்தனையோ வகையான பிரச்சனைகள் இருக்கின்றன. அணுவாயுதப் பிரச்சனை இருக்கிறது. பயங்கரவாதம், முதலாளித்துவம், ஏகாதிபத்தியம் போன்ற பிரச்சனைகள் இருக்கின்றன. இவற்றையெல்லாம் விடவா பெண்ணியம் உங்களுக்குப் பெரிதாகப் போய்விட்டது...?" என்று. அதற்கு நான் சொன்னேன் "நீங்கள் சொன்னவையெல்லாம் பிரச்சனைகள்தான். ஒத்துக்கொள்கிறேன். ஆனால், பெண்ணியம் என்பது பிரச்சனை கிடையாது. அதுவொரு கோட்பாடு, பயிற்சி முறை. ஆணும் பெண்ணும் இணக்கமாக வாழ்வதற்கான ஒரு பாதையை உருவாக்குவது. அது எப்படிப் பிரச்சனையாகும்...?" என்று கேட்டேன். முதலாளித்துவத்தைச் செயற்படுத்துவதில் பெண் எங்கு வருகிறாள் என்பது எனக்குப் புரியவேயில்லை. அதற்கும் பெண்களுக்கும் என்ன சம்பந்தம்...? எங்கோ ஓரிடத்தில் ஒரு மேசையைச் சுற்றியமர்ந்து நான்கு ஆண்கள் திட்டமிடுவதில் நமக்கென்ன பங்கு..?

இன்னொரு விடயம், நான் இந்தியாவிற்கான பெண்ணியம் என்று சொல்வது வந்து தலித் பெண்ணியம். தலித் பெண்ணியம் என்பது ஒரு குறிப்பிட்ட சமூகத்திற்கான பெண்ணியம் என்று பொருளல்ல. 'சாதீயமற்ற பெண்ணியம்' என்பதைத்தான்

சொல்ல வருகிறேன். எல்லா மட்டங்களிலும் சாதியினால் அறையப்பட்டிருக்கும் பெண்களை விடுதலை செய்வதுதான் 'தலித் பெண்ணியம்' என்பதன் பொருள். இந்தியாவில் பெண்ணியம் என்று உருவானால் அது எல்லா அடுக்குகளிலும் இருக்கும் பெண்களை விடுவிப்பதாக அமையவேண்டும். ஒரு பெண் விடுதலை அடையும்போது பிரமையிலே கட்டுண்டிருக்கும் ஒரு ஆணும் விடுதலை அடைவதாகவே நான் கருதுகிறேன்.

"நீங்கள் தலித் பெண்களுக்காகப் பரிந்து பேசுகிறீர்கள். ஆதிக்கசாதிப்பெண்களுக்கு ஒடுக்குமுறை கிடையாதா....?" என்று ஆதிக்கசாதியைச் சார்ந்த பெண் படைப்பாளிகள் ஒருதடவை பாமா என்ற எழுத்தாளரைக் கேட்டபோது அவர் சொல்லுகிறார்: "மேல்சாதிப் பெண்களுக்கு ஒரு பக்கத்திலிருந்து அதாவது மேல்சாதி ஆண்களிடமிருந்து மட்டும்தான் ஒடுக்குமுறை வருகிறது. ஆனால், தலித் பெண்கள் மீது மூன்று விதமான ஒடுக்குமுறைகள் பிரயோகிக்கப்படுகின்றன. ஒன்று, மேல்சாதி ஆண்கள் கீழ்சாதிப் பெண்கள் மீது செலுத்துகிற ஒடுக்குமுறை. இரண்டாவது,மேல்சாதிப் பெண்கள் கீழ்சாதிப் பெண்கள் மீது செலுத்துகிற ஒடுக்குமுறை. மூன்றாவது, கீழ்ச்சாதி ஆண்கள் தங்களது பெண்கள் மீது செலுத்துகிற ஒடுக்குமுறை." இந்த அடிநிலை ஒடுக்குமுறையிலிருந்து முதலில் விடுபட்டால்தான் எல்லா அடுக்குகளிலிருக்கும் பெண்களுக்கும் விடுதலை என்பது சாத்தியமாகும் என்பது எனது கருத்தாகும். அதற்கு சாதியம் என்ற தளையிலிருந்து நம்மை விடுவித்துக்கொள்ள வேண்டும். ஒரு பிரச்சனையைப் பார்க்கும்போது, முதலில் சாதிய ரீதியான பிரச்சனையாகவும் அதற்குப் பிறகு பாலியல் ரீதியான பிரச்சனையாகவும் அதனையடுத்து வர்க்கரீதியான பிரச்சனையாகவும் அதை அணுகுவதே சிறப்பு. ஆனால், எல்லாம் தலைகீழாகப் பார்க்கப்படுவதனால்தான் இங்கே தமிழ்நாட்டிலே எந்தவொரு முழுமையான மாற்றமும் நடக்கமாட்டேன் என்கிறது.

உங்களுடைய ஒரு கவிதைத் தொகுப்பிற்கு 'தனிமையின் ஆயிரம் இறக்கைகள்' எனத் தலைப்பு வைத்திருக்கிறீர்கள். 'பூனையைப் போல் அலையும் வெளிச்சம்' தொகுப்பிலும் நான் வாசித்தவரையில் 'தனிமை', 'உள் தனிமை' என்ற இரண்டு கவிதைகள் இருக்கக் கண்டேன். பெண்களின் தனிமை என்பது உங்களை மிகவும் உறுத்துவதாக அமைந்திருந்தது என்று எடுத்துக் கொள்ளலாமா?

நீங்கள் ஒருவர்தான் என்னிடம் இந்தக் கேள்வியைக் கேட்கிறீர்கள். எனக்கு என்றில்லை, நீங்களே கூட கொஞ்ச நேரத்திற்கு முன்னால் சொன்னீர்கள்... 'நான் மிகவும் தனிமையில இருந்தேன்' என்று. பொதுவாக ஆண்களால் பெண்களுக்கு வழங்கப்பட்டிருக்கும் ஒரே வெளி தனிமைதான். வீட்டின் ஏதாவது அறைகளிலொன்றில் குறிப்பாக சமையலறையில் பெண்களாகிய நாம் இருப்போம். அதுதான் வழமை. எல்லாப் பெண்களும் அளவில்லாத ஒரு தனிமையில் இருப்பதுபோல எனக்குத் தோன்றியது. இது என்னுடைய ஒரு கண்டுபிடிப்பு என்றுகூடச் சொல்லலாம். 'தனிமையின் ஆயிரம் இறக்கைகள்' என்பது என்னுடைய ஒற்றைக்குரல் அல்ல. நான் தொடர்ந்து சந்தித்துக்கொண்டிருக்கும் பெண்களுடைய வெளி தனிமையால் மூழ்கடிக்கப்பட்ட ஒன்றாக இருக்கிறது. நீங்கள் குறிப்பிட்ட எல்லைகளைக் கடந்து போய்விடக்கூடாதென்பதற்காக ஆண்களால் உருவாக்கப்பட்டதுதான் இந்தச் சமையலறை என்ற வெளி. 'வீட்டின் மூலையில் ஒரு சமையலறை' என்று அம்பைகூட ஒரு தொகுப்பு வெளியிட்டிருந்தார்கள். ஆணாதிக்கக் கட்டமைப்பின் இறுக்கத்தினால் உங்களுக்குக் கிடைக்கிற ஒரு தனிமை. 'உடலே இல்லாத வெளியில் நாங்கள் மிதந்துகொண்டிருந்தோம்' என்று அம்பை ஓரிடத்தில் சொல்லியிருக்கிறார். அதாவது, உடலை விரிப்பதற்கான ஒரு வெளிகூட உங்களுக்குக் கிடையாது. எத்தனை பெண்கள் தங்களுடைய உடலைத் தாங்களே பார்த்திருப்பார்கள்...? மார்பகப் புற்றுநோயிலிருந்து தப்புவதற்கு அல்லது அதன் தொடக்க நிலையிலேயே சிகிச்சை பெறுவதற்கு பெண்கள் தங்கள் மார்பகங்களைச் சுயபரிசோதனை செய்துகொள்ள வேண்டும் என்று மருத்துவம் சொல்கிறது.

ஆனால், அவ்வாறு செய்வதுகூட ஒரு தகாத செயல் என்பதான எண்ணம் எப்படியோ எங்கள் மனங்களிலே படிந்திருக்கிறது. எங்களை நாங்கள் பார்க்கக் கூச்சப்படுகிறோம் என்று சில மாணவிகள் என்னோடு பேசியபோது சொன்னார்கள். ஏனென்றால், நம்முடைய உடலில் நமக்கு உரிமையில்லை. அது வேறொருவருக்கு உடமையானது என்ற எண்ணம் விதைக்கப்பட்டிருக்கிறது. அத்துடன் நாளின் இருபத்துநான்கு மணித்தியாலமும் நாம் உடலைப்பற்றியே சிந்தித்துக்கொண்டிருக்க

வேண்டும் - அதாவது, இந்த உடலை வேற்று ஆட்கள் யாரும் பார்த்துவிடக்கூடாதே என்று என்று பொத்திப் பொத்தி வைத்துக்கொண்டிருக்க வேண்டும். பாலியல் விகற்பத்திற்கு ஆட்பட்டுவிடாமல் உடலைப் பாதுகாத்துக்கொள் என்று அடித்துச் சொல்லப்படுகிறது. இதெல்லாம் இயல்பாகவே ஒரு தனிமைக்கு இட்டுச்செல்கிறது. உங்களைச் சுற்றி எத்தனையோ பேர் இருக்கலாம். ஆனால், எல்லாவற்றையும் எல்லோருடனும் பகிர்ந்துகொள்ளும் உரிமை மறுக்கப்பட்டிருக்கிறது. ஆக மொத்தத்தில் உங்களுக்கு வழங்கப்பட்டிருக்கும் வெளி அறையின் தனிமைதான். அந்தத் தனிமையைக் கட்டியமைப்பதற்கான விடயங்கள் தான் குடும்பம், சாதி, மதம் போன்றவை. இவற்றினடிப்படையில்தான் நான் தனிமையை முக்கியமான பேசுபொருளாகப் பார்க்கிறேன்.

உங்களுடைய அடுத்த கவிதைத் தொகுப்பைப் பற்றிச் சொல்லுங்களேன்.

'உடலின் கதவு' என்பது அதன் தலைப்பு. அந்தப் பெயரைப் பார்த்ததும் உறுப்பைச் சார்ந்தது அப்படியென்றுதான் எல்லோரும் நினைப்பார்கள். ஆனால், அது ஒரு சொல்லாக, ஒரு முத்தமாக, ஒரு அனுபவமாக, நல்ல கலந்துரையாடலாக இருக்கலாம். அது உங்கள் உடலைத் திறந்துகொடுக்கலாம். அந்தத் தலைப்பிலே உண்மையில் ஒரு கவிதைகூட இருக்காது. அந்தத் தலைப்பின் சாயலை பல கவிதைகள் கொண்டிருக்கும். இப்போது நான் செய்துகொண்டிருக்கும் வேலைக்கு, பயணத்துக்கு அந்தத் தலைப்பு பொருத்தமாக இருக்குமென்று தோன்றியது. துயரமான ஒரு தருணத்தில் வருகிற தோழியின் தொலைபேசி அழைப்பும் விசாரிப்பும் ஒரு கண்ணீர்த்துளியாக கன்னத்தில் உருள்கிறபோது அந்த ஒரு விசாரிப்பு உடலின் கதவாக அமைகிறது அல்லவா? அந்த முக்கியமான தருணங்களின் நெகிழ்வைக் கருதித்தான் அந்தத் தலைப்பை வைத்திருக்கிறேன்.

பொதுவாக உங்களுடைய கவிதைகளிலே ஒரு காட்சிப்படுத்தலைக் காணமுடிகிறது. கவிதை மொழியில் இது எப்படிச் சாத்தியமாகிறது?

உண்மையில் 'காட்சிப்படுத்தல்' என்ற இந்தப் படிமமுறையை நவீனத்தமிழில் தொடக்கிவைத்தவர் பிரமிள்தான். படிமம் என்றால் ஒன்றின்மீது ஒன்று படிந்து வார்த்தையை அர்த்தப்படுத்துவது என்று பொருள். கவிஞன் வார்த்தை

அடுக்குகளை மூடி மூடி ஒரு காட்சியிலிருந்து அல்லது ஒரு படைப்பிலிருந்து வெளியே வருகிறான். கவிஞனால் மூடப்பட்ட அடுக்குகளைக் கலைத்துக் கலைத்துப் போட்டு அந்தக் காட்சியைக் கண்டுபிடிப்பவனாக வாசகன் இருக்கிறான். நவீனக்கவிதையில் காட்சியைப் பிரதானப்படுத்தி அதற்கான சொல் வீச்சைத் தேர்ந்தெடுக்கும்போது பொருளற்ற சொற்களையல்லாமல் கூர்மையான சொற்களைக் கவனமாகத் தேர்ந்தெடுக்கவேண்டும். இல்லையென்றால் படிமத்தின் நோக்கம் அடிபட்டுப்போகிறது. இந்தக் காட்சிப்படுத்தலுக்கு தமிழில் நீண்ட மரபு இருக்கிறது. தமிழர்கள் மிகுந்த அழகியல்வாதிகளாக இருந்திருக்கிறார்கள். அழகியல் என்பது ஆழத்திலிருந்து மலர்வது, அதை ஓர் ஒப்பனை என்பதாகப் பார்க்கப் பழகியிருக்கிறார்கள். நீங்கள் தீவிரமாக ஒரு விடயத்தில் ஈடுபடும்போது அதன் இறுதி விளைவாகக் கிடைப்பதுதான் அழகியல் என்றும் சொல்லலாம். படிமம், காட்சிப்படுத்தல், அதற்கான சொல் தேடுதல் என்பதன் வழியாக அழகியலைச் சாத்தியப்படுத்தலாம் என்று நினைக்கிறேன்.

உங்கள் மனதில் இருக்கிற கவிதையை உங்களால் வார்த்தைகளில் முழுமையாக வெளிக்கொணர முடிகிறதா?

அது மிகவும் கடினம். எல்லா இலக்கியவாதிகளும் சொல்வார்கள் நாங்கள் நினைத்த கவிதையை எழுதவேயில்லை என்று. அது அப்படியே அழிந்துபோய்விடுவதுமில்லை. அதனுடைய சாரம் காத்திருந்து வேறொரு கவிதையில் வேறொரு வடிவத்தில் வெளிப்படும். அதற்கு நாங்கள் கவிதையின் பாதையிலேயே பயணித்துக்கொண்டிருக்க வேண்டும். அவ்வாறு இருந்தால்தான் ஆழத்திலிருக்கும் அந்தக் கவிதையின் கவித்துவத்தை நாங்கள் வெளியில் கொண்டுவர முடியும். சில கவிதை வரிகள் சட்டென்று வந்து விழுந்துவிடும். சில நேரங்களில் திருத்தங்கள் செய்யவேண்டியேற்படும். நிறைய திருத்தங்களை வேண்டி நிற்கும் கவிதையை நான் விட்டுவிடுவேன். கவிதையை எழுதுபவர்தான் முதல் விமர்சகராக இருக்க முடியும். தமிழில் சுய விமர்சன மரபு என்ற ஒன்று இல்லாமற் போனதுதான் பொதுவாக எல்லா இலக்கியங்களுமே நலிந்து போவதற்கான காரணமாக இருந்திருக்கிறது.

மழையின் இரவுகளில் புத்தகங்கள் திறக்கப்படுகின்றன
மழையின் இரவுகளில் தாம் புத்தகங்கள் திறக்கப்படுகின்றன
பிரபஞ்சத்தின் மிகச் சிறந்த நாவல்களிலுள்ள
கதைமாந்தர்களான முதிய கிழவனும் அகதிப் பெண்ணும்
ஆட்டுக்குட்டியும் போலீஸ்காரனும்
தங்கள் கதைகளிலிருந்து வெளியேறி
நகரை உலா வருகின்றனர்
வாசகர்களோ சாலை நடைபாதைகளின் தாழ்வாரங்களில்
ஒதுங்கி நிற்கின்றனர் மழையின் கூச்சல் ஓயட்டுமென
அந்த அகதிப்பெண் தனது உடலின் ரசம்
புத்தகச்சுவரெல்லாம் வழியக் கீறி வெளியேறி
மழை பெருகிய வழிகளை நீந்திக் கடக்கிறாள்
காமத்தின் சாரல் முகத்தைக் கிழிக்கத்
தனியே கதைகளுக்குள் உறங்கும் கன்னிப்பெண்களும் ஏராளம்
மழைக்கு ஒதுங்கிய புறாவும்
இப்படித்தான் படைப்பாளியின் கதைக்குள் நுழைந்தது
புத்தகங்கள் நனையாமலிருக்க ஜன்னல் கதவுகளை மூடும்
அத்தோல் நரைத்த கைகள்
தனது அடுத்த புனைவை நெய்யத் துடிக்கின்றன

'முலைகள்' கவிதைத் தொகுப்பிலிருந்து.
– வீரகேசரி – கவிஞர் தமிழ் நதி இணையதளம்

முத்துக்குமாரின் காதலிகள்

எல்லோரும் தம் முலைகளை மீட்டிக்கொண்டிருந்தனர்
வேனில் இன்னும் தொடங்கவில்லை
ஆனால் உன் மேலேறிய தீ
எம் தோல் வழண்டு போகும் பசலையாகிறது
உறங்காத கண்களுடையோர்
மட்டுமே காதலியராயினர்
பாலையின் தலைவன் நீ

தலைவியின் தலையினை நன்னீரால் நனைத்து
தன் தலையினை செந்தீயில் தோய்த்தவன்
போரைக் கள்ளென குடித்துச் சிவந்த கண்கள்
உடையவனின் உயிர்
எம்முலைகள் மேலேறின அணங்குகளாய்
பிரிவிடை ஆற்றார் ஆயினோம்

(அணங்கு வீற்றுத்தெய்வம்.
அதாவது முலை மேல் தோன்றும் ஒரு தெய்வம்)

முழுக்க முழுக்க எனக்காகத்தான்

உரையாடல் - ரமேஷ், கனகராசு

குட்டி ரேவதி இரண்டே கவிதைத் தொகுப்புகளின் மூலம் பரவலாக அறியப்பட்ட கவிஞர். இவரின் இரண்டாவது கவிதைத் தொகுப்பு "முலைகள்" பெண்ணுடல் உறுப்பைப் படிமமாக கொண்டு கவிதைகள் எழுவது தவறு என்ற மாயை உடைத்தது. பல்வேறு தளங்களில் விவாதங்களை கொழுந்து விட்டு எரியச் செய்தது. சித்த மருத்துவராக இருந்து கொண்டு ஆய்வுகளை செய்து கொண்டிருக்கும் அவரிடம் சில கேள்விகளும், அதற்கான பதில்களும்...

கவிதைன்னா என்ன?

கவிதைங்கிறது அதற்கான அவகாசத்தை எடுத்துக் கொண்டு நம்மிடம் தங்கி சீர்மையான முறையில் வெளிக் கொணரப்படுவது. சில சமயம் 3 வார்த்தைகள் சேர்ந்து ஒரு கவிதையும் ஒரு சொல்லே கவிதையாகவும் சில சமயம் எத்தனைச் சொற்களை போட்டாலும் கவிதையாகாமல் இருப்பதும் உண்டு. ஒவ்வொருத்தருக்கும் வாழ்க்கையில் சீர்மைங்கிறது ரொம்ப முக்கியம். அது குலைந்து போறப்ப நமக்குள் ரொம்ப கலைந்து போறாங்க கலைந்து போனதை சரி செய்வதற்காகதான் சொற்களை அடுக்கி அடுக்கி கட்டிச் சரி செய்யறாங்க. நாடகம் போன்ற மற்ற வடிவங்களில் முயற்சி செய்து பார்த்து அதில் எதிலும் திருப்தியாகாமல் கடைசியில் மனம் கவிதையில்தான் நிலைப்படுத்தி நின்றது.

அந்தச் சீர்மைங்கிறது என்ன?

அது அவரவர் மனம் சார்ந்து எதுவா வேண்டுமானாலும் இருக்கலாம் பணம் சேர்க்குறதாகவோ வேடிக்கை பார்ப்பதாகவோ

ஒருவரின் மீதான அதீத நேசிப்பாகவோ இப்படி எதுவாக வேண்டுமானாலும் இருக்கலாம். அதனதன் இடத்துல அதை அதை வைக்கிற அதோட இதைப் பொருத்தி பார்க்குறது. இது உலகத்துல எல்லா உயிர்களுக்கும் வாய்த்திருக்கு. விலங்குகள், தாவரங்கள் போன்றவற்றிற்கும் கூட இதைப்போன்ற தகுதியும், தேவையும் எல்லா உயிர்களிடமும் இருக்குது.

உங்கள் கவிதைக்கான மொழியை எப்படி அடைந்ததாக உணர்கிறீர்கள்?

மனப்பயிற்சியின் மூலமாகத்தான். எனது தாய்மொழி மராத்தி தெலுங்கு இப்படி எதுவாக இருந்தாலும் இப்போது இருப்பது போன்ற நேர்த்தியான கவிமொழியை அடைந்திருப்பேன் என்றுதான் நினைக்கிறேன். சொற்களைப் பலம் வாய்ந்ததாகவோ, ஆறுதல் தருவதாகவோ கட்டி சீர்மையான முறையில்தான் எனது கவிதைகளை அமைப்பதாக நினைக்கிறேன். நான் சித்த மருத்துவத்தை தேர்ந்தெடுத்ததே அது மொழி சம்பந்தமாக இருப்பதால்தான். சித்த மருத்துவச் சொல் அகராதியை எடுத்து பார்த்தீங்கன்னா அதுல இருக்கிற ஒவ்வொரு சொல்லும் மிகவும் பொருள் பொதிந்து இருக்கும். அகழ்வாராய்ச்சி செய்தது போல் இருக்கும். பாடல்கள் பொருளுடன் சந்தத்துடன் இருக்கும். இதைப்போன்ற மனப்பயிற்சி இருந்தால் கவிமொழி எல்லோர்க்கும் வாய்க்கும். மற்றபடி வேற தளத்துல இயங்குற மற்றவர்களுக்கும் அந்தச் சூழலுக்கு ஏற்ப மொழி உண்டாகும்.

உங்களின் கவிதைகள் சமன்பாடுகளாய் இருக்கின்றன. இது எப்படி சாத்தியமானது?

என்னுடைய ஒரு கவிதை கூட எனக்கு ஞாபகத்தில் இருப்பதில்லை. ஆனால் என்னுடைய கவிதையை என்னிடம் கொடுத்தால் அது எப்படி உருவானது என்று சொல்ல முடியும். எனக்கு இந்தச் சமன்பாடு போன்ற தொழில் நுட்பங்களில் திறமை கிடையாது. என்னுடைய கவிதைகள் எப்போதும் ஒரே மாதிரி இல்லாமல் மாறிக் கொண்டே இருக்கிறது. புதிய முறைகளை முயற்சி செய்து கொண்டே இருக்க வேண்டும். முயற்சி செய்யாமல் முடியாது என்று எந்த ஒரு புதிய முறைகளையும் சொல்லி விட முடியாது. உணர்வுகள், மொழி போன்ற நிறைய விசயங்கள் ஒன்றாக கலந்து சொற்களாய் வெளிவரும் வடிவம்தான் கவிதை. பல்வேறு நிறங்கள்

ஒன்றோடொன்று கலந்தால் என்ன நிறம் வருமென்று சொல்ல முடியாது. அதுபோலவே கவிதையும், எந்த எந்த உணர்வுகள் பல்வேறு விசயங்கள் எந்தளவு கலக்குதுங்கிறத பொறுத்துதான் உருவாகும்.

உடல் சார்ந்த படிமங்கள் இருந்த காரணத்தால் உங்கள் 'முலைகள்' தொகுப்பு கடுமையான விமர்சனங்களுக்கு உள்ளானதே?

கவிதைகளை எழுதும்போது இவ்வளவு பயங்கரமான எதிர்விளைவுகள் இருக்குமென்று நான் எதிர்பார்க்கல. சமூகம் முற்போக்கான படைப்பு வந்தவுடன் அதை ஏற்றுக் கொண்டு பாராட்டும் என்றுதான் நினைத்தேன். ஆனால் இப்படி நாசகாரம் செய்யுமென்று நினைக்கவில்லை. அந்தத் தொகுப்பு வந்து ஒரு வருடம் ஆகி விட்ட இதற்குள் தேவையான அளவு எதிர் விளைவுகளை சந்தித்து விட்டேன். இந்தச் சமூகம் எவ்வளவு மோசமானதென்று முன்பை விட இப்போது விளங்குகிறது.

உங்கள் பக்கம் நியாயமாய் இதைச் சொல்கீறீர்கள்?

'முலைகள்' என்கிற வார்த்தையை ஆபாசமாக பார்க்கக் கூடாது. அதை அடக்குமுறைக்கு எதிரான ஒரு உயிர் சார்ந்த படிமமாக வரலாற்று ரீதியாகத்தான் பயன்படுத்தினேன். முலைகள் என்ற வார்த்தையை அதற்கு பின்பு நுழைந்து படிக்கணும். ஆண்டாள் எழுத்தை படித்தால் தெரியும் erotic உடன் அழகும், அறமும் சார்ந்து இருக்கும். அழகுடன் சேர்ந்து கொடுக்குறப்ப யாரும் வேண்டாம்னு நசுக்கி விட முடியாது. நான்தான் முதல் ஆள் இல்லை, இதற்கு முன்னாடியே எழுதியிருக்காங்க. இதைக்கூட சரியாக எடுத்து கொள்ள முடியாத பெண்கள் மற்ற ஓவியம், சிற்பம், சினிமா போன்ற துறைகளை எப்படி எடுத்து கொள்ள போறாங்கன்னுதான் தெரியலை.

நீங்கள் ஏன் வேற மாதிரியாக எழுதக்கூடாது?

என்னைச் சார்ந்த இதைப் போன்ற விசயத்தை யாருக்கும் நிர்ணயிக்க உரிமையில்லை.

இதை எப்படி எடுத்துக்கிறீங்க?

எனக்கொரு குருடனைத் தெரியும். கை தட்டியபடி நடந்து செல்வார். அவரின் காது மிகவும் நுட்பமானது. கைத்தட்டலுக்கு

வரும் எதிரொலியை கொண்டே இங்கு என்ன இருக்கிறது என்பதை தெரிந்து கொண்டு அதற்கு தகுந்தவாறு நடந்து செல்வார். அதைப்போல் நானொரு கல்லெறிந்து பார்த்தேன். அதற்குத்தான் இத்தனை வாதங்கள், பிரதிவாதங்கள் எல்லாம். ஆனால் விமர்சனங்கள் எதுவும் ஆரோக்கியமாக இல்லை. சிலபேர் இதைப்பற்றி பேசவேமாட்டேன்கிறார்கள். அவர்கள்தான் மிகவும் ஆபத்தானவர்கள்.

திருமணம் பற்றிய உங்களின் பார்வை என்ன?

அதைப்பற்றிய பேச்சு அவசியமானதென்று எனக்கு தோன்றவில்லை. நாம் என் கவிதைகள் பற்றி மட்டும் பேசுவோம். மலைக்கும் மடுவிற்குமான வித்தியாசம்தான் என் கவிதைக்கும், கல்யாணத்திற்கும். இதையே ஓர் ஆண் கவிஞர் என்றால் கேட்பீர்களா என்ன?

யாருக்காக எழுகிறீர்கள் உங்களுக்காகவா? மற்றவர்களுக்காகவா?

முழுக்க முழுக்க எனக்காகத்தான். இதில் எல்லா கவிஞர்களுமே சுயநலக்காரர்கள்தான். எனக்குப் பைத்தியம் பிடிக்காமல் இருக்க, இதைப்போன்ற விபரீதங்கள் நடக்காமல் இருக்கத்தான் எழுதுகிறேன்.

பெண்மையை சார்ந்த உங்களின் பார்வை என்ன?

அது பெண் சார்ந்து. ஆண் சார்ந்து அதாவது பெண்ணைப் பற்றியே கண்டு கொள்ளாத ஆண் சார்ந்து, ஆணாதிக்கத்திற்கு ஆதரவு தருகின்ற பெண் சார்ந்த விஷயம்.

ஓர் ஆண் என் கவிதைகளுக்கு எதிர்வினை தந்தால் அதற்குப் பின்னாடி இந்த சமூகத்தோட கருத்தியல் இருக்கு. அந்த ஆணை மட்டும் குறை சொல்லிப் பயன் இல்லை. ஆனால் அந்த ஆணுக்கு தன்னளவிலாவது கருத்தியலை மாற்ற வேண்டிய பொறுப்புணர்ச்சி இருக்கு. அதற்குக் கண்டிப்பாக முயற்சி செய்யணும்.

உங்களின் கவிதைகள் மிகவும் சிக்கலான விசயத்தை அத்துவான வெளியில் சொற்களை கோர்த்து எழுதப்பட்டது போல் இருப்பது ஏன்?

கவிதைதான் என்னை தேர்ந்தெடுக்குது. அது போகிற வழியில் என்னை அழைத்துப் போகுது. எல்லா நேரங்களிலும்

ஒரே மாதிரி இருக்க முடிவதில்லை. எனவே அதற்குத் தகுந்தபடி லயத்தோட கவிதையும் மாறுது, வெளி வருது.

உங்கள் கவிதைகளில் இரண்டு விதமான நிகழ்வுகள். உவமைகளைக் கோர்க்கும் போது, இரண்டுக்கும் தொடர்பு இருக்கிறது என்று நம்புகிறீர்களா?

இது காலம், உணர்வு சார்ந்த விசயம். அதனால் அப்படி எழுதினால் தொழில் நுட்பமாக இருக்கும் கவிதையாக இருக்கும். இது உள்மனம் சம்பந்தப்பட்ட விசயம்.

நான் இதுவரை ஒரே கவிதையைத்தான் இடை இடையே தொடர்ச்சியாகவோ இல்லை பக்கங்களை மாற்றியோ எழுதறேன்னு நினைக்கிறேன். இதற்கு மேல் உணரத்தான் முடிகிறது, சொல்ல முடியவில்லை. ஏனென்றால் அது உன்னதமான போதையான அனுபவம்

ஒரு கவிதைக்கும், அடுத்த கவிதைக்குமான இடைவெளி பற்றி என்ன நினைக்கிறீங்க?

எனக்குள் நடந்த உரு மாற்றம் (metamorphosis) தான் அந்த இடைவெளி. இது தனி மனித மனம் சார்ந்த விசயம்.

உங்களின் கவிதை நிலைத்தன்மையை அடைந்து விட்டதாய் நினைக்கிறீர்களா?

தெரியல. சொல்ல முடியல. ஆனால் இன்னும் எனக்கு திருப்தி தரும் கவிதையை எழுதவில்ல.

எங்கள் நாட்டு மரங்கள்

எங்கள் நாட்டின் மரங்களில்
குலைகளைப் போலத் தொங்குவதெற்கென்றே
காதலித்தார்கள் பெண்ணும் ஆணும்
முந்தைய இரவின் சூடான முத்தங்கள்
இன்னும் உதடுகளில் ஆறாது வெறித்தபடி
நும்மினும் சிறந்தது நுவ்வை ஆகிய மரமென்று
அம்மாவுடன் புதர்க்காட்டுக்குள் கடந்து
சென்றபோதெல்லாம் அண்ணாந்து பார்த்தவள்
அசுரத்தனமான அம்மரத்தினை

நுவ்வை நுவ்வை என்று மனதில் கீறிக்கொண்டாள்
மரத்தில் நுவ்வைக்கும் ஒரு கிளை ஒதுக்கியபடி
அவளும் அவனும் உடலைக்களைந்த உடையுடன்
சூரிய உலகிற்கு முன்பாகவே உலரத்தொடங்கினர்
தாய்விதையை நினைத்து அழுதது மரம்
அவ்விடத்திற்குக் கடத்திவந்தக் காற்றை
நினைத்துக் கதறின பதுங்கியிருந்த வேர்கள் எல்லாம்
மிகைக்களைப்புடன் அரற்றியது
தாவர முதுமை
வரலாற்றுச் சரித்திரமாய் மீண்டும் கண்டெடுக்கப்பட
மரப்படிவமாய் மண்ணுக்குள் அழுத்தப்படும்
இடுப்பு சூல்கொண்டு நிற்கும் அதற்கு
இப்படி சொற்களால் அளக்கமுடியாதொரு சுமை
மேல் விரிந்த பாதங்களைப் பூக்களாகக்
கனவுகாணும் தங்கையின் மென்முலைகளை
அழுத்தியபடி நெருங்கியவனுக்கு
முத்தமிடும்போதே பொசுக்கியது முன் நிகழ்வு
பொதுவீதிகளின் சந்திப்புகளில் நெடிதுயர்ந்த
மரங்கள் எல்லாம் காதலர்களை ஏற்றிக்கொள்ளக்
காத்திருக்கின்றன

குட்டி ரேவதியும் பெண்ணியமும்

உரையாடல் - நட்சத்திரன்

பெண்ணியம் என்றால் என்ன? அதன் உண்மையான அர்த்தம் எதை நோக்கியது?

'ஒடுக்கப்பட்ட' பெண்களின் உரிமைகளைப் பேசுவதற்கான முனைப்பும் முயற்சியும் வெளிப்பாடும் அதற்கான எழுச்சியும் தாம் பெண்ணியம் என்றாகிறது. 'ஒடுக்கப்பட்ட' என்று நான் குறிப்பிடுவதே கூட, இந்திய நாட்டைப் பொறுத்த வரை 'தாழ்த்தப்பட்ட' ஒரு பெண்ணுக்கு முழுமையும் உரிமை பெற்றுத் தருவதன் அர்த்தத்தையே நோக்கியதாக இருக்க வேண்டும்.

பெண்ணுரிமை என்பது நம் சமூகத்தின் அடித்தளத்தில் இருக்கும் 'தாழ்த்தப்பட்ட' எந்த ஒரு பெண்ணுக்கும் அவளின் அடிப்படையான உரிமைகளான கல்வி, வேலைவாய்ப்பு, பொருளாதார விடுதலை, குடும்பம் மற்றும் சமூகத்தில் மரியாதை, பாலியல் விடுதலை, சொத்தில் சம உரிமை, மருத்துவ வசதிகள், பொது வாழ்வில் சமூக அதிகாரம் என எல்லா நிலைகளிலும் எல்லாவற்றையும் பெற்றுத் தருவதே அதன் உண்மையான அர்த்தத்தில் பெண்ணியம் எனப்படும்.

இதுவரை இந்தியாவில் பேசப்பட்டு வரும் பெண்ணியம் ஆதிக்க சாதிப் பெண்கள் தம்மை விட நிலைமையிலும் அதிகாரத்திலும் இருந்த ஆண்களின் அதே அதிகாரத்தைக் கோரிப் பெறுவதற்கான இச்சையாகவும் அதற்கான முறையீடாகவும் தாம் இருந்திருக்கின்றன.

அதன் இலக்கை அது அடைந்துள்ளதா?

மேற்குறிப்பிட்ட இப்பெண்ணியம் சாதி ஒழிப்புப் பெண்ணியம் அல்லது தலித் பெண்ணியம் அல்லது பாரதப் பெண்ணியம் என்று வரையறுக்கப்படலாம். இவ்வரையறை தாழ்த்தப்பட்ட பெண்ணின் நிலையிலிருந்து வழங்கப்படுவதாக இருக்கவேண்டும்.

இந்தியாவின் விடுதலைப் போராட்டக் காலத்தை ஒட்டியும் அதற்குப் பின்பும் பார்ப்பனீய பெண்கள் கேட்ட விடுதலை உரிமைகள் என்பவை குடும்பம் மதம் சாதி என்னும் சனாதன வடிவங்களுக்குள்ளும் ஆணாதிக்க வடிவங்களுக்குள்ளும் ஆண் பெற்று வந்த அதே அதிகாரத்தையும் குற்றங்கள் செய்வதற்கான வாய்ப்பையும் கோருவதாகவே இருந்தது. கருத்தியல் வடிவில் இதில் ஆணுக்கும் பெண்ணுக்கும் இடையில் எந்த வேற்றுமையும் இல்லை.

அதற்குப் பின்பாக சமூக அங்கீகாரத்தை பொருளாதார வடிவிலும் அரசியல் வடிவிலும் பெறுவதைக் குறிக்கோளாகக் கொண்ட இடைச்சாதி அதிகாரம் பெற்றிருந்த பெண்களும், தங்களுக்கு ஏற்கனவே வழங்கப்பட்ட சாதி அதிகாரத்தையும் சுகித்துக் கொண்டே பாலியல் ஒடுக்குமுறையை சகித்துக் கொண்டே மேம்போக்கான கோரிக்கைகளை முன்வைத்தனர். அவற்றைப் பெறுவதற்கான வழிகள் நிலைத்தனவாக இல்லாத பட்சத்தில் அவை அடுத்த தலைமுறையினருக்குக் கூட பொருத்தம் உடையதாக இல்லாமல் போய்விட்டது.

ஆகவே தான் சாதி ஒழிப்புப் பெண்ணியம் என்பதைக் குறிப்பிடுகிறேன். சமூகத்தின் அடித்தட்டில் இருக்கும் எந்த ஒரு தாழ்த்தப்பட்ட பெண்ணும் உய்வதற்கான வழிகளையும் நிலைத்த விடுதலை உணர்வையும் மானுடத்திற்கான அக்கறையையும் கொண்டிருக்கும்.

பெண்ணியத்தின் உச்சபட்ச இலக்கு என்ன?

பெண்ணியத்தின் உச்சபட்ச இலக்கு என்பது ஏற்கெனவே ஒடுக்குமுறைக்கு உள்ளான ஒரு பெண்ணை அவள் நிலையிலிருந்து எழுச்சியுறச் செய்வதும், ஏற்கெனவே அதிகாரத்தைக் குறைந்த அளவிலேனும் தன்னளவில் பெற்ற

பெண்கள் தமது அதிகாரத்தை சமூகத்தில் இருக்கும் மற்ற பெண்களின் விடுதலைக்கும் பயன்படுத்துவதாக மாறுவதே உச்சபட்ச பெண்ணியமாக இருக்க முடியும்.

பெண்ணியத்திற்கு எதிரானதா ஆண்ணியம்?

ஆண்ணியம் என்பது ஒருவேளை பெண்கள் அதிகாரத்தில் ஆண்களை விட மேல்நிலைக்குச் சென்றால் பேசப்படும் பொருளாக இருக்கலாம். அதற்கு இப்பொழுது சாத்தியமில்லை.

ஒரு தாழ்த்தப்பட்ட ஆணுக்கு மற்ற சாதி அதிகாரமுடைய ஆண்களுக்கு இருக்கும் அதே பிரச்சனைகள் இருப்பதில்லை. அதை விவாதப் பொருளாகக் கொண்டதாக இருக்கலாம் ஆண்ணியம்.

ஆனால், அதற்குச் சாதகமான சூழ்நிலைகளே இங்கு இல்லை. இன்னும் சொல்லப்போனால் ஆண்களின் வேலை சமூக நிறுவனங்களான குடும்பம் திருமணம் மதம் சாதி போன்றவற்றை இன்னும் இன்னும் ஆதிக்க வடிவங்களாக மாற்றுவதில் முடிந்துவிடவில்லை.

இந்நிலையில் ஆண்ணியம் என்பது பெண்ணியத்துடன் மோதுவதற்கான வெற்றுப் போட்டி மனநிலையாகவே கொள்ளப்படும்.

இதற்கு எதிர்ப்பு வரக்காரணம்?

மேம்போக்கான பெண்ணியக் கருத்தியல் உள்வாங்கப்பட்ட நிலையில் நம் சமூகம் இருக்கிறது. இது என்னவோ பெண்கள் அத்துமீறிய சுதந்திரம் கொண்டிருப்பதாகவும் உரிமைகளையெல்லாம் பெற்றுவிட்டதாகவும் சுட்டுகிற ஒரு தோற்ற மாயை. ஏற்கெனவே நான் குறிப்பிட்டது போல இது சமூகத்தில் ஆதிக்கம் அதிகமுடைய சமூகச்சூழலிருந்து வந்த பெண்கள் பெண்ணியத்தைக் கையிலெடுத்தது தான் இதற்குக் காரணம். பெண்ணியப்பாதையில் இன்னும் நெடுவழிப் போகவேண்டியிருக்கிறது.

சத்தியமாக, பெண்ணியத்தால் பெண்ணினத்திற்கு தீர்வு உண்டா?

சத்தியமாக பெண்ணியத்தால் பெண்ணினத்திற்குத் தீர்வு உண்டு. ஆனால் அது ஒட்டுமொத்த பெண்ணினத்தின் மீதான

அக்கறையுடனும் எத்தகைய பெண்ணுரிமைகள் உண்மையிலேயே பெண்களுக்கு நிரந்தரமான உண்மையான விடுதலையைப் பெற்றுத் தரக்கூடும் என்ற புரிதலுடனும் பேசப்படவேண்டும். அப்பொழுது தான் அது பெண்ணின அடிமைத் தனத்திற்கான தீர்வாக இருக்கமுடியும்.

உடல்மொழி, பெண்மொழி என்கிறார்களே அப்படின்னா என்ன?

உடல் மொழி என்பது நாம் வாழும் சமூகத்தின் அரசியலுடன் நமது உடல் கொண்டிருக்கும் முரண்பாடுகளைப் பேசுதல். பெண்ணின் உடல் என்பது இன்றைய உலகமயமாக்கல் சூழ்நிலையில் ஒரு நுகர்வுப் பொருளாக மாறிவிட்டது. வெறும் பிளாஸ்டிக் தன்மையுடையதாக உயிரற்ற சடப்பொருளாக மாறிவிட்டது. அவ்வாறே பெண்ணின் உடல் என்னும் படிமம் வெவ்வேறு காலகட்டங்களில் வரலாற்றின் வெவ்வேறு படிநிலைகளில் வேறுவேறு பொருளாக மாறிக்கொண்டே இருக்கிறது. முழுமையான சமூக உரிமைக்கும் உட்பட்ட உயிரியாக என்றுமே கருதப்பட்டதில்லை. அதிகாரம் - நிலவுடைமை - போர் என்பதற்கான மறுப்பும் எதிர்ப்பும் தாம் உடல்மொழியும் பெண்மொழியும். பெண்ணின் உடல் மீதும் மனம் மீதும் சமூக நிறுவனங்களான மதம் சாதி திருமணம் குடும்பம் வழியாக செலுத்தப்படும் வன்முறை எழுப்பிய புழுதிகளும் இரத்தக் கறைகளும் வரலாற்றில் மறைக்கப்பட்டிருக்கின்றன. மறக்கப்பட்டிருக்கின்றன. இதை எதிர்க்கும் விதமாக எழுந்துள்ள பெண்ணிலக்கிய வடிவமே உடல்மொழியும் பெண்மொழியும். பெண்ணின் உடலோ ஆணின் உடலோ உறும் சமூக ஒடுக்குமுறையை இலக்கியத்தின் வழியாக எதிர்ப்பதற்கான ஆயுதமாக இது இருக்கிறது. குறிப்பாக, தலித் பெண்கள் தீண்டாமையின் வழியாக அனுபவிக்கும் உடல் வன்முறையையும் ஒடுக்குமுறையையும் பேசவேண்டிய அரசியல் வடிவம் என்று நவீன இலக்கியம் தனது அடுத்தக் கட்டத்தை அடைந்துள்ளது சிறப்பான விஷயம்.

இது வெறும் பம்மாத்து வேலை?

ஒரு சில பெண் எழுத்தாளர்கள் தம் படைப்புக்கான சுதந்திரம் என்பதை சமூகத்தில் இன்னொரு பெண்ணுக்கு வழங்கப்பட்டுள்ள பாலியல் சுதந்திரத்தை அளவிடாமலும் அதைக் கருத்தில்

எடுத்துக்கொள்ளாமலும் தங்கள் படைப்புகளில் உடல்மொழியையும் பெண்மொழியையும் முன்வைக்கும் போது இது வெறும் பம்மாத்து வேலை என்று தோன்றலாம். ஏற்கெனவே சமூகத்தில் பெண்ணியம் என்று ஆதிக்க சாதிப் பெண்களால் முன்வைக்கப்பட்டிருந்த அதே அர்த்தத்தில் அதாவது கட்டற்ற பாலியல் நுகர்ச்சியை மட்டுமே முன்மொழியும் ஒரு பெண்ணியமே அறியப்பட்டிருப்பதாலும் பெண்ணிய எதிர்ப்பாளர்களுக்கும் ஆணாதிக்கவாதிகளுக்கும் இவ்வாறு தோன்றலாம். இது ஒருவகையில் பெண்ணியத்தைக் காயடிக்கும் நிலையே.

பாலியல் விடுதலையைப் பெறுவது மட்டுமே பெண்ணுக்கு வேண்டிய மற்ற உரிமைகளை பெற்றுவிட்டதாகாது. தான் பெற்றுவிட்ட பாலியல் விடுதலை கூட மற்ற பெண்களின் விடுதலையைக் குறிப்பதாகாது. இலக்கியங்கள் பொதுமையைப் பேசவேண்டும். சிறப்பான நிலைகளையும் பேசவேண்டும். அவ்வாறு பேசப்படுகையில் உடல்மொழி வெறுமனே பம்மாத்து வேலை தானே என்ற இது போன்ற கேள்விகளும் எழாது.

ஆணின் உடல் காலந்தோறும் அதிகாரம், வீரம், தந்திரம், சாகசத்தன்மை, வன்முறை, அச்சமின்மை ஊட்டம்பெற்ற உடலாக மரபணுவரை இவ்வுணர்வு பாய்ந்து வளர்ந்த உடலாக வளர்ந்துள்ளது. இனி சமூகவியலின் உச்சமான செயல்பாடு தனது அதிகார உணர்வை சிறுகச்சிறுகவோ ஒட்டுமொத்தமாகவோ அழிப்பதில் தான் வேரூன்றியிருக்கிறது. அவ்வாறே, ஒரு 'பெண் உடலை' பல ஆண்கள் பங்கிடுதலும் ஓர் ஆண் பல பெண்கள் உடல் மீது தனது அதிகாரத்தைச் செலுத்துவதும் ஆண்மையின் தகுதியாகவே கருதப்படுகிறது. பெண்ணின் உடல் உடமையாக்கப்பட வேண்டிய ஒரு நிலமாகவோ அருளாசி வழங்கவேண்டிய ஒரு போலியான தெய்வ நிலையாகவோ கற்பினால் பூட்டிவைத்துப் பேணப்பட வேண்டியதாகவோ கருதப்பட்ட அளவிற்கு சமூகச் சம உரிமை உடையவள் பெண் என்பது கிஞ்சித்தும் கருதப்படவில்லை. மேலும், நவீன உலகின் இயந்திரங்களும் பயன்பாட்டு வடிவங்களும் பெண்ணுடலின் சித்திரிப்பு உடையவையாகவே உருவாக்கப்படுகின்றன. இதன் உள்ளார்த்தம் பெண்ணும்

காரைப் போன்று கழிவறைப் பேழைகளைப் போன்று குப்பிகளைப் போன்று நவீனம் பரவிய சடத்தன்மை உடையவர்கள் தாம் என்பதே. பெண்ணுடல் மௌனம் நிறைந்ததாகவும் அதைப் பேணுவதாகவும் ஆக்கப்பட்ட ஓர் வலிய ஏவுகணையைப் போன்ற ஆயுதம். தன்னைத் தானே இயக்கிக்கொள்ள முடியாத ஆயுதம். சமூகச் சிக்கல்கள் பதிந்து பதிந்து படிவமான உடலாகி இருக்கிறாள் பெண். இச்சிக்கல்கள் கவனமாகக் களையப்பட உடல்மொழி அவசியமானது.

ஒரு சாதாரண பெண்ணிற்கும் பெண்ணியம்பேசும் பெண்ணிற்கும் என்ன வேறுபாடு?

சாதாரண பெண் என்றும் பெண்ணியம் பேசும் பெண் என்றும் வகைப்படுத்துவது கொஞ்சம் நகைச்சுவையாக இருக்கிறது. இன்று தன்னுடைய நிலையிலிருந்து தன் உரிமைகளுக்காகப் போராடும் எந்தவொரு பெண்ணும் பெண்ணியம் பேசும் பெண்ணே. தன் மீது சுமத்தப்படும் வன்முறையை தனது விதியே என்றும் பொறுப்பு என்றும் ஏற்றுக்கொள்ளும் பெண்கள் வேண்டுமானால் சாதாரண பெண்ணாக அடையாளம் பெறலாம். ஆனால் இன்று பெண்கள் பொதுவாகவே அப்படி இருப்பதில்லை. தங்கள் இருப்புக்கு வந்த நெருக்கடியாலும் தாங்கள் இயல்பாகவே தமது உரிமைகள் குறித்த விடுதலை உணர்வைக் கொண்டிருப்பதாலும் எல்லா இடத்திலிருந்தும் பெண்கள் தத்தம் உரிமைகளை வென்றெடுப்பதில் தீவிரமாயிருக்கின்றனர்.

இதை எப்படி அணுகுவது?

பெண்ணியம் என்பது சமூகத்தின் கடைநிலைப் பெண்ணின் நிலையிலிருந்து அணுகப்படவேண்டும். அவளுக்கு அனுமதிக்கப்பட்ட உரிமைகளையே அளவுகோல்களாகக் கொள்ள வேண்டும். அவளுக்கு அளிக்கப்படும் உரிமைகளும் அதிகாரபலமுமே மற்ற பெண்களின் ஆண்களின் ஏன் ஒட்டுமொத்த மானுடத்திற்கானதாயும் இருக்கும். பெண்ணியம் என்பது ஏதோ பிஸ்கோத்துகள் போல இரு தரப்பாற்கும் சமமாகப் பிரிக்கப்படவேண்டியது அன்று. எங்கு உணவிற்கான வறுமை இருக்கிறதோ அங்கு அதிகமான பங்கு கொடுக்கப்படுவது தான் சமத்துவத்திற்கானதாய் இருக்கமுடியும். இத்தகைய பெண்

சமத்துவம் பேசுவோராய் நாம் பரிணமிக்க வேண்டிய காலகட்டம் இது என்பதை உணரவேண்டும்.

– கோகுலம் கதிர், ஜுலை 2010

பெண் கடல்

பெண்களாகப் பிறப்பதில் நாங்கள் களைத்துப் போவதில்லை
கலங்கரை விளக்கின் உயரம் எழும் எங்கள் கூக்குரல்கள்
அதன் வெளிச்சம் சுழன்று கடலை அளக்கும் பெருவெளி தேர்ந்தோம்
மரபும் எதிர்காலமும் சந்திக்கையில் நாங்கள்
அலைகளாய்க் கரையை மோதினோம் இடித்தோம் அழுதோம்
எங்கள் உடல் மீது அணு உலைச்சாம்பலை இறைக்கவேண்டாமென
கடலின் மில்லியன் ஆண்டுகள் பேராற்றலை
எம் அடிவயிற்றில் கருமூளும் யோனிகள் சொல்லும்
கடலின் தனிமையை ஏந்தி வந்த யோனிகளால் நாங்கள்
விடுதலையைப் பாடினோம் மதலைகள் ஈன்றோம்
ஆண்களைச் சுகித்தோம்
ஒரு குறையில்லை சிறு பிழையில்லை
கடலை உடலாக்கிப் பிறந்தோம்
பெண்களாகப் பிறப்பதில் களைத்துப் போவதில்லை நாங்கள்
காற்றையும் சூரியனையும் எங்கள் மீதே வளர்த்தோம்
அவற்றின் பதாகைகளில் பூத்த நட்சத்திரங்களை
இரவுகளில் சொரிந்தோம்
கண்ணீரைக் கடலெனக் குடித்தோம்
உப்பின் திமிலை முலைகளாக்கிச் செழித்தோம்
பெண்களாகப் பிறப்பதில் ஒரு பொழுதும் களைத்துப் போகோம் யாம்

பெண் கவிஞர்கள் மீதான தாக்குதல்களுக்கு சாதியம் அடித்தளமாக இருக்கிறது.

உரையாடல் - **தளவாய் சுந்தரம்**

புதிய உத்வேகத்துடனும் ஓர் இயக்கமாகவும் தமிழில் கவிதை எழுதத் தொடங்கியுள்ள பெண்ணியக் கவிஞர்களுள் குறிப்பிடத்தக்க ஒருவர் குட்டி ரேவதி. 'பூனையைப் போல அலையும் வெளிச்சம்!' 'முலைகள்', 'தனிமையின் ஆயிரம் இறக்கைகள்' ஆகிய மூன்று கவிதைத் தொகுப்புகள் வெளியாகியுள்ளன. 'பனிக்குடம்' என்ற பெண்ணியச் சிற்றிதழையும் தொடங்கி நடத்தி வருகிறார். 'முலைகள்' தொகுப்பு வெளியான போது, தலைப்புக் காரணமாக மிகுந்த சர்ச்சைக்குள்ளானார். அன்று தொடங்கி சமீபத்திய 'சண்டக்கோழி' சர்ச்சை வரை பல சர்ச்சைகளில் இவரது பெயர் அடிபட்டது. ஆனாலும் சர்ச்சைகள் குறித்த கவலை கொள்ளாமல் தொடர்ந்து இயங்கி வரும் குட்டி ரேவதியின் பங்களிப்புகள் தமிழில் பெண்ணியச் சிந்தனைகளையும் செயல்பாட்டையும் வளர்த்தெடுப்பதில் முக்கியமானவை.

உங்கள் கவிதையில் அதிகமும் நீங்கள் கவனப்படுத்த விரும்பும் விஷயம் என்ன?

ஒரு தலைமுறையிடமிருந்து இன்னொரு தலைமுறைக்கு, ஒரு பெண்ணிடமிருந்து இன்னொரு பெண்ணுக்கு, அனுபவங்களைக் கடத்துவதை பெண்கள் எப்போதும் செய்து வந்திருக்கிறார்கள். வாய்மொழி மரபாக அவர்களிடம் இந்த அனுபவங்களை கடத்துதல் நிகழ்ந்து வந்திருக்கிறது. பெண்கள், தங்கள் உடலையே ஒரு பிரதியாக வைத்துக் கொண்டிருக்கிறார்கள் என்று எனக்குத் தோன்றுகிறது. அனுபவங்களை, தங்கள்

உடல்வெளியிலும் மனவெளியிலும் அவர்கள் தேக்கி வைத்துள்ளார்கள். நினைவுகள், ஞாபகங்கள், சொலவடைகள், பழமொழிகள், புதிர்கள், பாடல்கள், ஒப்பாரிகள் என எக்கச்சக்கமான வடிவங்கள் அவர்களிடம் இருக்கிறது. நான், பல்வேறு சந்தர்ப்பங்களில் பல்வேறு இடங்களில் நிறைய பெண்களுடன் உரையாடியிருக்கிறேன். அவர்கள் பகல் நேரங்களில் மிகவும் உணர்ச்சிப்பூர்வமாக பேசுவார்கள். உரையாடல் நீண்டுகொண்டே செல்லும்போது, அவர்களின் பேச்சு நிலையில்லாமல் தாவிக்கொண்டே இருக்கும். மாலை கவ்விய இரவு வரும் போது, அவர்களின் ஆழ்மன விஷயங்கள் கிளர்ந்துவிடப்படும். பகிர்ந்து கொள்வதற்கு அவர்கள் மிகவும் ஆர்வத்துடன் இருக்கிறார்கள். அப்போது வெளிப்படும் அவர்களது மொழியும் ரிதமும், அழுகையும் வலியும் நிறைந்த ஒரு அனுபவத்தை நமக்குக் காட்சிப்படுத்துகிறது. இதைப் பெண்களின் மரபுரிமையாக நான் பார்க்கிறேன். இன்று குறைந்துவிட்ட இந்த மரபுரிமையை மீட்டுத்தரவும், அனுபவப் பகிர்வை இலக்கியம் வழியாக சாத்தியப்படுத்த கவிதை எனக்குச் சிறந்த ஊடகமாக இருக்கிறது. என் உடல் வழியாக உள்வாங்கிக் கொள்கிற அனுபவப் பகிர்வுகளை, கவிதை வழியாக நான் கடத்திக்கொண்டே இருக்கிறேன்.

இந்த வகையில், உங்களின் கவிதை உலகத்திற்கு நெருக்கமானவராக நீங்கள் உணர்கிற கவிஞர்கள் யார்?

தமிழில் யாரையும் சொல்ல முடியாது. தொடக்கத்தில் சில்வியா பிளாத் கவிதைகளை அதிகம் படித்தேன். ஆனால் இப்போது அவரது உலகமும் எனது உலகமும் வேறு வேறு என்று தோன்றுகிறது. மகாஸ்வேதா தேவியை கொஞ்சம் நெருக்கமாக உணர்ந்தேன். ஆனால் அவர்களது உலகமும் மிகவும் பாலினம் சார்ந்ததாக இருக்கிறது. பழங்குடியினர் சார்ந்து அவர்கள் அதிகம் வேலைகள் செய்திருக்கிறார்கள். என்றாலும் நான் விரும்புகிற அளவுக்கு அவர்களை அவர் தொடவில்லை. எனவே, எனக்கு போஷிக்கிறவராக அவரையும் என்னால் எடுத்துக்கொள்ள முடியவில்லை.

உங்களுக்குப் பிடித்த, நீங்கள் அடிக்கடி எடுத்து படிக்கிற கவிஞர்கள் யார்?

பிரமிள், தேவதேவன் இருவரும்தான் எப்போதும் எனக்குப்

பிடித்த கவிஞர்கள். பிரமிள் பற்றி நான் மீண்டும் மீண்டும் பேச விரும்புகிறேன். கவிதை ஓர் உறைந்த வடிவம் என்று எனக்குத் தோன்றுகிறது. பிரமிளிடமோ அது அதி உறைந்த வடிவமாக இருக்கிறது. தேவதேவன் மிகவும் அரூபமான ஓர் ஆளுமை அவர், கவிதைக்குள் இப்போது மிகவும் நெகிழ்வான வடிவத்துக்கு நகர்ந்துவிட்டார். 'குளித்துக் கரையேறாத கோபியர்கள்' எழுதிய தேவதேவன் இல்லை, இப்போதிருக்கிற தேவதேவன். மெதுவாக கவிதைக்குள் உரைநடைக்கு அவர் நகர்கிறார். ஆனால் அதற்குள் ஆழமாக கவித்துவம் இருக்கிறது என்பதுதான், அவரது பலம். பிரமிள், தேவதேவன் இவர்கள் இருவர்களின் இயக்கமும், எப்போதும் எனக்கு மிகவும் உதவியாக இருக்கிறது. கவிதையை இயக்கபூர்வமாக எப்படி சாத்தியப்படுத்துவது என்பது உட்பட, இவர்களிடமிருந்து நான் நிறைய கற்றுக் கொள்கிறேன் அவர்களை எவ்வளவுக்கு எவ்வளவு நான் கூர்ந்து கவனிக்கிறேனோ, அவ்வளவுக்கு அவ்வளவு வலிமையை அவர்கள் எனக்குத் தருகிறார்கள். எனக்குள் ஒரு வெற்றிடம் உருவாகும் போது, மிகவும் சோர்ந்திருக்கும் போது, ஓர் உத்வேகத்தைத் தருவதற்காக இவர்களை நான் படிப்பேன். திரைப்படங்கள் பார்ப்பதும் கவித்துவத்தை மீட்டுத் தருகிற, கவிதை எழுத தூண்டுகிற விஷயங்களுள் ஒன்றாக எனக்கு இருக்கிறது. ஆனால் அதிகமும் பெண்களுடனான உரையாடல்தான், கவிதை எழுதுவதுக்கான தூண்டுதலைத் தருவதாக எனக்கு இருக்கிறது.

உங்கள் சமகால கவிஞர்களைப் படிக்கிறீர்களா?

நான், புத்தகமாகவும் இதழ்களிலும் வெளிவரும் கவிதைகளை தொடர்ந்து வாசித்து வருகிறேன். அதில் சுகுமாறன் கவிதைகள் படிப்பது எனக்குப் பிடித்திருக்கிறது. மற்றபடி புத்தகங்களாகவும் இதழ்களிலும் வெளிவரும் சமகால கவிதைகளிலிருந்து பெற்றுக்கொள்ள ஒன்றுமே இல்லாமல்தான் இருக்கிறது. ஆங்கிலத்திலும் அனேகமாக பாப்லோ நெருடா, டி.எஸ். எலியட் போன்ற பெரிய கவிஞர்கள் அனைவரையும் படித்திருக்கிறேன். இவர்களை விரும்பி படிக்கிறேன். ஆனால், அவர்களால் எந்த வகையில் நமக்கு உதவ முடியும் என்று தெரியவில்லை. நமது நிலப்பரப்பு, மொழி, வடிவம் எல்லாம் அவர்களிடமிருந்து முற்றிலும் வேறானது. சிலநேரங்களில்

நம்மிடமிருந்து மிகவும் பின்தங்கி இருக்கிறவர்களாகத்தான் நான் அவர்களைப் பார்க்கிறேன். மற்ற எந்த மொழியையும் விட கவிதை இயக்கம் தமிழில் மிகவும் தீவிரத்துடன் இருப்பதாக நான் கருதுகிறேன். இரண்டாயிரம் வருட பாரம்பரியம் அதற்கு ஒரு காரணமாக இருக்கலாம்.

"விமரிசனங்களைப் புறக்கணிக்கிறேன்" என்று சமீபத்தில் ஒரு நேர்காணலில் குறிப்பிட்டிருந்தீர்கள். விமரிசன இயக்கம் படைப்பியக்கத்துக்கு வலு சேர்க்கக் கூடியது என்பதில் உங்களுக்கு நம்பிக்கை இல்லையா?

விமரிசன இயக்கம் ஆரோக்கியமாக இருக்கும் ஒரு மொழியில்தான் படைப்பியக்கமும் ஆரோக்கியமாக இருக்கும் என்பதில், எனக்கு மறுப்பு இல்லை. தமிழில், பிரமிள் அந்த வகையில் மிகச் சிறப்பாக இயங்கியிருக்கிறார். மிகத் தீவிரத்துடனும் சமூக அக்கறையுடனும் அதனை அவர் செய்திருக்கிறார். அவரைப் போன்ற திறந்த இதயத்துடன் இருக்கும் இன்னொரு விமரிசகரை தமிழில் நான் பார்த்ததில்லை. இன்று தமிழ் விமரிசகர்கள் அவர்களின் சுயமதிப்பீடுகள், குழுக்கள், விருப்பு வெறுப்புகள் சார்ந்துதான் விமரிசனக் கருத்துகளை முன்வைக்கிறார்கள். பூடகமாகவோ அல்லது மறைவாகவோ இல்லாமல் பட்டவர்த்தனமாகத் தெரியும்படிதான், இதனை அவர்கள் செய்கிறார்கள் தமிழில் பெரிய விமரிசகராக அறியப்படுகிறவர்கள் அனைவருக்கும் யார் சிறந்த கவிஞர், யார் சிறந்த எழுத்தாளர் என்று தெரியும். ஆனால் எழுதும் போது அவர்கள் அவர்களுக்கு உண்மையாக இருப்பதில்லை. தங்கள் அரசியல் சார்ந்து, தங்களுக்கு வேண்டியவர்கள் யார் என்று பார்த்து, அவர்கள் விமரிசனம் எழுதுகிறார்கள் அவர்களின் எழுத்து வளமையால் ஒரு மோசமான படைப்பை நல்ல படைப்பு மாதிரி காண்பிக்க அவர்களால் முடிகிறது. கலை சார்ந்த அக்கறையற்ற, தான்தான் பிரதானம் என்ற எண்ணத்தால் உருவாவது இது ஆனால் அவர்களின் விமரிசனக் கட்டுரைகளைப் படிக்கும் நுட்பமான வாசகன் மிக சுலபமாக அதைக் கண்டுகொள்வான் என்றுதான் நினைக்கிறேன் இதனால் விமரிசகர்கள் மீதான நம்பகத்தன்மை பெருமளவு குறைந்திருக்கிறது. ஆரோக்கியமான விமரிசனங்களும் உள்ளன. ஆனால் மிகக் குறைவாகத்தான் இது உள்ளது. முந்தையவற்றைப் போல் இவற்றை நான் புறக்கணிக்க முடியாது புறக்கணித்தாலும்

நுட்பமாக என்னுள் ஊடுருவும் தன்மையை அவை கொண்டிருக்கும். கெடுவாய்ப்பாக, என் கவிதைகள் குறித்து இப்படி ஆரோக்கியமான விமரிசனங்கள் இதுவரைக்கும் வரவில்லை. வந்தவற்றில் பெரும்பான்மையும் அவதூறுகள் தான்.

'கசடற' பத்திரிகையில் பெண் கவிஞர்கள் பற்றி வந்தவற்றை பார்த்தீர்களா; அதற்கான உங்கள் பதில் என்ன?

'தமிழர் கண்ணோட்டம்' பத்திரிகையில் வந்ததையும் இதனுடன் சேர்த்துக்கொள்ளலாம். இரண்டுமே மிகவும் அபத்தமானவை. ஆனால் அவற்றைப் புறக்கணிக்க முடியாது சமூகம் எங்களை எப்படி எதிர்கொள்கிறது என்பதை பார்ப்பதுக்கான கண்ணாடிதான் இது போன்ற தாக்குதல்கள்.

உங்கள் கவிதைகள் குறித்து, 'வெறும் படிம அடுக்குகளாகத்தான் இருக்கிறது' என்ற, விமரிசனமும் இருக்கிறது. இதற்கு உங்கள் பதில் என்ன?

பிரமிளிடம் இருந்து நான் பெற்றுக்கொண்ட ஒன்றாக, என் கவிதையில் இருக்கும் படிமத்தைப் பார்க்கிறார்கள். நான் இதனை ஏற்றுக் கொள்வதில்லை கவிதையில் படிமம் எங்கு அத்தியாவசியப்படுகிறதோ அங்கேதான் கவிதை நிற்கும். வரிக்கு வரி தேவையில்லாமல் படிமத்தை கவிதையில் போட்டுக் கொண்டிருக்க முடியாது. அப்படி உபயோகிக்கும் போது கவிதை நொறுங்கிப் போய்விடும். மேலும் படிமத்தைத் தேடிப் போவது மலினமான, எளிமையான ஒரு வேலையும் அல்ல. அது மிகவும் வலிகள் நிறைந்தது ஒரு தொழிற்சாலையில் பொருட்களைத் தயாரிப்பது மாதிரி படிமங்களைத் தயாரிக்க முடியாது. அனுபவங்களை உள்வாங்கும் போது, நிகழ்கிற ஓர் உணர்ச்சித் தெறிப்பு அது கவிதையை எப்படி பார்க்கிறோம் என்பதைப் பொறுத்துதான், ஒருவருக்கு கவிதைக்குள் வரும் படிமம் அலுப்பூட்டும் ஒன்றாக இருக்கிறது.

சமூகத்தில் தொடர்ந்து நிகழ்ந்து கொண்டே இருக்கும் ஓர் இழிவு, என் அந்தரங்கத்தைத் தாக்கும் போது, அதனை மிகச் சரியாக நான் உள்வாங்கிக் கொள்கிறேன். உலகமயமாக்கல், பெண் மீதான பாலியல் சார்ந்த வதை உட்பட எதுவானாலும், அது எனது அன்றாட புழக்கத்துக்கான வெளிக்குள் நிகழும் போது, உணர்ச்சிப்பூர்வமான ஒரு தெறிப்பு என்னிடமிருந்து

வெளிப்படுகிறது. ஒரு சொல் அல்லது ஒரு சொற்கோர்வையாக அது விழுகிறது. அது ஒரு உருவத்தை தருகிறது. அந்த உருவம்தான் படிமமாக இருக்கிறது. இப்படி ஒரு சமூக அவலத்தை ஒரு சொல் அல்லது சொற்கோர்வையாக நான் தெறித்து அனுப்புகிற விஷயம்தான் என் கவிதையில் இருக்கும் படிமம்.

'பெண்ணுடலை ஆணுடலுக்கு வழங்குவதற்கான அவஸ்தையே' உங்களிடம் கவிதையாகியிருக்கிறது. மேலும் 'இக்கவிதைகள் ஆண்ணிய கருத்தாக்கமான பெண்ணுடல் அருவருப்பானது என்பதையே வலியுறுத்துகின்றன' என்று மாலதிமைத்ரி உங்கள் கவிதைகளை விமரிசித்துள்ளார். 'முலைகள்' கவிதை குறித்த அவரது விமரிசனத்தையும் படித்திருப்பீர்கள் என்று கருதுகிறோம்?

'விட்டுவிடுதலையாகி நிற்பதற்கான' ஓர் ஆரம்பகட்டம்கூட தமிழில் இன்னும் நிகழவில்லையே. ஆண்களுக்கு உடலை வழங்கி, அதிலிருந்து தங்கள் உடலை மீண்டும் மீண்டும் விடுவிப்பதுக்கான எத்தனத்துடன்தான், பெண்கள் இப்போதும் இருக்கிறார்கள். மேலும் மாலதிமைத்ரி பார்ப்பது போல், மிகவும் மேலோட்டமாக கவிதைகளை அணுகுவதுக்கான தளத்திலிருந்து நான் எனது கவிதைகளைப் பார்க்கவில்லை. 'முலைகள்' கவிதையில் ஒரு பெண்ணின் முழு உடலையும் நிலப்பரப்பாக நான் மாற்றியிருக்கிறேன். எனது உடலின் வளர்ச்சியை நான் கூர்ந்து அவதானித்திருக்கிறேன். அதனடிப்படையில், உடலை காலமாறுபாட்டுக்கு உட்பட்ட ஒரு நிலப்பரப்பாக 'முலைகள்' கவிதையில் பார்த்திருக்கிறேன். எந்தெந்த நிலப்பரப்பில் நான் மிகவும் சந்தோஷமாக இருந்திருக்கிறேன் என்பது அந்தக் கவிதையில் இருக்கிறது. அதில் எனது காமத்தை நான் கொண்டாடுகிறேன். அந்த வகையில், என்னைப் பொறுத்தவரைக்கும் முழுமையான நிறைவான ஒரு கவிதை அது.

வேறு விதமாகவும் அந்தக் கவிதையை வாசிக்க முடியும். சாதியை மிக நுட்பமாக அவதானிக்கிற அனேக சந்தர்ப்பங்கள் அந்தக் காலகட்டத்தில் எனக்குக் கிடைத்தது. தலித் பத்திரிகைகள், இயக்கங்கள், எழுத்தாளர்கள், கவிஞர்கள் என்று ஓர் எழுச்சி நிகழ்ந்து கொண்டிருந்த காலகட்டம் அது. சாதியம் திணிக்கப்படும் முதல் இடமாக பெண் உடல்தான் இருக்கிறது. அதனை அந்தக்

கவிதை பதிவு செய்கிறது. இன்னொன்று, உலகமயமாக்கல் நிகழ்ந்து கொண்டிருக்கும் ஒரு உலகத்தில், 'முலைகள்' ஓர் உயிர்ப்பூர்வமான விஷயமாக இல்லை. செயற்கையான பொருளால் உருவான ஒன்றாக அது இருக்கிறது. தமிழ்த்திரைப்படங்களில் முலைகள் மிகவும் ஆபாசமாக சித்திரிக்கப்படுகிறது. அவர்களைப் பொறுத்தவரைக்கும் உயிர் விருத்திக்கான ஒன்றாகவும் அது இல்லை. வியாபாரத்தை வெற்றிகரமாக்குவதுக்கான சிறந்த ஒரு மூலதனம், அவ்வளவுதான். இதற்கான எதிர்வினையாகவும் அந்தக் கவிதையை பார்க்க முடியும்.

அந்தக் கவிதை வெளிவந்த புதிதில், ஓர் அதிர்ச்சி மதிப்பீட்டிற்காகத்தான் இப்படி நீங்கள் எழுதுகிறீர்கள் என்று சொல்லப்பட்டது. இன்று வரைக்கும் அந்த விமரிசனம் தொடரவும் செய்கிறது.

அதை விமரிசனம் என்பதைவிட, தாக்குதல் என்றுதான் நான் பார்க்கிறேன். உயர் சாதியைச் சேர்ந்த ஒருவரிடமிருந்து அந்தக் கவிதை தொகுப்பு வந்திருந்தால், இவ்வளவு எதிர்ப்புகளை அது சந்தித்திருக்காது என்றுதான் கருதுகிறேன். மகாஸ்வேதாதேவி 'மார்புக் கதைகள்' (brest stories) எழுதியிருக்கிறார்.

கவிதை எழுதுவது, உங்கள் ஆளுமையில் நிகழ்த்தியிருக்கும் மாற்றங்கள் என்ன?

மரணத்தோடு போராடுகிற மாதிரியான, சுவாதீனமற்ற ஒரு நிலையைத்தான் கவிதை என்னுள் உருவாக்குகிறது. சித்தர்களிடம் தங்கள் மரணம் எப்போது நிகழும் என்று முன்னாலேயே அவதானித்து விடுகிற நுண் உணர்வு இருக்கிறது என்று சொல்வார்கள். ஒரு தீர்க்கதரிசனம். நமது முன்னால் வாழ்ந்து போன உதாரணம் ரமண மகரிஷி அந்த நுண் உணர்வை கவிதை, அதில் தொடர்ந்து வேலை செய்யும் கவிஞர்களுக்குத் தருகிறது, மேலும் வளர்த்தெடுக்கிறது என்று கருதுகிறேன். தத்துவவாதிகள், அறிவுஜீவிகள், எழுத்தாளர்கள், ஓவியர்கள் இவர்களும் தங்கள் பயணத்தில் அந்தத் தீர்க்கதரிசனத்தைப் பெறுகிறார்கள். சமூகம் எதை நோக்கிப் போய்க்கொண்டிருக்கிறது, எங்கே போய்ச் சேரும் என்பதை அவர்கள் தங்கள் அவதானிப்புகளால், தீர்க்கதரிசனத்தால் தங்கள் படைப்புகளில்

வைத்திருக்கிறார்கள். இந்த நுண் உணர்வை கவிதை எனக்கும் தந்திருக்கிறது என்று கருதுகிறேன்.

நீங்கள் ஒரு சித்த மருத்துவர். சித்தர்களின் ஏடுகளை படிக்கும் வாய்ப்புகள் உங்களுக்குக் கிடைத்திருக்கும். அவை உங்கள் படைப்பியக்கத்தை பாதித்திருக்கிறதா?

மிகவும் ஒழுங்கற்ற, ஒப்பனைகள் இல்லாத மொழி சித்தர்களின் மொழி. குறிப்பாக மொழியை அலட்சியம் செய்கிற, அதே நேரத்தில் வேறு வேறு சொற்களைக் கண்டடைகிற தன்மை சித்தர்களிடம் இருக்கிறது. சித்தர்களின் ஏடுகளை, படிக்கக் கிடைத்த வாய்ப்பை மிகவும் முக்கியமாக நான் கருதுகிறேன். அது அகவயமாக என் சிந்தனையோட்டத்தில் ஊடுருவி, மிகவும் ஆத்திகம் சார்ந்த நுட்பமான ஒரு மாற்றத்தை என்னுள் ஏற்படுத்தி இருக்கிறது. உடலைப் பிரதானப்படுத்துகிற தத்துவம் சித்த தத்துவம். நிலைபேறு அடைவது என்பதை உடல் வழியாகத்தான் அடைய முடியும் என்று அவர்கள் சொல்கிறார்கள். சாதியை மறுக்கிற ஒன்றாகவும் சித்த தத்துவம் இருக்கிறது.

கவிதை வடிவம் உங்களுக்குப் போதுமானதாக இருக்கிறதா, இல்லை வேறு வடிவங்களில் பரி சோதித்துப் பார்க்க வேண்டும் என்ற எண்ணமிருக்கிறதா?

கவிதை வடிவம் இன்னும் எனக்கு அலுப்பு தரவில்லை. ஆனால் நெடுங்கவிதைகள் மீது ஒரு ஈர்ப்பு அதிகரித்திருக்கிறது. ஒரு வெளியை உருவாக்கிவிட்டு கவிதைக்குள் போவதற்கு நெடுங்கவிதை மிகவும் வசதியான வடிவமாக இருக்கிறது. ஒரு கவிஞன், அவன் விரும்பிய மாதிரி அரசாள நெடுங்கவிதை மிகச் சிறப்பான வடிவம்.

பெண்ணியம் சார்ந்து தமிழில் நிகழ்ந்துள்ள உரையாடல்கள் குறித்த உங்கள் கருத்து என்ன?

பெண்ணியம் குறித்து உலகளவில் நிகழ்ந்திருக்கும் தொடக்கக் காலகட்ட விவாதங்களுக்குள்ளேயே தமிழில் இன்னும் நாம் போகவில்லை என்றுதான் கருதுகிறேன்.

உலகின் மற்ற பகுதிகளில் நிகழ்ந்துள்ள பெண்ணிய விவாதங்களை அப்படியே தமிழுக்கு எடுத்துக்கொள்ள முடியாது, தமிழுக்கான பெண்ணியம்

என்பது, அதிலிருந்து மாறுபட்டது என்ற கருத்தும் இருக்கிறது. உங்கள் கருத்து என்ன?

நமது நிலவெளிக்கான பெண்ணியம் என்பது நமது பாரம்பரியம் சார்ந்துதான் உதயமாக முடியும் என்பதே என் கருத்து. நமது கோடைகாலம் மிக நீண்டது; நமது உணவு மிகவும் காரசாரமானது; உழைப்பு அதிகமுடையவர்கள் நாம்; மிகவும் உணர்ச்சிபூர்வமான மனிதர்களாகவும் நாம் இருக்கிறோம்; மொழி, நிலப்பரப்பு, வெயில் சார்ந்து நம்மிடையே ஏகப்பட்ட பிரிவுகள்; கண்ணகி, கற்பு போன்ற மொழிவழியாக உள்வாங்கிக் கொண்ட கற்பிதங்கள் நம்மிடம் அதிகம் இருக்கின்றன. அந்தக் கற்பிதங்களைக் கடக்க முடியாத மனத்தடைகளும் சமூகத் தடைகளும் நம்மிடையே அதிகம் இருக்கிறது. ஒரு பெண்மணி என்னிடம் சொன்னார்: "திருமணமான தொடக்க வருடங்களில் உணவில் சரியாக உப்பு போடாததற்காக என் கணவர் என்னை அடிக்கடி அடிப்பார். ஆனால் இப்போது அடிப்பதில்லை. ஏனெனில் நான் சரியாக உப்பு போட கற்றுக்கொண்டுவிட்டேன்.'' எவ்வளவு பெரிய வலி இந்த கூற்றில் இருக்கிறது. நமது சமூகத்தின் கட்டுமானம் இதில் வெட்டவெளிச்சமாகிறது. நமது பெண்களைப் பொறுத்தவரைக்கும், பெரிய பயணங்களும் அனுபவப் பகிர்வும்தான் பெண்களின் விடுதலையை சாத்தியப்படுத்தும் என்று கருதுகிறேன். ஆனால் பெண்கள் பயணம் செய்வதுக்கான சாத்தியங்கள் இங்கு மிகவும் குறைவு.

சாதியை அடிப்படையாக கொண்ட, இங்கிருக்கும் தீண்டாமையும் வேறு எங்கும் இல்லாத ஒன்று. ஆண் அதிகாரத்துக்கு வசதியாக உருவாக்கப்பட்ட ஒரு விஷயம்தான் தீண்டாமை. கடந்த ஐந்து வருடங்களில் அரசியல், பத்திரிகை, இலக்கியம் உட்பட எல்லா இடங்களிலும் சாதியம் இன்னும் கூர்மையாகியிருக்கிறது என்றுதான் கருதுகிறேன். பாமா சொல்கிறார்கள்: "தலித் சமூகத்தைச் சேர்ந்த ஒரு பெண் உடல் மூன்று விதமான வன்முறைக்கு ஆளாகிறது. மேல்சாதி ஆண், பெண் மற்றும் அதே சாதி ஆண் ஆகியோரின் அதிகாரத்துக்கும் வன்முறைக்கும் பெண் உடல் உள்ளாகிறது.'' மேல் சாதி பெண்கள் கீழ்சாதி பெண்களை எந்தெந்த வகையில் ஒடுக்குகிறார்கள் என்பது இரண்டு பெண்கள் புழங்கும் பரப்பில்

வெளிப்படும் ஒன்று. அதனை பாமா மிக நுட்பமாக அவதானித்திருக்கிறார்.

தமிழ்ப்பெண் கவிஞர்களின் கவிதைகளில், பாலியல் சார்ந்த விஷயங்களே அதிகம் எழுதப்படுவதுக்கான சமூகவியல் காரணம் என்ன என்று சொல்ல முடியுமா?

ஒடுக்கப்பட்ட சாதியைச் சார்ந்தவர்களுக்கு, தங்கள் சாதியை சொல்லிக் கொள்வதில் பெரிய மனத்தடைகள் முன்பு இருந்தது. இப்போது அந்த மனத்தடைகள் இல்லை, பெண்கள், தலித்துகள், அரவாணிகள் உட்பட ஒடுக்கப்பட்ட அனைவரும், எந்த வகையில் தாங்கள் ஒடுக்கப்பட்டார்களோ அதனையே அதற்கு எதிரான ஓர் ஆயுதமாக இன்று முன்வைக்கிறார்கள். அதுதான் மொழியின் கூர்மையுடன்கவிதையில் இவ்விதம் வெளிப்படுகிறது என்று கருதுகிறேன். கவிதையில் வரும் பாலியல் உறுப்புகள் வெறும் பாலியல் உறுப்புகள் மட்டும் இல்லை அதன் அடிநாதமாக இருப்பது ஒடுக்கப்பட்டவர்களின் அரசியல். சாதியமும் பெண்ணியமும் இந்த இடத்தில் இணைகிறது. சல்மா, மாலதிமைத்ரி, சுகிர்தராணி, நான் உட்பட அனைவரும் ஒரு ஒடுக்கப்பட்ட மனநிலையில் இருந்துதான் தொடர்ந்து கவிதையில் இயங்கிக் கொண்டிருக்கிறோம். இந்த இயக்கம் சாதியத்திலிருந்து பெண்களை விடுவிக்கிற இடத்தை நோக்கி நகர்ந்தால், அது மிக ஆரோக்கியமானதாக இருக்கும்.

ஆண்டாளுக்கும் காரைக்கால் அம்மையாருக்கும் பிறகு தமிழில் பெண் கவிஞர்களே இல்லை என்ற கவிஞர் விக்கிரமாதித்யனின் பேச்சுக்கு, "அது ஆணாதிக்க சிந்தனையின் வெளிப்பாடு; நாங்கள் ஆண்டாளையும் காரைக்கால் அம்மையாரையும் கடந்துவிட்டோம்" என்று பல பெண் கவிஞர்கள் எதிர்வினை புரிந்திருக்கிறார்கள். உங்கள் தரப்பு என்ன?

சாருநிவேதிதாவும் மற்றும் பலரும்கூட இதுபோல் தொடர்ந்து சொல்லி வருகிறார்கள். எங்களைப் புறக்கணிப்பதுக்கான, ஒழித்துக் கட்டுவதற்கான ஒரு விஷயம்தான் இந்த ஒப்பு நோக்கல். இதற்குப் பின்னால், ஆணாதிக்கம் மட்டுமல்லாமல் சாதியம் சார்ந்த காரணங்களும் மிகப் பலமாக இருக்கிறது என்று கருதுகிறேன். ஒடுக்கப்பட்டவர்களிடம் இருந்து, அதுவும் பெண்களிடம் இருந்து இப்படி வெளிப்படுவதை அவர்களால் ஏற்றுக்கொள்ள முடியவில்லை. இரண்டாவதாக சல்மா,

மாலதிமைத்ரி, சுகிர்தராணி மற்றும் நான் எல்லோரின் கவிதை உலகமும் மொழியும் வெளிப்பாட்டு முறையும் முற்றிலும் வேறுவேறானவை. அனைவரையும் பொதுமைப்படுத்தி பார்க்க முடியாது. பெண் கவிதைகளை பொதுமைப்படுத்திப் பார்ப்பதை நான் அபத்தமாக நினைக்கிறேன்.

ஆண்டாள், காமம் சார்ந்த உறவு விஷயங்களை பக்தியாக பார்த்திருக்கிறார். பக்தி காதலாகி, காமத்தைக் கலந்து வெளிப்படுகிறது. காரைக்கால் அம்மையார், தங்கள் உடலை வருத்தி செய்கிற விஷயங்களை குறிப்பிட்டிருக்கிறார். இருவரிடமும், மொழி, வளமையும் கூர்மையும் கொண்டிருக்கிறது. ஆனால் சமூகத்தை உள்வாங்கிக் கொள்வது என்பது அவர்களிடம் எங்கேயும் நிகழவில்லை. இருவருமே அவர்களது தனிப்பட்ட உணர்வுகளை வெளிப்படுத்துவதுக்கான ஒன்றாகத்தான் கவிதைகளைப் பார்த்திருக்கிறார்கள். இன்றைய பெண் கவிஞர்களிடம், மிக நுட்பமான சமூகத்தைக் குறித்த அவதானிப்பு இருக்கிறது. அந்தவகையில்தான், நாங்கள் ஆண்டாளையும் காரைக்கால் அம்மையாரையும் கடந்துவிட்டோம் என்று சொல்கிறோம்.

"தமிழ்ப்பெண் கவிதையுலகில் பெண்ணிய தர்க்கம் தர்க்கமாகவே நின்றுவிடுகிறது. கவிதையாக உருமாற்றம் அடைவதில்லை. ஆனால் ஈழத்துப் பெண் கவிஞர்களிடம் தான், தனது காதல், தனது துயரம் என்பன போன்ற விஷயங்களைப் பற்றி எழுதும் போதுகூட, அவை தனிப்பட்ட ஆளுமையொன்றின் அனுபவங்களாக, அவதானிப்புகளாக மட்டும் வெளிப்படுவதில்லை. அவர்களது கவிதைகளில் சொந்தக் கதையை விரிவான தளத்திற்கு நகர்த்திச் செல்ல உதவும் அறிவார்ந்த தர்க்கம் இருக்கிறது' என்று வ.கீதா எழுதியுள்ளார். இதனை ஏற்றுக்கொள்வீர்களா?

இதனை முற்றிலும் நிராகரிக்கிறேன். அவர் குறிப்பிடும் கட்டத்தை இன்றைய பெண் கவிஞர்கள் கடந்துவிட்டார்கள். ஆனால் ஈழத்துப் பெண் கவிஞர்களின் பங்களிப்பை நான் மறுக்கவில்லை. பஹீமா ஜகான், சிவரமணி இவர்கள் இருவரையும் மிகப் பெரிய கவிஞர்களாக நான் கருதுகிறேன். போர் சூழலில் போராட்டத்துக்கு தங்களின் உடலையும் மனதையும் ஒப்புக்கொடுத்து, அங்கிருந்து தங்களது படைப்பியக்கத்தை இவர்கள் தொடங்கியிருக்கிறார்கள். தமிழ்

பெண் கவிதை என்று பேசும்போது, இவர்களைத்தான் நாம் முன்னிறுத்த வேண்டும்.

உங்கள் சமகாலத்தவர்களான, புதிதாக தமிழில் எழுதிவரும் ஆண் கவிஞர்களை படிக்கிறீர்களா?

நான் தொடர்ந்து படிக்கிறேன். ஆனால் மிகவும் குறைவாகத்தான் அவர்களிடமிருந்து, நல்ல கவிதைகள் வருகின்றன. கற்பனையாக ஒன்றை உருவாக்கி அதை வாழ்க்கையுடன் அவர்கள் பொருத்துகிறார்கள். எனவே, சலிப்பூட்டும் ஒன்றாக அவர்களின் கவிதைகள் உள்ளன. அதற்கு மாறாக, பெண் கவிஞர்கள், வாழ்க்கையில் இருந்து எடுக்கிறோம். சல்மா, மாலதி மைத்ரி, சுகிர்தராணி மற்றும் நான் ஆகியோர்தான் தமிழ் மண்ணின் அடையாளங்களை உண்மையிலேயே சுவீகரித்துக் கொண்டிருக்கிறோம்.

ஆண் எழுத்து, பெண் எழுத்து என்று இலக்கியத்தைப் பிரித்து பார்ப்பதுடன் உங்களுக்கு உடன்பாடு உண்டா?

இல்லை. பெண் எழுதினால் பெண் மொழி, ஆண் எழுதினால் ஆண் மொழி என்று பிரிப்பது சரியல்ல. எழுத்தில் மனோபாவம் சார்ந்துதான் ஆண் மொழி, பெண் மொழி என்று இருக்க முடியும். ஓர் ஆணிடம் இருந்து சிறந்த ஒரு பெண் மொழி வெளிப்படலாம். சில ஆண் இயக்குநர்களின் திரைப்படங்களில், அதில் வெளிப்படும் பெண்களின் உலகம், ஆச்சர்யமூட்டும் வகையில் நுட்பமாக இருப்பதைக் கவனித்திருக்கிறேன். ஒரு பெண்ணால் மட்டும்தான் அது சாத்தியப்படும் என்று தோன்றும். ஆனால் அங்கே அது ஆணால் சாத்தியப்பட்டிருக்கிறது. ஆனால் ஆண் எழுத்து, பெண் எழுத்து என்று பார்க்க வேண்டிய நிர்பந்தம் ஒரு கட்டத்தில் இருந்தது. இப்போது அதைக் கடந்து தமிழ்ப்பெண் கவிஞர்கள் வந்துவிட்டார்கள்.

ஆணாதிக்க வெறுப்பு என்பதுடன் ஆண் வெறுப்பும் தமிழ்ப்பெண் கவிஞர்களிடம் உள்ளது என்ற கருத்து இருக்கிறது. இதை ஏற்றுக்கொள்வீர்களா?

நிச்சயமாக ஏற்றுக்கொள்ள முடியாது. தமிழில் பெண் கவிஞர்கள் காதல் கவிதைகளும் எழுதியிருக்கிறார்கள். அவர்கள் மனதில் ஆண் வெறுப்பு இருந்தால் எப்படி காதல் கவிதைகள் எழுதியிருக்க முடியும். பெண்கள் அபரிமிதமான காதலை

தங்கள் எதிர் பாலினத்தின் மீது வைத்திருப்பதுதான் இவ்வளவு பிரச்னைகளுக்கும் காரணம் என்று நான் கருதுகிறேன். ஆனால் ஈழத்துக் கவிஞர்களிடம் இருந்து வந்துள்ள காதல் கவிதைகளுடன் ஒப்பிடும் போது, நமது காதல் கவிதைகள் மிகவும் சலிப்பூட்டுபவைகள். ஈழத்துக் காதல் கவிதைகள் மிகவும் புதியதாக உள்ளன. குறிஞ்சிப் பூ மாதிரியான பரவசத்தையும் பிரயாசத்தையும் அவை தன்னுள் வைத்திருக்கின்றன போருக்கு நடுவே காதல் மிகவும் அற்புதமான ஒன்றாக அவர்களுக்கு இருக்கிறது.

'சண்டக்கோழி' திரைப்படத்தில் வரும் வசனம் காரணமாக உருவாகியிருக்கும் சர்ச்சை குறித்து உங்கள் கருத்து என்ன?

தமிழ் இலக்கியத்தில் ஓர் ஆரோக்கியமான சூழல் இன்று இல்லை. தீவிரமாக இயங்கிக் கொண்டிருக்கும் படைப்பாளிகளுக்குப் பாதுகாப்பான, அவர்களது தீவிரத்துடன் இயங்கிக் கொண்டே செல்வதுக்கான வாய்ப்புகள்

மறுக்கப்படுகின்றன. முன்பே குறிப்பிட்டது போல் ஆரோக்கியமான விமரிசனமும் இங்கு இல்லை. குழுக்கள் சார்ந்த போட்டி பொறாமைகள் அதிகரித்துவிட்டன. இதனால், இலக்கியவாதிகளிடையே ஒரு நோய்க்கூறான தன்மை உருவாகியுள்ளது. சுயசாதி அபிமானமும் ஆதிக்க கருத்துக்களும் அவர்களிடம் வேரோடி இருக்கிறது. இந்த இரண்டிலும் இருந்து வெளியே வருவதுக்கான எந்த பிரயத்தனமும் அவர்களிடம் இல்லை. இன்னொரு பக்கம் ஒரு ஆரோக்கியமான சினிமா சூழலும் இங்கு இல்லை. ஒரு சிறந்த படைப்பாளி, ஒரு சிறந்த இயக்குநருடன் இணைந்து வேலை செய்வதுக்கான, திரைக்கதை எழுதுவதுக்கான வாய்ப்பு மற்ற மொழிகளில் உள்ளது. மலையாளத்தில் வைக்கம் முகம்மது பஷீரின் 'மதிலுகள்' அடூர் கோபாலகிருஷ்ணனால் திரைப்படமாக்கப்பட்டது.

கர்நாடகத்தில் அது போல் கிரிஷ்காஷரவள்ளி சிறந்த இலக்கியங்களைத் திரைப்படமாக எடுத்திருக்கிறார். சினிமாவுக்கும் இலக்கியத்துக்கும் இடையே பரஸ்பரம் பங்களிக்க வாய்ப்புள்ள இந்தத் தளம் தமிழில் இல்லை. இது மிக முக்கியமான ஒரு பிரச்னை. இரண்டாவது, திரைப்படத் துறையிலுள்ளவர்களுக்கு தமிழ்ப்பெண் கவிஞர்கள் மீது இருக்கும் வெறுப்பு. தமிழில் பெண் கவிஞர்கள் மீது நிகழும் தாக்குதல்களுக்கும், அவர்கள் எதிர்கொள்ளும் எதிர்வினைகளுக்கும் சாதியம் அடித்தளமாக இருக்கிறது என்று கருதுகிறேன்.

– தீராநதி, பிப்ரவரி 2006

தீவை மறிக்கும் கடல்

கால்களைச் சுவைக்கும் அலைகளே
கடலென்று எண்ணியோர்
தீபகற்பத்திலேயே தங்கிக்கொண்டனர்
அலை தீவினை மறைக்கும்
இங்கே கண்ணீர் உப்பு
கவிதை உப்பு கலவியும் உப்பு
சுடும் சூரியனின் விரல் உப்பு காதல் உப்பு

மூலிகையின் வேர் உப்பு
உடலின் வாதை உப்பு
இங்கே கண்ணீர் உப்பு
தொலைவிலிருந்தும்
பகைவனைப் போல்
நெஞ்சில் புளித்தேப்பம்
நண்பனின் நோயைப்போல்
ஒரு பதைபதைப்பு
மூச்சடக்கிக் கடல்கடந்து
தீவைச்சேர்வார் எவருமில்லை
தீவு தெப்பமாய்
தெப்பம் தீச்சட்டியாய்
பின் எரியும் நினைவாய்

பெண் என்ற ஒற்றை அடையாளம் ஆதிக்கச் சிந்தனைப் பெண்களுக்கானது!

உரையாடல் - ரவிச்சந்திரன், ராஜ், பிரவீண், கஜேந்திரன், ஜெ.ஜெய்கணேஷ்

பெண் கவிஞர்கள் நவீன கவிதையை இன்று ஒரு புதிய பருவத்திற்கு எடுத்துச் செல்கின்றனர். குட்டிரேவதி தனித்துவம் மிக்க கவித்துவமும் கலைத்தன்மைமிக்க அரசியலும் உள்ள படைப்பாளி. மொழியின் படைப்பூக்கம் மிக்க மறுஆக்கம், பெண் என்னும் பால் நிலையின் புதிய புனைவுத்தளங்கள் அதன் புதிய கவித்துவங்கள், சிறப்புக் குறியீடுகள், சாதியத்திற்கு எதிராக 'உடல்' என்பதை ஓர் அரசியல் பிரக்ஞை மிக்க ஆயுதமாக ஏந்தல் எனப் பல திறப்புகள் கொண்டது அவரது படைப்புலகம். தமிழ் நவீனத்துவம், அதனுடனான அவரது உறவு முரண், அவரது கவிதை அதன் அரசியல் திசை உடலரசியல், உடலரசியலுக்குள்ளான உட்போக்குகள், உடல் - இயற்கை உறவில் அவர் கட்டமைக்க விழையும் அறம், தனது சூழலின் காலத்தின் மீதான அவரது சலனங்கள் முதலியவற்றை நெருக்கமான விரிவான ஓர் உரையாடலின் வழி ஒரு முழுமையோடு விவாதிக்க இந்நேர்காணல் விழைகிறது.

நவீனத்துவ படைப்பியக்கத்திற்குள் பல்வேறு மரபுகள் இருந்து வந்துள்ளன. பிரதானமான இரண்டைச் சுட்ட வேண்டுமென்றால், மிகவும் உள்வட்டமாக இயங்கிய குறிப்பாக, சமூகம் வரலாறு முதலிய பருண்மையான பிரதேசங்களிலிருந்து அந்நியப்பட்ட, கலைத்தூய்மை வாதம் பேசிய ஒரு

நவீனத்துவ உருவாக்கம் நிகழ்ந்தது. இதில் சம்ஸ்கிருத மற்றும் பார்ப்பனீய மேலாண்மை இருந்தது. மணிக்கொடி, எழுத்து, கசடதபற என இதைச் சுட்டலாம். மறுபுறம் இதற்கு எதிரான கைலாசபதி, வானமாமலை தொடங்கி இடதுசாரி அறிவியக்கம் ஒன்று செயல்பட்டது. எண்பதுகள் தொடங்கி இந்த மரபில் வந்தவர்கள்தான் அமைப்பியல், பின் அமைப்பியல், பின் நவீனத்துவம் என அறிமுகப்படுத்தி பல உரையாடல்களை எழுப்பினார்கள். வரலாற்றுப் பரிமாணமற்ற, அரசியல் உள்ளீடற்ற சாதிய முனைப்புகள் மிக்க தமிழ் நவீனத்துவத்தை இவர்கள் கடுமையான விமர்சனத்திற்கு உட்படுத்தினார்கள். தொண்ணூறுகளுக்குப் பின் இந்த இடைவெளிகள் மெல்ல கரைந்து வந்தன. தமிழ் நவீனத்துவம் பற்றிய உங்கள் மதிப்பீடென்ன? தமிழ் நவீனத்துவ வரலாற்றுக்குள் உங்களது படைப்பு மற்றும் அரசியலுக்கான மரபு எந்த மூலங்களிலிருந்து உருவாகிறது?

நீங்கள் கூறும் இரண்டு விடயங்களின் மீதுமே எனக்கு விமர்சனம் இருக்கிறது. கலைத்தூய்மைவாதம் பேசியவர்கள் முற்றிலுமான பார்ப்பனீயச் சிந்தனையோடும் செயல்பாட்டோடும் இயங்கினார்கள். அவர்களின் ஆக்கங்களில் ஒடுக்கப்பட்டவர்களுக்கான அரசியல் சமூக வரலாறுகள், அவர்களின் இருப்பு குறித்த உள்ளுணர்வு, அல்லது அதனுடைய விதைகள், தாக்கங்கள், பிரதிபலிப்புகள் எதுவுமே இல்லாமல் பார்த்துக் கொண்டார்கள். சாக்கடையே என்றாலும் அது அக்கிரஹாரத்திலிருந்து பாய்ந்தது என்று புளகாங்கிதப்பட்டார்கள். மறுபுறம், மார்க்சியம் தொடங்கிப் பின் நவீனத்துவம் வரையிலான விஷயங்களைப் பேசியவர்களிடமும் ஒரு செயற்கையான வடிவமைக்கப்பட்ட சிந்தனையாகத்தான் இலக்கியம் இருந்திருக்கிறது. அது ஓர் இயல்பான ஊக்கத்தையோ படைப்பூக்கத்தையோ தருவதற்கான எந்தவிதமான கலைக்கூறுகளையும் உள்வைத்திருக்கவில்லை. மனித மனதுடன் நிரந்தரமான உரையாடலை நிகழ்த்துவதற்கான, ஊக்கமற்ற பீரங்கிச்சத்தங்களாகத்தான் இருந்தன. இது இரண்டையும் நிராகரித்து அவ்வப்போது உதிரியாக சிலர் இயங்கிக்கொண்டுதான் இருந்திருக்கிறார்கள். இன்றைய ஆக்கங்களின் மூலம் என்பதே கூட இவ்விரண்டுச் செயல்பாடுகளையும் நிராகரித்த இடத்தில் இருந்தும் சமூகத்தின் அவலங்களைக் கூர்ந்து கவனித்த அக்கறையிலிருந்தும்தாம் தொடங்குகிறது. நான் பிரமிளை, அவ்விதம் தன் ஒற்றைக் கையால் நிராகரித்த பெருங்காற்றாகப்

பார்க்கிறேன். சாதியாகட்டும், மதமாகட்டும், உடலாகட்டும் அனைத்தின் மீதான ஒடுக்குமுறைக் கட்டமைப்புகளையும் தகர்த்துக்கொண்டே இருந்தவர்கள்தான் மேலே குறிப்பிட்ட இரண்டையும் நிராகரித்தார்கள். இதனால்தான் இவர்களும் அக்காலத்திலேயே மேற்குறித்த இரண்டு தரப்பினராலும் நிராகரிக்கப்பட்டிருக்கிறார்கள், புறக்கணிக்கப்பட்டிருக்கிறார்கள். ஏனெனில், இரண்டுமே சமூகத்தைக் குறித்த முழுமையானதோர் அக்கறைக்கான கருவியாக உருவாகவில்லை. 'கலைத்தூய்மை வாதம்' என்பது பார்ப்பனியச் சிந்தனையாளர்களால் கட்டமைக்கப்பட்ட ஒரு 'புனிதக்கருத்தியல்'. ஆனால் அதன் எதிர்ப்பக்கம் உருவானதும் படைப்பூக்கமற்ற ஒரு தட்டையான கருத்தாக்கமாக இருந்தது. இது இரண்டுக்கும் இடையிலான கலவை, ஓர் ரசவாதம் இல்லாமல் இருந்தது. கலையும் சிந்தனையும் ஒன்றுடனொன்று கலவாமல் இருந்தது. இப்போது பேசப்படுகிற தலித்தியம் என்ற, 'சாதி மறுப்பு இலக்கிய' எழுச்சியும் பயணமும் கூட ஒரு திட்டவட்டமான வேலியிடப்பட்டப் பாதையில்தான் இயங்கிக் கொண்டிருக்கிறது. குறுக்கப்பட்ட ஓர் அரசியல் பாதை, இலக்கியப் பாதை (அதாவது தலித் இலக்கியம் என்ற அடையாளப்படுத்தல்) குறுக்கப்பட்ட ஒரு தலித் வரலாறு என்று செல்கிறது. இலக்கியத்தை கலைமயப்படுத்த மக்களுக்கான ஒரு செயல்பாடாக மாற்ற, ஒன்றோடொன்று உறவாடி ஒரு புத்தெழுச்சியை உருவாக்கிட முடியாத அளவுக்கு, சமூகத்தின் எல்லா ஊடகங்களிலும் இதற்கெதிரான திட்டவட்டமான ஓர் எதிர்ப்பு நிலைதான் இன்றும் நிலவுகிறது. ஏனென்றால் இன்னும் அந்தப் பார்ப்பனீய மரபில் வந்தவர்கள், பார்ப்பனீயச் சிந்தனையில் ஊறியவர்கள் ஓய்ந்துபோகவில்லை. அவர்கள் இன்று இதர சாதியினரிடமும் உருவாகிவிட்டனர். எல்லோரும் இன்றும் செயலூக்கத்துடன்தான் இருக்கிறார்கள். இன்னும் சொல்லப்போனால், பார்ப்பனீயச் சிந்தனையாளர்களின் இரண்டாம் சுற்றுக்கான காலக்கட்டம் இது. மீண்டும் தங்களைத் தாங்களேஒருங்கிணைத்துக்கொண்டும், நிலைநிறுத்திக்கொண்டும் குவிமையப்படுத்திக் கொண்டும் இயங்குகிறார்கள்.

இன்று நிகழ்ந்துகொண்டிருக்கும் செயல்பாடுகளின் தொடர்ச்சியைச் செரித்துக்கொண்டும் உள்வாங்கிக் கொண்டும்

அதை இன்னொரு வடிவமாக மாற்றுவதற்கான எந்த ஒரு செயல்பாட்டையும், முனைப்பையும் அவர்களால் எடுக்கவே முடியவில்லை. அவர்கள் அந்தந்த அறைகளோடு முடங்கிப்போய்விடுகிறார்கள். இப்பொழுது உடலரசியல் என்கிற விஷயத்திற்கே நாம் நேரடியாக வந்து விடலாம், உடலரசியல் என்று பேசவந்த பெண் கவிஞர்களுடைய குரல்கள் கூட சீராக எதிரொலிக்காமல் பார்த்துக்கொண்டார்கள். அதாவது அடுத்தடுத்து ஒலிப்பதற்கான ஒரு வாய்ப்போ ஓர் இயக்கமாக, உரையாடலாக உருவாவதற்கான சூழல் எழாமல் தங்களைத் தாங்களே இறுக்கிக் கொண்டார்கள். இதற்கு பதில் அளிப்பதற்காக அவர்களுக்குள் எழும் இயல்பான உயிரியல் எழுச்சியைக் கூட குரல் செருமிக் கட்டுப்படுத்திக் கொண்டார்கள். ஏனெனில், இது நேரடியாக ஆதிக்கச் சாதியினரின் உடலையே தொடும், சமத்துவத்தை மற்றெல்லோருக்கும் தந்துவிடும் என்று அச்சமுற்றார்கள். ஆனால், உடலரசியல் என்பது ஒரு படைப்பூக்கமிக்க இயக்கமான பின் அதனுடன் தம்மை வந்து இணைத்துக் கொள்வதற்கான அத்தனை முயற்சிகளையும் செய்தார்கள்.

உடலரசியல் என்றால் அதற்குள்ளான உள வேறுபாடுகள் அறியப்படவில்லை. உடலரசியல் என்பது ஒற்றைப் பரிமாணத்தோடுதான் பார்க்கப்படுகிறது இல்லையா? அதற்குள்ளான வேறுபாடுகள் அறியப்படவில்லை என்கிறீர்களா?

ஆமாம் அதனுடைய வேறுபாடுகள், அதாவது அதனுடைய நுண்மாறுபாடுகள் எதுவும் அறியப்படவில்லை. பலவகையான உடலரசியல் கருத்தாக்கங்கள் ஒரே தளத்தில் இயங்கமுடியும் தாம். அப்படியான விஷயங்களைக் கண்ணுறுவதற்கான ஒரு சகிப்புத்தன்மை கூட இல்லாமல் அனைத்தையும் மேற்குறிப்பிட்ட கலைத்தூய்மைவாதிகளாகட்டும், எதிர்தரப்பினராகட்டும், ஒட்டுமொத்தமாக நிராகரித்ததனால்தான் இந்த முத்திரை தொடர்ந்து நம்மிடமே தங்கிவிட்டது. அதை நாமே தூக்கிச்செல்ல வேண்டியதாக இருக்கிறது. தலித் இலக்கியம், தலித் அரசியல் இயக்கங்கள், தலித் வரலாறுகள் இது எல்லாவற்றையும் நாம் ஒட்டுமொத்தமாக உள்வாங்கிச்செரித்து, பின் நவீனத்துவத்திற்கும் அப்பாற்பட்ட ஓர் செயல்பாட்டு முறைக்கு நாம் எடுத்துச் செல்ல வேண்டும். அது ஒரு குறிப்பிட்ட கருத்தாக்கமாக, கூட்டுச்சிந்தனையாக இன்னும் உருவாகவில்லை. அதற்கான

ஒரு புது முத்திரையை உருவாக்குவதற்கான ஒரு நடவடிக்கைக்குள்ளேயே கூட நம்மால் போக முடியாத படிக்குச் சூழலையும், தங்கள் இயக்கங்களையும், புழக்கங்களையும் இறுக்கமாக்கிக் கொண்டிருக்கிறார்கள். அது குறிப்பாக, சாதி மறுத்த, எதிர்த்த சிந்தனையாக இருக்க வேண்டும். ஆனால் அதைப் பேச வந்தால் பார்ப்பனியச் சிந்தனையாளர்களுக்கு தாங்கள் ஏற்கனவே நுகர்ந்த அதிகாரங்களை எல்லாம் விட்டொழிக்க வேண்டியிருக்கும். அதற்கு அவர்கள் தயாராக இல்லை. மறுபக்கம் கலைத்தூய்மை வாதம் பேசவில்லையே தவிர இடதுசாரி இயக்கத்தில் வந்தவர்களும் அதில் தலைமையை எடுத்தவர்கள், சிந்தனைவாதிகளாக தங்களை முன்னிறுத்தியவர்கள் பெரும்பாலும் அந்த பார்ப்பனியச் சிந்தனையின் வம்சாவழியினராகத்தான் இருந்தார்கள். இந்தக் கண்ணோட்டத்தில் இந்த இரண்டு மரபையுமே நாம் கூர்மையாக விமர்சிக்க வேண்டி இருக்கிறது. எனக்கு எதிரான ஒரு சிந்தனை உள்ளவர்களிடமும் என்னோடு ஒத்திசைவு உள்ளவர்களிடமும் கூட இணைந்து செயல்படுவதற்கான ஒரு வெளியாக இல்லை என்பதாகத்தான் இன்றைய தொய்வு நிலையாக நான் பார்க்கிறேன். எல்லோரும் தங்கள் சிந்தனைகளாலேயே கெட்டிப்பட்டு, இறுகிப்போயிருக்கிறார்கள். உதிரிகளாகத்தான் நாம் எல்லோருமே இருக்கிறோம். அந்த உதிரித்தன்மையே முந்தைய தலைமுறையினரின் அதிகாரச் செயல்பாட்டினுடைய விளைவின் தொடர்ச்சிதான். அதை எதிர்ப்பது என்னுடைய தொடர்ந்த வேலையாகவும் இருக்கிறது.

குறிப்பாக, காலங்காலமாக, ‘பெண்’ என்ற ஒற்றை அடையாளத்தைப் பிற பெண்கள் மீதும் திணித்து அவர்களையும் அந்த ஒற்றை அடையாளத்திற்குள் இழுக்கும் ஆதிக்க சாதிப் பெண்கள், ‘உடலரசியல்’ என்ற அரசியல் அடைமொழி இயக்கும் விவாதங்களுக்குள் மட்டும் உள் நுழையாமலிருப்பது ஏன்? அல்லது அதை, ‘பாலியல் வேட்கை’ என்ற உள்ளீடற்ற அடையாளத்தைக் கொடுத்துக் காயடிப்பதும், வரப்புகளையும் வெட்டி விடுவதும் ஏன்? ஒடுக்கப்பட்ட சமூகம் என்பதே கூட வேறுவேறு இனக்குழுக்களாகப் பிரிந்து இயங்கி தமக்கான உரிமைகளை வென்று எடுக்க வேண்டும் என்ற நிலையில், இத்தகைய வேறுபட்ட இனப்பின்னணியிலிருந்து வரும்

பெண்ணுக்கான உடலரசியல் முற்றிலும் ஒரு கடினமானதாக இருக்கும். எனக்கான, 'உடலரசியல்' மற்றும், 'பாலுரிமை' நான் அறிவிப்பதையே, ஓர் இருளப் பெண்ணுக்கேயானதும் எனத் திணிப்பது நகைப்புக்கு இடமானது இல்லையா?

இது இரண்டுமே ஆரோக்கியமான ஒரு புள்ளியில் இணைவதற்கான சாத்தியங்கள் இருக்கிறதா? உதாரணமாக நீங்கள், மாலதி மைத்திரி, லக்ஷ்மி மணிவண்ணன், சங்கர ராமசுப்பிரமணியன் இவர்களுடைய படைப்புச் செயல்பாடுகள் கலையியலுக்கான நிறைவையும் கொண்டதாக இருக்கிறது. அதே சமயம் வரலாறு சமூகம் பற்றிய நுட்பமான அரசியல் பிரக்ஞையோடும் இயங்குகிறது. இந்தப் போக்கு முன்பு இல்லாத ஒன்று அல்லவா?

நீங்கள் குறிப்பிடும், இத்தகைய கலை + சமூகக் கூட்டுப்பணியே கூட, அம்பேத்கரின் நூற்றாண்டுக்குப் பின்பான அதிர்வலைகளின் தொடர்ச்சியால் நிகழ்ந்தது. அதாவது, 1990 க்குப்பின் நாங்கள் எல்லோரும் தீவிரமாகத்தான் இயங்கிக் கொண்டிருக்கிறோம். ஆனால் உதிரிகளாக இயங்கிக் கொண்டிருக்கிறோம். இது அந்தக் காலகட்டத்தில் இல்லை. ஆதிக்கச் சிந்தனையாளர்களின் நடவடிக்கைகள் எல்லாமே ஒரு கூட்டியக்கமாக இருந்துள்ளது. சிற்றிதழ் இயக்கம் என்பது குறுகிய வட்டத்தில் இருந்திருந்தாலும் அது ஒரு கூட்டியக்கச் செயல்பாடாக இருந்துள்ளது. மறைமுக நோக்கத்துடன், உடன்படிக்கைகளுடன் செயல்பட்டிருக்கிறார்கள். நவீனத்துவம் பேச வந்தவர்களில் ஒருவருக்கொருவர் தம் சிந்தனைகளைப் பகிர்ந்து கொண்டு பலப்படுத்திக்கொண்டதும் அல்லாமல், அதனால் ஆதாயம் அடைந்த சிலரையேனும் நிச்சயமாக நீங்கள் அடையாளப்படுத்த முடியும். ஆனால், இன்றியங்கும் நாங்கள் ஒருவரோடு ஒருவர் தொடர்புகொண்டு இயங்கமுடியாத அளவிற்குச் சமூக அழுத்தங்களும் அடையாள அழுத்தங்களும் தீவிரமாக உள்ளன. அதுபற்றிய விழிப்புநிலையுடன்தான் நாங்கள் இருக்கிறோம். ஆனால் நாங்கள் இப்படி உதிரிகளாக இயங்குவதுகூட தற்கால நவீன இலக்கிய இயக்கத்தின், செயல்பாட்டின் தொடர்ச்சிக்கான வழிமுறை என்றே நினைக்கிறேன். ஒருவேளை, இது அதற்கான காலகட்டமாக இருக்கலாம்!

படைப்பாளிக்கும் எழுத்துக்கும் அறம் என்ற ஒன்றை எப்போதும் வலியுறுத்தி வருகிறீர்கள். படைப்பாளி எத்தகைய அறத்தை முன்னிறுத்த வேண்டும். படைப்பாளியின் சமூகப் பாத்திரம் எத்தகையதாக அமைய வேண்டும். உங்களுடைய கவிதைகளில் அறம் என்பதை எப்படி அர்த்தப்படுத்துகிறீர்கள்?

அறத்திற்கான தேடல் தொடர்ச்சியான ஒன்று என நினைக்கிறேன். 'அதிவேக உணவு' வடிவில் பொட்டலமாக வழங்கப்பட முடியாதது. அன்றாடம் பயிற்சியின் மூலம் தான் ஒவ்வொரு மனிதனும் அறிந்துணர வேண்டியது. மேலும், அதை பொதுவானதொரு பெயர்ச்சொல்லாக என்னால் வரையறுக்க முடியாது. அது நான் தேர்ந்தெடுத்துக் கொண்ட வாழ்க்கைமுறை, என்னுடைய இருப்பு, என்னுடைய வெளிப்பாடு, என்னுடைய கவிதையின் வெளிப்பாடு இது அனைத்தும் பொருந்தி ஒரு கூட்டுமயமாகதான் இருக்கிறது. நின்ற இடத்திலேயே என்னால் நிற்க முடியவில்லை. 'அறம்' என்ற வாழ்நெறியையும் வாழுந்தோறும் உருட்டி உருட்டித்தான் உருவாக்க வேண்டியிருக்கிறது. ஒரு கூழாங்கல் தான் உருவாவதற்கு எவ்வளவு காலங்கள் எடுத்துக்கொள்கிறதோ அதே மாதிரியான ஒரு தன்மையில்தான் நான் அறம் என்கிற பாதையையும் பார்க்கிறேன். நான் வரையறுக்க முயலும் பொழுதே அது ஓர் உறைந்த புகைப்படம் போல, உயிர்த்துடிப்பு நின்றுவிட்டதாக ஆகிவிடுகிறது. காலம் உறைந்த கட்டத்திற்குப் போய் விடுகிறது. ஆனால் 'வாழ்நெறி' என்பது நிமிடத்திற்கு நிமிடமான ஒரு செயல்பாடாகவும் சிந்தனையாகவும் இருக்கிறது. அப்படி அதை வரையறுக்க முடியுமெனில் அதனுடைய ஒற்றைப் பரிமாணமாகத்தான் இருக்கும். அப்படித்தான் நான் அறத்தைப் பார்க்கிறேன். சமீபத்தில் பௌத்தத்தில் மிகவும் ஈர்க்கப்பட்டு அதனோடு தொடர்ந்து பயணித்துக்கொண்டு இருக்கிறேன், தொடர்ந்து வாசித்துக்கொண்டும் இருக்கிறேன். அதற்கான நிறைய பரிசோதனை முறைகளும் இருக்கின்றன. அறம் என்பதை புத்தர், இயற்கையின் அடிப்படை நியதியாகவே சொல்கிறார். இயற்கையின் பார்வையில், கொல்லும் உயிரும் கொல்லப்படும் உயிரும் சூழல் மற்றும் தேவை கருதி, தங்களின் பணியையும் இடத்தையும் மாற்றிக் கொள்வதைப்போல ஒரு சூழலில் கொல்லப்படும் உயிராக இருப்பது, பிறிதொரு சூழலில் இயற்கையின் சமன் நிலை கருதியும், தன் தகவமைப்பின்

பொருட்டும் கொல்லும் உயிராகிறது. ஆனால் அதைப் புரிந்துகொள்கிற வாழ்க்கையிலிருந்து நாம் வெகு தூரம் விலகி இருக்கிறோம். அந்த இடைவெளியை எப்படிக் கரைப்பது என்கிற முயற்சியில்தான் நாம் இன்று ஈடுபட்டிருக்கிறோம் என்று நம்புகிறேன்.

மேலும், நான் 'அறம்' என்று குறிப்பிடும் ஒன்று, உங்களுடையதிலிருந்து முற்றிலும் மாறுபட்டதாக இருக்கிறது என்பதை நாம் வெளிப்படையாகப் பார்க்கிறோம். ஆனால் அப்படி இல்லை. இயற்கையின் நியதியில், அறம் என்பது நீங்கள் எந்தப் பக்கத்திலிருந்து பார்த்தாலும் அது ஒரு பொதுவான உண்மைக்கு உங்களை அழைத்துச் செல்லவேண்டும். அந்தக் கட்டத்தை நோக்கித்தான் நாம் நகர்ந்துகொண்டு இருக்கிறோம் என்றும் சொல்லலாம். ஆனால் அதை நான் இப்போது செம்மையாக வரையறுக்க விரும்பவில்லை. நான் 'அறம்' குறித்த கோட்பாட்டாளராக மாற விரும்பவில்லை. அதைப் பழகுபவராகவே இருக்கவிரும்புகிறேன்.

உலகப் பொதுவான அறம், காலப் பொதுவான அறம் என்ற ஒன்று இருக்க முடியும் என்கிறீர்களா?

அப்படி ஒன்று இருக்கமுடியாது! அந்த உலகம், காலம் என்ற வரையறைகள் கூட, மனிதச் சிந்தனைகளின் வரையறைகளுக்கு அப்பாற்பட்டவையாக இல்லை எனும்போது, நான் முந்தைய பதிலில் குறிப்பிட்டு இருப்பது போல, தருணம் இயற்கையின் பார்வையில் மாற்றி மாறிக் கொல்பவரையும் கொல்லப்படுபவரையும் இடம் மாற்றுகிறது. அதுதான் இயற்கையின் ரகசியங்களில் ஒளிந்திருக்கிறது, நிறைந்திருக்கிறது என்று நினைக்கிறேன். ஒரு மரம், செடி, கொடி அவைகளுக்கான செயல்பாடுகள் எல்லாம் அதற்கு உட்பட்டுத்தான் இயங்குகிறது. மனிதர்களாகிய நாம் மட்டும்தான் அதிலிருந்து மிகவும் விலகி இருக்கிறோம். இயற்கையோடு ஒட்டாமல், பொருந்தாமல் இருக்கிறோம். நிறைவடைந்த செயலாக எந்த ஒன்றும் இல்லை. அது ஒரு தொடர்ந்த நடைமுறைப் பயிற்சியின் வழியாகத்தான் அதன் எல்லைகளை நெருங்க முடியும்.

தமிழ் நவீனத்துவ இயக்கங்களில் நீங்கள் உங்களை எதனோடாவது அடையாளப்படுத்திப் பார்க்கிறீர்களா? உங்களுக்கான மரபின் தொடக்கமாக

ஏதாவது ஒரு புள்ளியைச் சுட்ட முடியுமா? உதாரணமாக நீங்கள் பிரமிள் என்றீர்கள்...

பிரமிள் என்பவரை என்னைப் பொறுத்தவரை நான் ஓர் "இலக்கிய முத்திரை" யாகத் தான் பயன்படுத்துகிறேன். அவர் உயிரோடு இருந்தால்தான் அம்முத்திரையைத் தகர்க்க முடியும் என்பதாக. இன்று பிரமிளைப் பேசுவதினாலேயே, அவருடன் நம்மைத் தொடர்புப்படுத்திக் கொள்வதினாலேயே நம்மை விலக்கிவைக்கிற போக்கும் இருக்கிறது. அதை முழுதும் நான் தனியாகவே அனுபவிக்கிறேன். என்னைத் தன்னோடு தொடர்புப்படுத்திக்கொண்டு, என்னைத் தன்னோடு இணைத்துப் பார்த்த, என் சிந்தனைகளோடு ஒத்திசைவு கொண்ட பல எழுத்தாளர்களும் கூட இத்தகைய செயல்பாட்டால் என்னிடமிருந்து விலகிப் போயிருக்கிறார்கள். இதன் காரணங்களை நான் அறியாமல் இல்லை. பிரமிளின் தொடர்ச்சி நான்! நம் அறிவு மரபின் தொடர்ச்சி என்பதே சனாதனச் சிந்தனைகளின் மீதான கல்லெறிதல்தான்!

நானும் பிரமிளினுடைய சமகாலத்தில் என்ன நிகழ்ந்தது, அவர் என்ன மாதிரியான மனநிலையில் இருந்தார் என்றெல்லாம் துல்லியமாக அறிந்திருக்கிறேன். அவரின் சமகாலத்தில் வாழ்ந்த ஒரு படைப்பாளி இல்லை நான். எனக்குக் கிடைத்தது அவருடைய படைப்புகள்தாம். பிரமிளின் படைப்புகளில் கூர்மையான ஆழமான ஓர் அரசியல் திசை இருக்கிறது. சாதியத்தின் ஆதிக்கச் செயல்பாட்டை, கருத்தாக்கங்களின் வழி இலக்கிய வெளியில் இயங்கிய சனாதன அணுகுமுறையை நேரடியாக, உச்சபட்சமான ஒரு கலைத் தன்மையுடன் உடைக்கிற ஒரு செயல்பாடு இருக்கிறது. அதை நான் உள்வாங்கிக் கொள்கிறேன். அதை என் ஊக்கமாக்கிக் கொள்கிறேன். இங்கு தேவதேவன், சிவகாமி, என்.டி.ராஜ்குமார் முதலியோரையும் குறிப்பிட விரும்புகிறேன். என்.டி.ராஜ்குமாரின் கவிதைகளை உடலரசியல் என்பதன் நீட்சியாக அதன் இன்னொரு வகைமையாகத்தான் பார்க்கிறேன். இதில் ஆண், பெண் எழுத்தாளர் என்ற வேறுபாடெல்லாம் இல்லை. உடலை ஓர் ஆயுதமாக வைத்துச் சாதியத்தை தகர்ப்பதற்கான ஒரு மொழி உங்களிடம் இருந்தால் நீங்களும் அந்த இயக்கத்தில்தான் இருக்கிறீர்கள். அப்படிப் பார்க்கும்போது இந்த மரபு

இரண்டாயிரம் வருடங்களாக எங்கெங்கெல்லாம் துளித்துளியாக இருந்ததோ அதனோடெல்லாம் என்னை நான் இணைத்துக்கொள்கிறேன். இந்த மரபிலிருந்து நான் வெளியே போகவே விரும்பவில்லை. ஏனெனில் இது ஆதிக்க மனநிலையுடன் கலையும் படைப்பும் சமூகமும் அரசியலும் எங்கெங்கெல்லாம் செயல்பட்டதோ அதை முற்றும் முழுதும் எதிர்த்த மரபு. விடுதலை வேட்கை நிறைந்ததொரு மரபு. அந்த இடத்தில் நான் நிற்கிறேன்!

பிரமிளை நான், ஓர் 'இலக்கிய முத்திரையாக', அடையாளப்படுத்துவதற்கான அவசியம் இன்னும் இன்னும் அழுத்தம் பெறுகிறது என்று தான் கூறுவேன்.

பிரமிளை பல சந்தர்ப்பங்களில் உங்களுக்கு மிகுந்த ஊக்கம் தரும் படைப்பாளியாக குறிப்பிட்டிருக்கிறீர்கள். உங்கள் முதல் தொகுப்பு வெளியானபோது அதில் பிரமிளுக்கும் உங்கள் படைப்புலகுக்கும் இடையில் ஒரு தொடர்ச்சி உணரப்பட்டது. க.நா.சு, வெங்கட்சாமிநாதன் முதலியோரின் விமர்சனப் பார்வைகளையும், தமிழ் நவீனத்துவத்தின் சனாதனத்தன்மைகளையும் படைப்புக்கு வெளியில் ஒரு விமரிசகராகவும் இயங்கிக் கடுமையாக ஆய்வுப்பூர்மான விசாரணைக்குட்படுத்தியவர் பிரமிள். ஆனால் மறுபுறம் அப்போது அறிமுகமாகிக் கொண்டிருந்த அமைப்பியல், பின் அமைப்பியல் குறித்தும் குறிப்பாக படைப்பு மற்றும் படைப்பாளி பற்றி அது முன்வைத்த கருத்துக்களையும் அவர் கடுமையாக விமர்சித்து வந்தார். படைப்புருவாக்கம் பற்றிய அமைப்பியலின் விஞ்ஞான பாணியிலான அணுகுமுறையை அவர் கடுமையாக எதிர்த்தார்...

படைப்பு மீதான விஞ்ஞானப்பூர்வமான ஆய்வு என்பதை இனி அப்படியே மாற்றிக்கொள்ள வேண்டியிருக்கிறது. இனி ஒரு 'படைப்பாளி' மீதான விஞ்ஞானப்பூர்வமான ஓர் ஆய்வைத்தான் நாம் நிகழ்த்த வேண்டும். படைப்பாளி தன் மீதும், படைப்பாளியின் மீது சமூகமும் விஞ்ஞானப் பூர்வமான தொடர்ந்த ஆய்வையும் விமரிசனத்தையும் நிகழ்த்த வேண்டிய கால கட்டம் இது. அந்தக் காலகட்டத்தில் அத்தகைய விமரிசன நெறியைத் தான் பிரமிள் கொண்டிருந்தார். பிரமிள் தனியொருவராக நின்று அதை எதிர்கொண்டிருக்கலாம்.

நாம் ஒருவரின் படைப்பைத் தூக்கிப் பிடிக்க வேண்டிய அவசியமே இல்லை. படைப்பாளிதான் முக்கியம் என்று நான்

நினைக்கிறேன். சமூகத்தின் ஏற்றத்தாழ்வு குறித்த நம்பிக்கைகளை நாம் ஏற்றுக் கொண்டிருந்திருக்கிறோம். சமூகத்தின் ஆதிக்கச் சாதியின் நிலையிலிருந்துதான் உயர்ந்த படைப்பாக்கம் உருவாக முடியும் என்ற பாலபாடத்தை எல்லோரும் புகட்டியிருக்கிறார்கள். நீங்கள் படைப்பு மீது என்ன வகையான கோட்பாட்டு விமரிசனங்கள், விஞ்ஞானபூர்வமான ஆய்வுகள் எல்லாம் வைக்கிறீர்களோ அதையெல்லாம் இனி படைப்பாளிக்கு இடம் மாற்ற வேண்டும். அதற்கு சங்கடங்கள் நெருக்கடிகள், அதற்குப் பாதையே இல்லையென்றாலும், அதை நாம் செய்ய வேண்டிய காலக்கட்டாயம் இது.

இத்தகைய அணுகுமுறைக்கான எல்லா அவசியங்களையும் மூலகங்களையும் சமீபத்தில் அம்பேத்கரிடமும், நவீன பௌத்தத்திலும் நான் துல்லியமாகக் கண்டறிந்திருக்கிறேன். படைப்பு என்பது ஒரு தனிமனிதனின் விளைச்சல் தான்! என்றாலும் அது ஒரு கலைப்படைப்பா என்று ஆராய்வதை விட அது எங்கிருந்து வரும் கலைப்படைப்பு என்பதைத் தீர விசாரிப்பது முக்கியம். சமூக மாற்றத்திற்காகவென முன்வைக்கப்படும் கொள்கைகளும், அறிக்கைகளும் எவர் வாயிலிருந்து, எவர் உடலிலிருந்து எப்படி வெளிப்படுகிறது என்பது முக்கியம். சாதியின் பெயரால் ஏற்றத்தாழ்வு நிறைந்த இச்சமூகத்தின் படிகளில் ஒருவர் எந்தப் படியில் நின்று கொண்டு தன் படைப்பை முன் வைக்கிறார் என்பதைக் கணக்கிடாமல் கருத்தில் கொள்ளாமல் அவர்தம் படைப்பின் தரத்தைப் பேசுபொருளாக்குவதில் என்ன இருக்கிறது? இந்தப் படிநிலையை அவர் உருவாக்கவில்லை. சமூகத்தால் உருவாக்கப்பட்ட படிகளில் அவர் அங்கே நிற்கும் படி நிற்பந்திக்கப்பட்டிருக்கிறார், என்றால், அவருக்கு முன்னுரிமை கொடுத்து அவர் படைப்பை அணுகுவது தான் விஞ்ஞானப் பூர்வமாக இருக்கும். எனில், விளிம்பு நிலையிலிருந்து ஒடுக்கப்பட்ட வெளிகளிலிருந்து இயங்குபவர்களின் படைப்புகளில்தான் சமூகத்திற்கான புத்தெழுச்சியும் படைப்பூக்கமும் பெற்றிருக்கும்.

சமீபத்தில், தலித் அல்லாத, ஆங்கிலத்தில் எழுதும் தமிழ்ப் படைப்பாளி தன்னை, ஒரு தலித் என்று சொல்லி உலகெங்கும் தன் கருத்துக்களை விற்று வந்தார். இதில் அவர் என்னவிதமான

படைப்புகளை வழங்கினார் என்று பார்க்கவேண்டிய அவசியமில்லை. நேர்மையாக தலித் படைப்பாளிகளுக்குக் கிடைக்கவேண்டிய உரிமைகளையும் நீதிகளையும் அவர் அவமதித்துள்ளார். ஆகவே, இனி ஆய்வினைப் படைப்பாளி மீது செய்யவேண்டும். படைப்பாளியைத் தான், 'போஸ்ட் மார்ட்டம்' செய்யவேண்டும்!

உங்களுக்குள் கவிதையாக்கம் எந்த முறையில் நிகழ்கிறது? ஓர் இடத்தில் 'என் நினைவுகள் தொன்மமாகும் வரை அதை நான் கவிதையாக்குவதில்லை' என எழுதியுள்ளீர்கள்.

வாழ்க்கை ஒழுங்கற்றதாகவும் பலசமயங்களில் கவித்துவத்தின் லயத்திற்கு எதிரானதாகவும் இருக்கிறது. ஆகவே அந்தரங்க வாழ்வை நான் சீரற்றதாகவும் ஒழுங்கற்றதாகவும் அதன் நடையில் விட்டு வைத்திருக்கிறேன். தினமும் உட்கார்ந்து மெனக்கெட்டுக் கவிதைகள் எழுத வேண்டும், நூல்கள் கொண்டு வந்துவிடவேண்டும் என்பது மாதிரியான அவசரங்கள் எனக்கில்லை. ஆனால் ஒவ்வொரு படைப்பாளியும் தன்னை ஒருவிதமான மன அவசத்துக்கும் ஒழுங்கிற்கும் பழக்கிக் கொள்கிறான் என்றே நினைக்கிறேன். நமக்குள் சிந்தனைகள் தறிகெட்டு ஓடிக்கொண்டிருக்கும். அச்சிந்தனை யோட்டங்களைத் தொடர்ந்தால் நூற்றுக்கணக்கான எண்ணங்கள், அனுபவத் தெறிப்புகள் உள்ளே அலையடித்துக் கொண்டிருக்கின்றன. எந்தக் குறிப்பிட்ட ஒன்றையும் நூல் பிடித்துச் செல்வது என்பது கடினம். ஆனால் சில குறிப்பிட்ட, நாம் ஏற்கெனவே நம்மைப் பயிற்றுவைத்திருக்கிற சிந்தனை சார்ந்த பொருட்களோ நிகழ்வுகளோ மீண்டும் மீண்டும் நம்மைத் தாக்கும். அலைக்கழிக்கும். அம்மாதிரியானவற்றை பற்றிக் கொள்வதற்கான எல்லா முயற்சிகளையும் எனக்குள் எடுத்துக் கொள்கிறேன். இது ஒரு விதமான எளிய பயற்சி தான். இன்னும் அதிகமாக, படைப்பூக்கம் மிக்க ஆக்கங்களுடன் நாம் நம்மை தொடர்ந்து இணைத்துக் கொண்டே இருப்பதும் அவசியம். ஒரே வகையான படைப்புகள் சில சமயங்களில் அதற்கான துடிப்பைத் தராமல் போய்விடலாம். ஆகவே வேறுபட்ட, தன் தீரமொட்டிய படைப்புகளை கலைவெளியிலும், இயற்கையிலும் தேடிக்கொண்டே இருப்பேன்.

சமீபத்தில், ‘நம்மைப் பிடித்த பிசாசுகள்’ என்று ஒரு கவிதை எழுத நேர்ந்த படைப்பனுபவத்தைச் சொல்கிறேன். என்னுடைய ‘முலைகள்’ கவிதை ஒரு கண நேரத்தில் எழுதப்பட்ட கவிதை. ஆனால் அந்தக் கவிதை கடுமையான விமர்சனங்களுக்கு உள்ளாகி, அர்த்தச்சலிப்புகளுக்கும் உள்ளாகிவிட்டது, உங்களுக்கே தெரியும்! அக்கவிதை, அதன் உள்ளார்ந்த அர்த்த அலகுகளில் பேசப்படாமல், அதன் புறத்தோலைப் பற்றிப் பேசிப் பேசி, சலித்து அதன் அர்த்தங்களையும் பொலிவுகளையும் காயடித்த ஒரு தருணத்தையும் நான் உணர்ந்தேன். அந்தக் கவிதையைத் தூக்கி எறிந்துவிடலாம். அதை மறந்து விடலாம். ஆனால் அந்தக் கவிதையை மறப்பதற்கும் நிராகரிப்பதற்கும் இன்னொரு கவிதையை நோக்கித்தான் நாம் செல்ல வேண்டும். அந்த நடைமுறையில் தான் நான் ‘நம்மைப் பிடித்த பிசாசுகள்’ என்று ஒரு கவிதை எழுதினேன். அதை எழுதி முடித்தபோது விட்டு விடுதலையாகிய அனுபவத்தை அடைந்தேன்!

ஒரு கண நேர மடை திறக்கிற தன்மை இருக்கிறது அல்லவா, அதற்குக் காத்திருக்க வேண்டும். அப்படி இல்லாமல் காகிதங்களோடும் பேனாவோடும் உட்கார்ந்து காத்திருக்கும் விஷயம் அன்று இது. அது எப்போது வேண்டுமானாலும் நிகழலாம். ஒரு நண்பனோடு பேக்கொண்டிருக்கும்போது, உணவருந்தும்போது அல்லது நனவிலி கணத்தில் கூட அதற்கான எழுச்சித் தெறிப்பாய் நிகழலாம். ஆனால் எத்தகைய அனுபவம் நம்மை அலைக்கழிக்கிறது என்பதில் நாம் கவனத்துடன் இருக்க வேண்டும். ஓர் அழகியல் பூர்வமான அறப்பூர்வமான சிந்தனை நம்மை மிகவும் அலைக்கழிக்கும். ஏன் அலைக்கழிக்கிறது என்றால் நம்மால் அதைத் தொடரவோ செயல்படுத்தவோ முடிவதில்லை. அந்த மாதிரியான தோல்விகள்தான், அவை உருப்பெறுவதற்கான தனிமனித விருப்பங்கள்தாம் கவிதைகள் ஆகிறதோ என்று எனக்குத் தோன்றும். பேனாவையும் பென்சிலையும் எடுத்து எழுதிவிடவேண்டும் என்ற உடல் சார்ந்த ஓர் எழுச்சி அப்பொழுது ஆர்ப்பரிக்கும். இயற்பியல்பூர்வமான ஒரு நிலையோடு தொடர்புடையது அன்று இது. உணர்வுப்பூர்வமாக உங்களுக்குள் நிகழும் ஒரு விஷயம்தான். நமது உணர்வெழுச்சியின் வெளிப்பாடுகளை எல்லாம் ஒன்று கூட்டிய ஒரு புதிய பதிவே கவிதை என்றாகிறது.

இந்தக் கடைசிக்கட்ட முயற்சியில் அதீதமானதோர் ஒழுங்கும், செயல்பாடும் தேவைப்படுகிறது. இப்பொழுது பிறக்கும் விடுதலை உணர்வு, எழுதப்பட்ட கவிதைக்கு முற்றிலும் வெளியே இருக்கிறது.

கவிதைகளைத் தொகுக்கும் அவசியம் நோக்கிய அவசரம், பதற்றம் என்பது எனக்கு என்றுமே இருந்ததில்லை. இத்தகைய படைப்பூக்க ஆற்றல் குறித்த பாடத்தையெல்லாம் நான் பிரமிளிடம் இருந்து திருடிக்கொள்கிறேன். இப்படி எனக்கான ஆற்றலைப் பலரிடம் இருந்து வரித்துக்கொள்கிறேன். அப்படிப் பலரைச் சுட்டலாம். தேவதேவனைக் கூறலாம். எழுத்தாளர் சிவகாமியையும் இங்கு குறிப்பிட விரும்புகிறேன். இளைய தலைமுறைக் கவிஞர்கள் பலரிடம் இருந்தும் இந்த ஆற்றலை, ஊக்கத்தை நான் பெற்றுக் கொள்கிறேன். மற்றபடி, அவர்களின் மொழி சொற்கள் உத்திகள் அதன் சாயல்கள் எதன் தாக்கத்தையும் என்னிடம் உணர்வதில்லை. மொழியும், சொற்களும், வடிவங்களும் அவரவர் சுயம் வெளிப்படுத்தும் அரசியலுக்கான தனித்த வகை இல்லையா?

நீங்கள் தேவதேவனைக் குறிப்பிடுகிறீர்கள். பிரமிளுடைய அதிகாரத்திற்கெதிரான அழகியல்தானே ஒரு சிறு இயக்கமாக செயல்பட்டுத் தமிழ் நவீனத்துவத்தின், சிறுபத்திரிகைச் சூழலின் சாதிய அதிகாரங்களை கலைப்பூர்வமான கூரிய விசாரணைக்குட்படுத்தியமை என்ற புள்ளிகளில் பிரமிளிடம் உங்களுக்கான நவீனத்துவத்தின் வேர்களைக் காண்கிறீர்கள். தேவதேவனுடனான உங்கள் கவிதை மற்றும் அரசியலுக்கான ஒரு தொடர்பை எந்தப் புள்ளியில் அர்த்தப்படுத்துவீர்கள்? தேவதேவனிடம் அவரது கவிதைகளில் அத்தகைய அரசியல் வெளிப்படுகிறதா? ஜெயமோகனும் தேவதேவனைக் கொண்டாடுகிறார். நீங்கள் ஜெயமோகனிடமிருந்து மாறுபட்டு தேவதேவனிடம் ஈர்ப்புகொள்ளும் தளம் எது?

சிறுபத்திரிகை சூழலுக்குள்ளான சாதிய அதிகாரங்களுக்கு எதிராக பிரமிளுக்கு இயங்கக் கிடைத்த வாய்ப்பை விடவும் தேவதேவனுக்கு இருக்கும் வாய்ப்பும் அதே சமயம் நெருக்கடியும் அதிகமென்றே நினைக்கிறேன். ஏனென்றால் பிரமிளின் காலத்தை விடவும் இன்று சமகாலத்தில் சாதிய அதிகாரங்கள் ஏற்படுத்தியுள்ள நெருக்கடியை நாம் அதிகமாகவே உணர்கிறோம். பார்ப்பனிய அதிகாரத்தை எதிர்ப்பது போலவே இன்று நமக்கு

இடைநிலைச் சாதிகளுடைய பார்ப்பனியச் சிந்தனை மற்றும் பார்ப்பனிய அதிகாரத்துவத்தையும் கடுமையாக எதிர்கொள்ள வேண்டியிருக்கிறது. அரசியல், சினிமா, இலக்கியம் என எல்லாவற்றையும் தங்களுடைய அதிகாரப்பிடியில் வைத்திருப்பவர்கள் இந்த பார்ப்பனியச் சிந்தனைக்குத் தங்களை ஒப்புக் கொடுத்த இடைச் சாதியினரும்தாம். பார்ப்பனியச் சிந்தனை நமக்குள் இருந்தாலும் அதை நாம் கடுமையாக அழித்தொழிக்க வேண்டியிருக்கிறது.

தேவதேவனுக்கும் அந்த நெருக்கடி அதிகமாக இருக்கிறதென்று நினைக்கிறேன். சமீபத்தில் புதிய கோடாங்கி போன்ற இதழ்களில் அந்த மாதிரியான கவிதைகளை நேரடியாகவும் வெளிப்படையாகவும் அவர் எழுதியிருக்கிறார். அதில் அவரிடம் மொழி வழியான, ஒரு நகர்வும் சாதி எதிர்ப்பை அதன் படைப்புத்திறனும் அழகியலும் குன்றாமல் வெளிப்படுத்துவதன் வழியாக நிறைய கற்றுக்கொள்ள முடிகிறது. அம்மாதிரியான கவிதைகள் வழியாக ஓர் சமூக அசைவும் கூட நிகழ்கிறது! அவருடைய ஒட்டுமொத்த இலக்கியத்திலும் அவர் செயல்படுத்தும் அழகியல் வெளிப்பாடு, மனிதனுக்கு எதிராக மனிதன் இயங்கும் அரசியலை இயல்பாக நுட்பமான அளவில் வெளிப்படுத்தியுள்ளது. அழகியல் என்று நான் கூறுவது ஜோடணையான வார்த்தைகளை முன்வைத்து அல்ல. ஒரு தெள்ளத் தெளிவான, துல்லியமான, சிந்தனைக்கொத்த வார்த்தைகளைத் தேர்ந்தெடுத்துச் சொல்வதும், அதன் வழி நிற்பதும், மனிதப் பண்பாட்டுக்குரிய ஒரு நல்ல ரசனையை அவர் கொடுப்பதும் அலாதியானது. அதன் வழியாக, சாதிய எதிர்ப்பு சார்ந்த அரசியலை கவித்துவப்படுத்துவதில் அவரிடம் முன்னோக்கிய ஒரு நகர்வு இருக்கிறது. 'குளித்துக் கரையேறாத கோபியர்களிலிருந்து' இன்றைய அவரது கவிதையும் சிந்தனை உலகமும் நகர்ந்து வந்திருக்கிறது.

மேலும் தேவதேவன் தன்னை ஒரு தனிமனிதனாகவே தன்னை முன்வைத்து எதையுமே செய்வதில்லை. அவர் எந்த ஓர் இயக்கத்துடனும் இணைந்தும் செயல்படவில்லை. ஆனால் அவரைப் பல மனிதக் கோர்வைகளின் ஒட்டுமொத்த உருவமாக நான் பார்க்கிறேன். தேவதேவன் என்கிற தனிமனிதரை, கவிஞரை நான் மிகைப்படுத்திக் கூறவில்லை. அவரோடு

எனக்கு நிறைய, அல்லது குறிப்பிட்ட அளவில் உரையாடல்களெல்லாம் நிகழ்ந்தது இல்லை. அவருடைய கவிதையே மிகத் தெளிவாகவும் வெளிப்படையாகவும் நம் முன் இருப்பதால் அதற்கான அவசியமும் இல்லை. மேலும் அவரையொட்டி நிகழ்ந்த இலக்கியச் சம்பவங்களை நான் கூர்மையாக வாசிக்கிறேன். வைரமுத்துவின் விருதை அவர் நிராகரித்தது இலக்கிய அரசியல் வெளியில் மிகவும் முக்கியமானது. அவரின் தனிமனித சிந்தனைகளின் வழியும் அதன் அறநெறிப் படியும் நிற்கும் துணிவைப் பறைசாற்றக் கூடியது. அதுபோலவே, ஜெயமோகன், தேவதேவனை முன்வைக்கும்போதும், அதனால் தான் மறுக்கவேண்டிய சமரசங்களைக்கூட தேவதேவன் தன்னளவில் எதிர்கொள்வதற்கான எல்லா தயாரிப்புகளையும் வைத்திருப்பார், செய்துகொள்வார் என்று எனக்குத் தெரியும்.

உங்களது கவிதை வெளிப்பாட்டு முறையில் படிமங்கள் ஒரு முக்கிய இடம் வகிக்கின்றன. ஒரு அழகியல் கூறான படிமத்தை நீங்கள் எந்த இடத்தில அரசியல்படுத்துகிறீர்கள்?

ஒன்றோடு ஒன்று சம்பந்தப்பட்ட இருவேறு புற அலகு கொண்ட விஷயங்களின் இணைவுதான் படிமம். இரண்டு தொடர்பற்ற விஷயங்கள் தங்களுக்குள் உள்ள ஒரு பொதுக்குணத்தினால் இணைவதால் ஏற்படும் ஒரு தெறிப்பு. அன்றாடம் நம் மனதிற்குள் பல படிமங்கள் உருவாகிக்கொண்டே இருக்கின்றன. ஒருவரைப் பார்த்து இவர்கள் என் அம்மாவைப் போல் இருக்கிறார்கள் என்கிறோம். அதில் உள்ள ஒரு மனித ஞாபகம் இருக்கிறது அல்லவா, அது நம்மை அதையொத்த இயல்புணர்ச்சி கொண்டவற்றையெல்லாம் தேடிப் படிவுகளாக்கி அடுக்குகிறது, படிமங்களாக்குகிறது. ஆதிக்க சாதிப் பெண்களைத் தவிர எல்லோருக்கும் இதுதான் மொழி வாய்த்த முதல்தலைமுறை. இதற்கு முன் பேசுவதற்குக்கூட வாய்ப்பற்ற பெண்கள், தனிமையில் வாழும் பெண்கள் எல்லோரும் தம் அனுபவங்களை ஞாபகங்களை ஏதோ ஒரு விதத்தில் சேமித்து வைத்துக்கொள்ள வேண்டும் இல்லையா. தங்களை நசுக்கும் ஒரு சம்பவம், கணவன் அல்லது ஏதோ ஓர் ஆண் அல்லது ஓர் ஆதிக்க சாதிப் பெண் வழியாக நிகழும்போது அந்த அனுபவத்தைத் தன்னிலையிலிருந்து எதிர்க்கும் தன் எதிர்ப்புணர்ச்சியை ஏதோ

ஒன்றாக தங்களுக்குள் உருமாற்றி வைக்கிறார்கள் இல்லையா? அதை ஒரு சின்னக் காட்சிச்சித்திரமாக, சின்னமாக, படிமமாகத்தான் தான் ஆக்கி வைப்பார்கள். அது அவர்கள் நினைவுகளில் துலங்கிக் கொண்டேதான் இருக்கும். ஒரு பொழுதும் அணைந்து போகாது. அதைத்தான் நான் படிமமாக்குகிறேன். ஆதிப் பெண் வரைக்கும் அதைக் கிளறிக்கொண்டே செல்ல முயற்சிக்கிறேன். எனக்குக் கைக்குக் கிடைத்த மொழி வழியாக நான் காலத்தினூடாகத் திரும்பிப் போக வேண்டும். ஆதிப் பெண்ணின் நினைவு வரைக்கும் போக வேண்டும். என் பயணத்தை நீளமானதாகவும் முழுமையானதாகவும் ஆக்கவேண்டும்!

கவிதை என்பது ஓர் அந்தரங்கமான ஸ்டேட்மெண்டாக இருக்கிறது. ஒரு நாவல் அல்லது சிறுகதையில் ஆசிரியரின் ஆளுமையோடு நமக்கு ஏற்படும் பரிச்சயத்தை விட கவிதையில் கவிஞனோடு நிகழும் நெருக்கம் மிக அதிகம். என் கவிதையை என்னோடு இணைத்தும் தொடர்புபடுத்தியும்தாம் பார்ப்பீர்கள். ஆனால் நான் என்னோடு அதைக் கட்டுப்படுத்தாமல், கட்டிவைக்காமல், எல்லாப் பெண்களுடைய அனுபவங்களையும் என் அந்தரங்க வெளிக்குள் கொண்டு வருகிறேன். தனிமையில் விடப்பட்ட பெண்கள், மொழியிலிருந்து விலக்கப்பட்ட பெண்கள், தங்களுடைய வெளியை விட்டு வெளியேற முடியாத பெண்கள் என எல்லாவற்றையும் நான் ஊடறுத்துப் பார்க்கிறேன். நான், குட்டிரேவதி எழுதுகிறேன் என்றால் அது என்னுடைய அரசியலும் பொருளும் மட்டுமல்ல. நான் எங்கு என்னை அரசியல் படுத்துகிறேன் என்றால், எனக்கு மொழியுனுடைய ஒரு வாய்ப்பு கிடைக்கிறது எனும்போது அத்தனைப் பெண்களுடைய உணர்ச்சிகளும் பீறிடும் என்னுடைய கவிதையை, அதற்கான பரப்பாய் ஆக்கிக்கொள்கிறேன். எனக்கு முந்தைய என் அம்மாவின், அவரது அம்மாவின், அவரது அம்மாவின் என பல தலைமுறைகளின் கூட்டனுபவமும் வேட்கையும் வெளிச்சமும் உக்கிரமும் அதில் இருக்கின்றன. அவர்கள் தங்களை தக்கவைத்துக் கொண்ட தவிப்பு, உஷ்ணம் கொதிநிலை. இந்தக் கூட்டனுபவமும் கூட்டு நினைவும்தாம் என் நிலம் அதிலிருந்துதான் எனக்கான நீரையும் சத்தையும் எடுத்துக்கொள்கிறேன். நான் எழுதுவது என்பது

அவர்களுக்குமானது. அப்படித்தான் என் கவிதைகளை அதன் அழகியலை நான் அரசியல்படுத்துகிறேன். மேலும், அம்மா என்று குறிப்பிடும் போது ஒற்றை யோனியை மட்டுமே குறிப்பது அன்று என்பதற்கும் அழுத்தம் கொடுக்க விரும்புகிறேன். யோனிகளின் தொடர்ச்சி துண்டிக்கப்படுவதே இல்லை இது இப்பூமியில். இயற்கையின் நியதி!

உங்கள் கவிதைகளில் இயற்கை ஓர் ஆதாரமான இடத்தைப் பெறுவதாகத் தெரிகிறது. மழை, வெயில், மரம், மலர், கடல் என இயற்கையின் நிரந்தரப் படிமங்கள் உங்கள் கவிதைகளில் தொடர்ச்சியாகவும் சீராகவும் அமைகின்றன. மனித உடலுக்கும் இயற்கைக்குமான இடைவெளியை கரைத்துவிட உங்கள் கவிதைகள் முயற்சிக்கின்றன. உங்கள் கவிதைகளில் எல்லா உணர்ச்சி நிலைகளும் இயற்கையின் பல்வேறு கோலங்கள், அசைவுகள் வழியாகவே கடத்தப்படுகின்றன. இயற்கைக்கும் மனித உடலுக்கும் இடையில் எத்தகைய உறவை உங்கள் கவிதைகள் கட்டமைக்க விழைகின்றன. அதில் நீங்கள் கூறும் அறம், உடலரசியல் இவையெல்லாம் என்ன அர்த்தத்தைப் பெறுகின்றன?

இயற்கையை என் கவிதைகள் நெருங்கிச் செல்வதற்கான தொடக்கங்கள் என்னுடைய வாழ்க்கையில் தற்செயலாக நிகழ்ந்தன. இரண்டு வருட காத்திருப்புக்கும் முயற்சிக்கும் பிறகுதான் நான் சித்தமருத்துவப் படிப்பில் சேர்ந்தேன். அந்தத் தீவிரத்திற்கும் ஆர்வத்திற்குமான காரணங்களை நான் தேடிப் பார்க்கிறேன். மனித உடலுக்குள் நுழைந்து, மனித உடலை அறிந்து கொள்ள வேண்டும் என்ற ஆர்வமும் வேட்கையும் எனக்குள் தொடர்ச்சியாக இருந்துகொண்டே இருந்தது. அதுவே, சித்த மருத்துவத் தத்துவத்துடன் என்னை இயல்பாக உணர்வுப்பூர்வமான உறவை ஏற்படுத்திக்கொள்ள முடிந்தது. சித்தர்கள் கடவுளை வெளியில் வைக்கமால் ஊனுடம்பு ஆலயம் என்று மனித உடலுக்குள் தேடினார்கள். ஏனென்றால் இந்த உடலை விலக்குதல் என்பது குறிப்பிட்ட வயதிலிருந்தே சனாதனத்தின் பெயரால் பெண்களுக்கு நிகழ்கிறது. ஒரு குறிப்பிட்ட வயதுவரையில் போற்றப்பட்ட உடல் மீது திடீரென்று சமூகம் பல தடைகளைப் போடுகிறது. அது வெவ்வேறு தன்மைகளில் உடலை முடக்கிக்கொண்டே இருக்கிறது. இந்தப் பருவத்தில் விடுதலையை நோக்கிய ஒரு மனோபாவம் தன்னெழுச்சி எல்லாம் இயல்பாகவே எழும்போது

சமூகம் போடும் தடைகளையும் நம் நடை உடை பாவனைகள் மீது அது சுமத்தும் பல சுமைகளையும் தீவிரமாக எதிர்கொள்ள வேண்டியிருக்கிறது. இந்த நெருக்கடியின் ஒரு தீர்வை நோக்கிய ஒரு பருவத்தில் தான் சித்த மருத்துவத்தை வந்தடைந்திருந்தேன்.

திருநெல்வேலியில் படித்த காலங்களில், 94, 95 என்ற வருடங்கள் என்று நினைக்கிறேன். அப்போது காஞ்சனை திரைப்பட இயக்கத்தோடு எனக்கு ஏற்பட்ட நெருக்கமான பரிச்சயம், நண்பர்களுடைய தொடர்பு, பல திரையிடல்கள் எல்லாம் எனக்கு நவீன சினிமா உலக சினிமா பற்றியெல்லாம் ஆழமான அறிவைக் கொடுத்தது. இந்தக் கட்டத்தில் சினிமாதான் எனக்குள் விடுதலைக்கான விழைவை தீவிரப்படுத்தியது எனலாம். அப்போது தொடர்ந்து திரையிடலுக்காகவும் திரைப்பட விழாக்களுக்காகவும் காஞ்சனை சீனிவாசன், காஞ்சனை மணி மற்றும் நண்பர்களுடன் தொடர்ந்து பயணம் செய்யத் தொடங்கினோம். இந்தியாவின் பல்வேறு இடங்களுக்குப் பயணித்தோம். நகரங்களில் இருந்து, வீடுகளிலிருந்து, கட்டடங்களிலிருந்து தொடர்ந்து இயற்கையை நோக்கிய, விட்டு விடுதலையான பயணங்கள் அவை! முடிச்சுகளெல்லாம் தொடர்ந்து அவிழ்ந்துகொண்டே இருக்கும் படியான பயணங்கள் அவை! உங்கள்மேல் சமூகம் போட்ட முடிச்சுகளெல்லாவற்றையும் அவிழ்க்கிற அனுபவத்தை பயணங்கள்தாம் தரும். அப்போது இயல்பாகவே இலக்கிய வாசிப்பும் இருந்ததினால் எழுதுவதற்கான சின்ன சின்ன முயற்சிகளெல்லாம் மிகவும் அனிச்சையாக நிகழ்ந்ததுதான். கவிஞராக வேண்டும், எழுத்தாளராக வேண்டும் என்று எனக்கு எந்த விதமான திட்டமும், இலட்சியமும் கிடையாது. அது இயல்பாகவே நிகழ்ந்தது. ஆனால் எதையும் வெளிப்படுத்தும்போது எதையும் நேர்த்தியாகவும் திடமாகவும் செய்ய வேண்டும் என்ற என் சுபாவம் காரணமாக இன்னும் நான் என்னைக் கவிதைக்கான அனுபவங்களுக்கும் அந்தப் பணிக்கும் என்னைக் கூர்மைப்படுத்திக்கொண்டேன். ஆனால் என்னுடைய தளம் சினிமாதான். இதுவரையில் கடந்த 15 வருடமாக நவீன சினிமா என்கிற தளத்தில் என்னைப் பெரிய அளவில் உருவாக்கிக்கொண்டு வருகிறேன். அதற்கான பயிற்சி எடுத்திருக்கிறேன். உலக அரசியல், உலகத்தின் நவீனத்துவ வரலாறு சார்ந்து ஒரு

பரிச்சயம், பயிற்சி, அதனோடான ஓர் உள்மன உரையாடல் எல்லாம் எனக்கு சினிமா வழியாக பெருமளவில் நிகழ்ந்தது. இன்றும் நான் சினிமாவை நோக்கிச் சென்றுக்கொண்டிருக்கும் ஒரு நபர்தான். தற்கால சினிமா என்பது மிகப்பெரிய அதிகாரக் களமாக இருக்கும் சூழலில் முண்டியடித்துக்கொண்டு நெருக்கியடித்துக்கொண்டு அதற்குள் நுழைய வேண்டிய அவசியம் எனக்கில்லை. அது இயல்பாக நிகழும் ஒரு கணம் நோக்கி நான் போய்க் கொண்டிருக்கிறேன். கவிதை என்பது ஒரு செவ்வியத் திருப்பம் தான். கவிதைக்குள் போனது என்பது ஒரு இயல்பான தடம்புரளல்தான். ஆனால் எதையும் தீவிரமான பயிற்சிக்கும் விசாரணைக்கும் உள்ளாக்கிக்கொள்ளும் என் இயல்பின் காரணமாகவே கவிதையின்மேல் எனக்கு ஈடுபாடு ஏற்பட்டது. அதைத்தொடர்ந்து நவீன இலக்கியம் பற்றிய அதனுடைய வரலாறு, அரசியல் போக்குகள் எல்லாம் பரிச்சயமாகிறது. அந்த நிலையில் நீங்கள் யாரோடெல்லாம் அடையாளப்படுத்திக்கொள்கிறீர்கள். யாரோடு முரண்படுகிறீர்கள், உங்கள் சமூக அடையாளம் என்ன, செயல்பாட்டு வடிவம் என்ன என்ற பிற கேள்விகளும் நீங்கள் உங்களை வெளிப்படுத்திக்கொள்ள வேண்டிய தேவையும் உத்வேகமும் உருவாகின்றன.

உடலரசியல் என்கிற ஒரு பொதுவான கருத்தியல் உங்கள் கவிதையில் பெறும் குறிப்பான பரிமாணம் என்னவாக இருக்கிறது. இப்போது இயற்கையுடனான உறவு என்பதைச் சமகால அரசியல் தேவைகளையொட்டி எப்படி அர்த்தப்படுத்துகிறீர்கள்?

இயற்கையை நெருங்கிச் செல்வது, என்பதை பௌத்தம், அம்பேத்கரியம் இதன் வழியாகவெல்லாம் அறிந்த மனித சமத்துவம், மனித விடுதலை ஆகியவற்றுடன் கூர்மைப்படுத்திப் புரிந்து கொள்கிறேன். சாதிய ஆதிக்கச் சிந்தனை உள்ள நாடு நம்முடையது. சாதி என்பது இந்து மததினுடைய ஓர் அடிப்படையாக இருக்கிறது. அது திடமாக கட்டமைக்கப்பட்ட ஒரு பொருண்மை. இது மனித உடலை, என்னுடலையே நான் மறுத்துப் பார்க்கிற, விலக்கிப் பார்க்கிற, என்னுடலை ஓர் அபத்தமாக, என்னுடைய சக மனிதர்களுடைய உடலைப் பாகுபடுத்திப் பார்க்கிற ஒரு பேதத்தை அது கட்டமைக்கிறது. ஆனால் எல்லோருடைய உடலும் ஒரே மாதிரியான இயக்கம்

உடையதுதான். உயிரியல் அடிப்படையில், வளர்சிதை மாற்றத்தில் எல்லா உடல்களுமே ஒரே வகையானதுதான். ஆணுக்கும் பெண்ணுக்கும் கூட அடிப்படையில் இனப்பெருக்க உறுப்புகளில்தான் வேறுபாடு இருக்கிறது. நாகரிக வாழ்க்கையில் கழிவறைகளும் உள்ளாடைகளும் மட்டும்தான் வேறுபடுகின்றன. இந்நிலையில் என் உடலை மறுக்கிற சக மனித உடலிலிருந்து துண்டிக்கிற ஒரு பேதத்தைச் சாதிதான் ஏற்படுத்துகிறது. இது அனைத்தையும் கலைத்துவிட்டு இயற்கையோடு ஒன்றுதல். இதைத்தான் பௌத்தமும் அம்பேத்கரியமும் கட்டமைக்கிறது. அதுதான் இயற்கையின் விதி. இயற்கையின் விதியை அதன் சமநிலையைப்புரிந்து கொள்வது தான் அதன் ஒரு பகுதியான மனிதனின் அத்தியாவசியத் தேவை என்பதைக் கௌதம புத்தர் வலிந்து கூறுகிறார்.

நான் தேவதேவனைக் குறிப்பிட்டது கூட, இந்த புள்ளியில்தான் மனித பேதங்களை முறியடிக்கிற, இயற்கையின் கூறுகளோடு தான் கலந்துவிடத் துடிக்கிற ஓர் இடைவிடாத பயணம் தேவதேவன் கவிதைகளில் இருக்கிறது. இந்தப் பிரம்மாண்டமான பிரபஞ்சத்தில் மனித வாழ்வினுடைய நோக்கம், நகர்வு, அதனுடைய உத்வேகம் எல்லாவற்றையும் நாம் இயற்கையிடமிருந்துதான் வாங்கிக் கொள்கிறோம். சாதியத்தை வைத்து உடல் மீது தீண்டாமை, பிறப்பைக் காரணமாக வைத்து மனித உடலை ஒடுக்குதல், பால் அடையாளத்தை வைத்து ஒடுக்குதல் என்பது பார்ப்பனர்களுக்கு அதிகாரம் பயிலத் தேவையாக இருந்தது. அவர்கள் இந்த மண்ணின் மீதான தீராத அதிகாரத்தைக் கைக்கொள்ள, இங்குள்ள மக்களின் மீது அதிகாரத்தைச் செலுத்த அது தேவையாக இருந்தது. பார்ப்பனீயம் முன்வைத்த இந்து மதம் வழியாகப் புகட்டிய, முக்தி பேறு என்பதெல்லாம் மனித உடல், இயற்கையுடனான அதன் உறவு என்பதன் முன் அர்த்தமற்றவை. அது உடலைப் புதிராக்கி, அதன் வழியாக உடல் மீதான அதிகாரங்களைக் கட்டி எழுப்புதலுக்கான ஒரு தந்திரம் தான். உங்கள் உடலையே உங்களுக்கு உரிமை இல்லை என்று சொல்லும் முதல் தரமான புரட்டும் ஒடுக்குமுறையும் உள்பொதிந்த ஓர் ஆதிக்கச் சிந்தனைதான்!

நவீன இலக்கியத்தின் சென்ற தலைமுறைப் பெண் படைப்பாளிகள் ஏன் இன்றைய பெண்கவிஞர்களோடு, அவர்கள் பேசும் உடலரசியல் போன்ற விஷயங்களோடு தங்களை இணைத்துப் பார்ப்பதில்லை. உங்களுக்கும் அவர்களுக்குமான இடைவெளிகளை எப்படி விளக்குவீர்கள்?

நவீன இலக்கியத்தில் எங்களுக்கு முன்பாகவும் பெண்கள் எழுதிக்கொண்டுதான் இருந்திருக்கிறார்கள். நாங்கள் புதிதாக வந்துவிடவில்லை. அம்பை, சுகந்தி சுப்பிரமணியம், இரா. மீனாட்சி, பெருந்தேவி இப்படிப் பலர் இருந்திருக்கின்றனர். எல்லோருமே எனக்கு முன்பு இயங்கியவர்கள்தாம். இவர்கள் நாம் முன்பு பேசிய கலைத்தூய்மைவாதம் மிக்க நவீனத்துவ சிற்றிதழ்ச் சூழலிலிருந்து வருபவர்களாக பார்க்கப்பட்டாலும் இவர்கள் முற்போக்காகவும் பெண்ணுரிமை சிந்தனைகளை முன்வைத்தும் இயங்கினார்கள் என்பதில் சந்தேகமே இல்லை. அவர்கள் காலத்தில் மேலோங்கியிருந்த ஆணாதிக்கச் சிந்தனைகளை தங்கள் படைப்புகளில் முன்வைத்தனர். அது சார்ந்த கருத்தியல்களும் மேலோங்கி இருந்தன. இவர்கள் ஆண் படைப்பாளிகளோடு எம்மாதிரியான முரண்பாடுகளை எதிர்கொள்ள வேண்டி இருந்திருக்கும், அதற்கான நியாயங்கள் என்பதெல்லாம் உண்மையிலேயே நியாயப்படுத்த வேண்டிய விஷயங்கள். அதை நாம் அங்கீகரித்துதான் ஆகவேண்டும். ஆனால் அதற்குப் பின்பு நாம் உடலரசியல் என்று ஒன்றைப் பேசும்போது ஏன் இவர்கள் எல்லாம் விலகி இருக்கிறார்கள், கரையொதுங்கி நிற்கிறார்கள் என்பது ஒரு கேள்வியாக இருக்கிறது. அதாவது, ஏன் சிந்தனை அளவில் அவர்களெல்லோரும் கருத்தாக்க மையத்திலிருந்து விலகி இருக்கிறார்கள்? இது எனக்கொரு முக்கியமான கேள்வியாக இருக்கிறது. ஏன் குட்டி ரேவதி, மாலதி மைத்ரி, சல்மா, சுகிர்தராணி என்று இது ஒரு சதுரம் போல ஆகவேண்டும்? இந்த நான்கு பேருக்கும் ஒரு பொதுமை இருக்கிறது என்பதை நான் மறுக்கவில்லை. ஒடுக்கப்பட்ட மதம், சாதி, இனம் சார்ந்த தரப்பிலிருந்து கவிதை எழுத வந்துள்ளார்கள் என்கிற பிரக்ஞையுடன் தான் இவர்கள் பார்க்கப்படுகிறார்கள். அந்தப் பிரக்ஞை இப்படைப்பாளிகளுக்கும் இருக்கிறது. அதனால்தான் இவர்கள் தங்கள் உடலை மொழியாக வெளிப்படுத்துகிறார்கள்.

ஆனால் இதற்கு முன்பாக எழுதிய ஆதிக்கச் சாதிப் பெண்களுக்கு அந்த நிர்பந்தமே இல்லை. அவர்கள் தங்கள்

சாதி சார்ந்த அதிகாரம், சொகுசு, இயங்குவெளி, அதை நுகர்வதற்கான சுதந்திரம், ஆதாயங்கள் எல்லாவற்றையும் அனுபவித்த பெண்களாக இருந்தார்கள். அவர்கள் தங்களுக்கு எதிராக இருந்த, தங்களை ஒடுக்கும் தன் சாதி ஆண்களோடு மட்டும்தான் முரண்பட வேண்டி இருந்தது. மற்ற சாதியைச் சேர்ந்த ஆண்களோ, பெண்களோ அவர்கள் முன்வைக்கும் ஒரு கருத்தாக்கமோ அவர்களுக்குப் பொருட்டாகவும் தொடர்பு உடையதாகவும் ஏன் அவர்கள் பார்ப்பதில்லை. சாதியம் என்பது பார்ப்பனியப் பெண்கள் மீதும் தானே ஒடுக்குமுறையை நிகழ்த்தியிருக்கின்றது? 'தேவதாசி முறை' போன்ற அவ்வடிவங்களை உடைத்தெறிவதில், தன் சாதி ஆண்களின் அதிகாரத்தை எதிர்கொள்வதில் அவர்கள் நியாயமாகவும் திடகாத்திரமாகவும் செயல்பட்டிருக்கிறார்கள், போராடியிருக்கிறார்கள் இல்லையா? இயல்பாகவே அவர்களுடைய வீடுகளில், அவர்கள் தங்களை வெளிப்படுத்தும் பிற வெளிகளில் பிற சாதிப் பெண்களை, அவர்களின் பிரச்சனைகளைப் பேச வேண்டியத் தேவைகள் அவர்களுக்கு இருந்திருக்கவில்லை. சுய சாதி மறுப்பைச் செயல்படுத்தும் மனப்பான்மை ஏன் அவர்களுக்குத் தோன்றவில்லை? அவர்களிடம் ஏன் அத்தகைய விழிப்புணர்வு இல்லை. இன்று உடலரசியல் பேசுபவர்களிடமிருந்து இவர்கள் விலகி நிற்க வேண்டிய காரணம் இதுதான்.

மறுபுறம் இன்று உடலரசியல் பேசும், மாலதி மைத்ரி, சல்மா, சுகிர்தராணி, குட்டி ரேவதி இந்த நான்கு பெண்களுக்குமான வேறுபாடுகளைப் பார்க்கும்போது அதுவும் மிகத் தீவிரமடைந்துதான் இருக்கிறது. எங்கள் மீதான அனைத்து தரப்பின் விமரிசனங்களையும் நாங்கள் எல்லோருமே தனித்தனியாகத்தான் எதிர்கொள்ளவேண்டி இருக்கிறது. ஆனால், எங்களுக்குள்ளான முரண்பாடுகளை நானே தீவிரப்படுத்த முடியாது. எங்களுக்குள் கருத்து வேறுபாடுகள் இருக்கின்றன, நாங்கள் ஒருவரோடு ஒருவர் பொருந்தி இயங்குவதில்லை. பொதுத் தளங்களில் ஒன்றாக அடையாளம் பெறுவதில்லை போன்ற குற்றச்சாட்டுகள் அர்த்தமற்றவை. அவ்வாறு இயங்குவதற்கான அவசியமும் இல்லை என்று நினைக்கிறேன். ஏனென்றால், எனக்கு என் கருத்தியல் சார்ந்து தீவிரமாக இயங்க

வேண்டி இருக்கிறது. சல்மாவுக்கு அவர்களுடைய மதம் சார்ந்து... இந்தியாவில் இஸ்லாம் ஒடுக்கப்படுகிற அடையாளமாக இருக்கும் சூழலில் சல்மாவுக்கு அவர்களுடைய மதம் சார்ந்த உரிமைகளை வென்றெடுக்க வேண்டிய கட்டாயம் இருக்கிறது... மாலதி மைத்ரியும் அவர்கள் சார்ந்த தரப்பின் பிரச்சனைகளை உரிமைகளை வென்றெடுக்கும் போராட்ட உணர்வுடன் செயல்படுகிறார். எனவே எங்களுக்குள்ளான விமரிசனங்கள் என்பது பற்றி நான் சிந்திப்பதே இல்லை. ஆனால் நாங்கள் எல்லோருமே அவரவரின் தனித்துவ கருத்தியலில் மிகத் தீவிரமாக இயங்கிக்கொண்டிருக்கிறோம். நாங்கள் எழுத வந்தபோது, ஏற்கனவே இங்கிருந்த பெண்ணியவாதிகள், பெண் படைப்பாளிகள் இவர்கள் எல்லோரும் அதை அணுகியமுறை எப்படி இருந்தது என்றால், அவர்களும் தங்கள் சாதிய அடையாளங்களை வெளிப்படுத்தியவாறுதான் இயங்கிக் கொண்டிருந்திருக்கிறார்கள் என்பதைத்தான் தெளிவாக்கியது. முற்போக்காகத் தங்களை வெளிப்படுத்திக்கொண்ட நவீன இலக்கியப் பெண் எழுத்தாளர்களும் தங்களுடைய ஆதிக்க சாதிய அடையாளங்களை இழப்பதற்குத் தயாராக இல்லை. இது எங்களுடைய உடலரசியலை இன்னும் தீவிரப்படுத்துகிறது. நான் என் உடல், என் உடலுக்கான சுயமரியாதை, அதற்கான உணர்வுகள் எல்லாவற்றையும் தேடிக் கண்டடைவதற்கான வெளியை இன்னும் இன்னும் விரிவுபடுத்திக் கொள்கிறேன். இப்படித்தான் உடலரசியல் பேசும் பிற பெண்களும் அவரவர்கள் வந்த சமூக அரசியல் தரப்பிலிருந்து இயங்குகிறார்கள். இதை ஒருங்கிணைந்த ஓர் இயக்கமாக எடுத்துச் செல்லும் ஒரு பெண் இயக்கத்திற்கான வாய்ப்பு தமிழ்நாட்டில் இல்லையென்றாலும் இது தளர்ந்து போகாமல் இன்னும் தீவிரப்பட்டுக்கொண்டுதான் இருக்கிறது என்று நம்புகிறேன்.

இந்தியாவின் சமூக அரசியல் போராட்டச் சின்னங்களாகச் சித்திரிக்கப்படுகிற அருந்ததி ராய், மஹேஸ்வேதா தேவி எல்லோரும் ஒடுக்கப்பட்ட தரப்புகளுக்கான கரிசனங்களை வெளிப்படுத்தினாலும், அவர்களுடைய அறிவாற்றலும் அதை ஒரு ஸ்டேட்மெண்ட்டாகத் தான் வெளிப்படுத்துகிறது. அவர்களே முற்றும் முழுதுமாக, இந்தியாவின் சின்னங்களாக இருக்கவே முடியாது. பினாயக் சென்னை விடுதலை செய்வதிலிருந்து,

மாவோயிஸ்டுகளோடு, பழங்குடி மக்களோடு இணைந்து நிற்பது வரை அருந்ததிராய் பேசும், போராடும், இணையும் எந்த விஷயத்திலும் எனக்கு கருத்து வேறுபாடு கிடையாது என்றாலும், அதை எல்லாவற்றையும் அவர்கள் ஒரு விவர அளவில் அணுகுவதும், அந்தப் பிரச்சனையைக் கையாள்வதற்கான நடவடிக்கைகளை ஒரு பிரச்சனை என்று மட்டுமே முன்வைக்கிறார்களே தவிர, ஒட்டுமொத்த இந்தியாவினுடைய அரசியல் சமூக விஷயங்களை உள்ளடக்கி அவர்களால் இன்று வரை ஒரு ஸ்டேட்மெண்டை சொல்ல முடியவில்லை. இந்தியாவை வெளிப்படையாக ஒரு தீண்டப்படாத நாடு என்று சர்வதேச அளவில் பகிரங்கமாய் அவர்கள் அடையாளப்படுத்துவதே இல்லை. அவர்களுடைய கடமையும் பொறுப்பும் அது என்று நினைக்கிறேன். அவர்களிடம் ஏதோ ஓர் உள்ளுணர்வு தன் சாதி விஷயங்களை இழப்பதற்குத் தடுக்கிறதோ, அல்லது அது தம்முடைய பணியில்லை என்று நினைக்கிறதோ என்ற ஒரு கேள்வி எனக்கு வருகிறது.

உங்கள் முதல் தொகுப்பு வெளிவந்தபோது நவீன இலக்கியவாதிகளிடம் குறிப்பாக ஆண் படைப்பாளிகளிடம் மிகுந்த பாராட்டையும் வரவேற்பையும் பெற்றது. ஆனால் 'முலைகள்' தொகுப்பு வந்த பிறகு இது முற்றிலும் மாறியது. மைய நீரோட்டத்தில் மட்டுமல்லாமல் நவீன இலக்கியவாதிகளிடமிருந்தும் எதிர்ப்பும் தனிமைப்படுத்தலும் நிகழ்ந்தது. இந்த மாற்றம் குறித்து...

முதல் தொகுப்பான, 'பூனையைப் போல அலையும் வெளிச்சம்' என்னுடைய பாலிமையை முதன்மையாகக் கொண்டு உருவாகவில்லை. ஆனால், 'முலைகள்' என்ற தலைப்புடன் வெளிவந்த இரண்டாவது தொகுப்பு நான் ஒரு பெண் என்று என் பாலிமையை தன் தலைப்பாலேயே அடையாளம் காட்டுகிறது. அது அத்தொகுப்பில் அடங்கியிருக்கும் ஒட்டுமொத்த கவிதைகளுக்கான ஓர் அரசியல் குறியீடாகவும், 'முலைகள்' என்ற ஒற்றைச் சொல்லே குறியீடாகவும் இயங்கும்போது அது பிரச்சனையாகிறது. அச்சொல் என்னுள் குறியீடாக மாறுதல் என்பது எனக்குள் மிகுந்த சுய உணர்வுடன்தான் நிகழ்ந்தது. எனக்கு முன்பாக ஏற்கெனவே படைக்கப்பட்டிருந்த நவீன இலக்கியம், அதன் படைப்பாளிகள், அதன் வரலாறு, அரசியல் போக்குகள் பற்றியெல்லாம் என்

அறிதல் கூர்மைப்படும்போதும் தீவிர விசாரம் நிகழும்போதும் நான் என்னவாக இருக்க வேண்டும் என்று எனக்குள் தெளிவான கவனக்குவிப்பு ஏற்பட்டது. அன்றிலிருந்து இன்றுவரை நான் அந்தக் கவனத்திலிருந்து விலகிப் போகவேவில்லை.

ஒரு தொகுப்பு தயாரிப்பு காரணமாக இன்று காலையில் 2000, 2001 வாக்கில் பிரசுரமான என் தொகுப்புக்கான விமரிசனங்களையெல்லாம் பார்த்துக்கொண்டிருந்தேன். அப்போது 'பூனையைப் போல் அலையும் வெளிச்சம்' தொகுப்பிற்கு கணக்கற்ற பாராட்டுகளும் மதிப்புரைகளும் அந்த ஆண்டில் வந்திருப்பதைப் பார்த்தேன். அதற்கு வந்தள்ளதை போன்ற பதிவுகள் வேறு எந்த தொகுப்பிற்கும் இல்லை. 'தனிமையின் ஆயிரம் இறக்கைகள்' கெல்லாம் ஒரு பதிவு கூட இல்லை. ஆனால் 'முலைகள்' தொகுப்பிற்கும் அதற்குப் பின்பான எனது நடவடிக்கைகளுக்கும் வந்த விமரிசனங்கள், வசைகள், அவதூறுகள் கட்டுக்கட்டாக, காகிதக் கத்தைகளாக என்னிடம் இருக்கின்றன. மிக மோசமான கடிதங்களெல்லாம் அப்போது வந்துள்ளன. மிகவும் அவதூறு நிறைந்த ஆபாசச்சித்திரங்கள் ஒட்டப்பட்ட அட்டைக் கடிதங்கள் எனக்கு வரும். ஆணுறுப்புகளின் சித்திரங்களோடு போஸ்ட் கார்டுகள் வரும். கடிதங்கள் வரும். உள்ளே அசிங்கமாக எழுதி அனுப்புவார்கள். இ-மெயிலிலும் இத்தகைய கடிதங்கள் நிறைய வரும்.

இணையத்திலும் இது பெரிய அளவில் நடந்தது. நன்கு நினைவிருக்கிறது, அப்போது ஜெயமோகன், சாருநிவேதிதா ஆகியோரிடம் மொட்டையாக, 'முலைகள்' பற்றி என்ன நினைக்கிறீர்கள் என்று கேள்வி கேட்கிறார்கள். கடவுளுக்குப் பிறகு தமிழ்நாட்டில் அதிகமாக உச்சரிக்கப்படும் ஒரு சொல்லாக முலைகள் ஆகிவிட்டது என்கிறார் ஜெயமோகன். 'பெரிய முலைகளாக இருக்கும் என்று நினைத்தேன்... ஆனால் சிறிய முலைகளாக இருக்கிறது', என்கிறார் சாரு நிவேதிதா யதார்த்தமான உரையாடலா, கற்பனையான உரையாடலா என்று அறிய முடியாத அளவிற்கு இணையத்தில் அப்பதிவு வெளியாகியிருந்தது.

நீங்கள் உடலரசியல் என்று கூறும்போது அதில் உடல் மீதான சாதிமயப்படுத்தலை உடைப்பதை மையமாக வைக்கிறீர்கள். இந்நிலையில்,

லீனா மணிமேகலை உங்கள் கருத்தாக்கத்தை ஹை–ஜாக் செய்வதை எப்படிப் பார்க்கிறீர்கள்? மேலும், லீனா மணீமேகலை உடலரசியல் எனும்போது அதில் பெண்ணிய நோக்கில் மார்க்சியத்தின் இடைவெளிகளை அம்பலப்படுத்துவது மட்டுமே முதன்மைப்படுகிறது. அதில் குறிப்பாக மார்க்சிய மூலவர்கள் பற்றி ஆவேசமான விமர்சனங்களை வைக்கிறார். ம.க.இ.க. தோழர்கள் அதைக் கடுமையாக விமர்சித்தார்கள், ஆவேசமாக முரணபட்டார்கள். லீனா மணிமேகலையின் உடலரசியலை நீங்கள் எப்படிப் பார்க்கிறீர்கள்?

எவருமே இன்னொருவருடைய கருத்தாக்கத்தை அபகரிக்க முடியாது. ஒருவர் இன்னொருவருடைய படைப்பை எப்படி உரிமை கொண்டாட முடியாதோ அப்படியே கருத்தாக்கமும். மேலும், இடதுசாரிகள் விமர்சிக்கப்பட வேண்டியவர்கள்தாம். அதில் எனக்கு எந்தவித மறுப்பும் கிடையாது. நீங்கள் கேள்வியை இன்னும் தெளிவுபடுத்த வேண்டும்.

நீங்கள் சாதியொழிப்பை பிரதிநிதித்துவப் படுத்துவதாக சொல்கிறீர்கள். ஏதோவொரு வகையில் நீங்கள் மற்ற பெண் கவிஞர்களையும் அங்கீகரிக்கிறீர்கள். ஆனால் இதில் ஏதோ ஒரு வகையில் ஓர் ஒத்திசைவும், ஒருங்கிணைப்பும் நிகழவில்லை என்றால், இப்படி நுணுகி நுணுகி உள்ளே செல்வது சாதிய திடப்படுத்தலுக்குத்தானே வழிவகுக்கும். அடிப்படையில் உங்கள் எல்லோருடைய நோக்கமும் ஒடுக்குமுறைக்கு, சாதியத்திற்கு எதிராக இருந்தாலும், நாம் வேறுபாடுகளை வரையறுக்கும் நமது நோக்கத்திலிருந்து விலகிப் போகிறோம் அல்லவா?

சாதியம் என்பது ஒரு சட்டையாக இருந்தால் அதை எளிதாக கழட்டி வீசிவிட்டுப் போய்விடலாம். ஆனால் அது இரண்டாயிரம் வருடங்களுக்கு மேலாக இயங்கிய பண்பாட்டு நுண்மங்களையும், அரசியல் குறுக்கோட்டங்களையும் கொண்டிருக்கிறது. இவை நம், வரலாற்றுடன், புனைவுகளுடன், நமது நினைவுகளுடன் கலந்திருக்கும்போது அதை நாம் ரொம்ப நுட்பமாகத்தானே எதிர்கொள்ள வேண்டியிருக்கிறது.

நுட்பமான வேறுபாடுகளின் தேவைகளைப் புரிந்துகொள்ள முடிகிறது. ஆனால் அவற்றுக்கிடையில் ஓர் ஒத்திசைவு உருவாகாமல் போவது நோக்கத்தைச் சிதறடித்து விடுகிறதல்லவா. மேலும் சாதியொழிப்பில் அனைத்து முற்போக்கு இயக்கங்களுக்கும் சில எல்லைகள் இருக்கிறதல்லவா. உங்களுக்கும் சில எல்லைகள் இருக்கும். உங்களது கருத்தியலை வைத்து

மட்டுமே சாதியத்தை ஒழித்துவிட முடியாதல்லவா? மற்ற எந்த இயக்கங்களை விடவும், நீங்கள் கூறும் பெண்ணியம், தலித் பெண்ணியம் உள்ளிட்ட சித்தாந்தங்களை விடவும் சாதியொழிப்பில் மார்க்சிய இயக்கங்களின் அடித்தளம் அதிகமான பலமுடையதாக இருக்கிறது. ஆனால் லீனா மணிமேகலை போன்றவர்கள் அதிலிருந்து விலகிச் செல்வதற்கான வாய்ப்புகளைத்தான் உருவாக்குகிறார்கள். நீங்கள் முன்வைக்கும் சிவகாமி கூட பெரியாரை விமர்சனம் செய்வதன் மூலமாக அதைத்தான் செய்தார்கள். இதில் உங்களுடைய நிலைப்பாடு என்னவாக இருக்கிறது. நீங்கள் எங்கிருக்கிறீர்கள்?

பலதரப்பட்ட அரசியலாலும் போராட்டத்தாலும்தான் சாதியத்தை முறியடிக்க முயலும், எங்களுக்குள் அதன் ஆரம்பக்கட்டத்திலேயே ஒத்திசைவை எதிர்பார்ப்பது என்பது அவசியமில்லை. அந்த ஒத்திசைவு எப்போது வருமென்றால், இன்னும் பல கட்டங்கள் போன பிறகுதான் ஏற்படும். ஏனென்றால் இது ஓர் ஆரம்ப நிலை. இந்தக் கட்டத்திலேயே நீங்கள் உங்களுக்குள் ஒத்துப்போங்கள் என்று எதிர்பார்ப்பது ஓர் ஆதிக்க மனப்பான்மை. தங்களுக்குள்ளாகவே ஒன்றாக இல்லை என்று தாழ்த்தப்பட்டவர்கள் மீதும் இம்மாதிரியான விமரிசனங்கள் வைக்கப்படுவதும் அரசியலை பாமரத்தனமாகப் புரிந்து கொள்ளுதல் தான். இதை நான் கடுமையாக மறுப்பேன். நீங்கள் எதிர்பார்க்கிற ஒத்திசைவை நோக்கிய ஒரு தொடக்கப் புள்ளிதான், நாங்கள் எல்லோரும் கவிதையில் முன்வைக்கும் உடலரசியல் என்பது. அதை எப்படி வைக்கிறோம் என்பது இன்னும் நுட்பமான கேள்விகளுக்குட்பட்டது. முழுமையான ஒத்திசைவை உருவாக்க நாம் இன்னும் நிறைய பணியாற்றவேண்டியிருக்கிறது. இது ஒரு தொடக்கக் கட்டம். மேலும், சாதி ஒழிப்பில் ஈடுபடுவதில் முற்போக்கு இயக்கங்களுக்கும் எல்லைகள் இருக்குமில்லையா என்று நீங்கள் கேட்பதே ஏதோ சலுகையை யாசிப்பது போல் இருக்கிறது. அதுவொன்றும் அத்தகைய முக்கியமான பிரச்சனை இல்லை என்பதான அலட்சியமும் தொனிக்கிறது. ‘சாதி ஒழிப்பு’, ஓர் இயக்கத்தின் நோக்கமாக இருக்கும்பட்சத்தில் அதற்கான எல்லைகளை வரையறுத்தவர்களின் நோக்கமும் அது இல்லை என்றுதானே ஆகிறது.

மேலும் இடதுசாரிகளை லீனா எப்படி விமர்சிக்கிறார் என்பது பற்றி நான் இங்கு கூறுவது அவசியமற்றது. நான் என்னளவில் எப்படி விமர்சிக்கிறேன் என்றால், இடதுசாரி அரசியலை முன்னெடுத்துச் சென்றவர்கள் எல்லோருமே ஆதிக்கச் சாதியினர்தான். இன்று வரையில் கீழ்வெண்மணிப் பிரச்சனை ஒரு சாதியப் பிரச்சனை இல்லை என்று இடதுசாரிகள் வாதமிட்டுக்கொண்டே இருக்கிறார்கள். அதற்காக மீண்டும் மீண்டும் குறும்படங்கள், திரைப்படங்கள் எடுத்து நியாயப்படுத்தப் பார்க்கிறார்கள். அன்று கீழ்வெண்மணியில் போராடிய இடதுசாரி இயக்கத்தினர் அவர்களுடைய உழைப்பு, அர்ப்பணிப்பு இதையெல்லாம் நான் குறைத்து மதிப்பிடவில்லை. அன்று அவர்கள் களத்தில் நின்று போராடினார்கள், தியாகம் செய்தார்கள் எல்லாம் சரி. ஆனால் அப்போராட்டத்தின் பின்னின்று பார்க்கும் அவர்களின் மனோபாவம் கண்டனத்துக்குரியது. சாதியம் பற்றிய விவாதங்களுக்கான திறந்த கதவுகளை அறைந்து சாத்துவது. சாதிய ஒழிப்பில் அன்று இருந்த ஓர் அரசியல் கட்டத்திலேயே இன்றும் நாம் இருக்க முடியுமா. அதில் ஒரு வளர்ச்சி, நகர்வு, விடுதலை தேவையில்லையா?

மேலும் விமரிசனங்களை முன்வைப்பதை நாம் ஓர் அவதூறாகவும் பார்க்கக்கூடாது. இடதுசாரி அரசியலை இன்னும் கூர்மைப்படுத்திக் கொள்வதற்கான வாய்ப்பை நாம் ஏற்படுத்திக் கொள்ளவேண்டும். அவர்களுடைய தேவையை நான் மறுக்கவே இல்லை. ஆனால் அதில் தலைமைத்துவத்தில் இருந்தவர்கள் எல்லோருமே ஆதிக்கச் சாதியினராக இருந்ததினால்தான் இன்றுவரை கீழ்வெண்மணி பிரச்சனை ஒரு சாதியப் பிரச்சனை இல்லை வர்க்கப் பிரச்சனைதான் என்று அவர்கள் வற்புறுத்தவேண்டிய கட்டாயம் ஏற்படுகிறது. மேலும் இடதுசாரி இயக்கத்திற்கான ஒரு தீவிரக் காலக்கட்டம் நிறைவடைந்து வேறொரு காலகட்டத்திற்கு நாம் வந்துவிட்டோம். எல்லோரும் அதில் தொய்வடைந்து விட்டார்கள்.

எல்லா சமூக இயக்கங்களிலும் வேலை பார்த்தவர்கள், களத்தில் நின்று போராடியவர்கள் யாரென்று பாருங்கள். ஒரு நூற்றாண்டு இந்திய வரலாற்றில் முற்போக்கு இயக்கங்கள் அனைத்தும் களத்தில் நின்று போராடுவதற்கான மக்கள் தொகை

எங்கிருந்து வந்தது என்றால் தாழ்த்தப்பட்ட சமூகத்தினரிடமிருந்துதான். ஆனால் அவர்களுடைய பிரச்சனைகளை தலைமைத்துவமோ, அதன் சித்தாந்தமோ உள்வாங்கிக்கொள்ளவேயில்லை. மார்க்சியத்தைக்கூட இங்கே நாம் உள்வாங்கும்போது ஏற்கனவே இங்கு நிலவும் பிரச்சனைகளோடு இணைத்து உபயோகப்படுத்தியிருந்தால் இன்று பொருளாதார சமத்துவம் நோக்கியும், பொருளாதார விடுதலை நோக்கியும் எவ்வளவோ முன்வளர்ந்திருப்போம் இன்றும் மார்க்ஸ் நமக்குத் தேவை. அதில் எந்தவித சந்தேகமும் எனக்கில்லை. இன்னும் சொல்லப் போனால் இனி அடுத்தக்கட்ட அரசியல் செயல்பாட்டுக்கு இங்கு ஏற்கனவே நிகழ்ந்து முடிந்த சிந்தாந்த செயல்பாடுகளினுடைய ஒரு ஒருங்கிணைந்த பார்வை நமக்குத் தேவைப்படுகிறது. நமக்கு மார்க்ஸ் தேவைப்படுகிறார். ஆனால் இங்கு நிலவும் சாதியச் சிக்கல்களை, அதன் உட்கூறுகளை கருத்தில் கொண்டு அவற்றை முதன்மைப்படுத்தி, இங்குள்ள பொருளாதார ஏற்றத்தாழ்வுகளுக்கான காரணங்களை ஆராய்ந்த தளத்தில் நின்று கொண்டுதான், மார்க்ஸ் அச்சிக்கல்களை நிவர்த்தி செய்வதில் உதவக்கூடும் என்றுதான் உண்மையில் நாம் மார்க்சைப் பார்த்திருக்கவேண்டும். அப்பொழுதுதான் மார்க்ஸின் தத்துவத்தை முழுமையும் புரிந்துகொண்டவர்களாவோம். ஆனால், இங்கு நாம் ஒன்றை நினைவில் வைத்துக் கொள்வோம், ‘நான் மார்க்சிஸ்ட் இல்லை’ என்றே மார்க்ஸே கூறியிருப்பதை!

நாம் தொடங்கிய இடம் லீனா என்கிற விஷயத்திற்கு வரும்போது...

இல்லை, அவர் மீதான எனது விமரிசனத்தை நான் கூர்மைப்படுத்த விரும்பவில்லை அதற்கு இங்கு எந்தத் தேவையுமில்லை. எனது சிந்தனைகளை, சிந்தனைகளின் தொடர்ச்சியைச் சிதறடிக்கும் உங்கள் முயற்சிகளை நான் பொருட்படுத்தப் போவதில்லை! இதற்கெல்லாம், இந்தக்குறுகிய மனிதவாழ்வில் நான் கவனம்கொடுக்க முடியாதுதானே!

இல்லை, லீனாவின் படைப்புகள் அதற்கெதிராக ம.க.இ.க தோழர்கள் செய்தது இதை எப்படி பார்க்கிறோம் என்றால், லீனா இங்கு இருக்கும் இடதுசாரிகள்.. எல்லாமே தினப்படி விவரங்களுடன் இருக்கிற பிரச்சனைகளை விட்டுவிட்டு.. பேப்பரில் இருக்கிற மார்க்ஸ், எங்கல்ஸ், ஹெலென் டெமூத்,

விஷயங்களின் கதைக்கூற்று, கருப்பொருள் உட்பட மொழிபெயர்த்து ஏற்கனவே செய்யப்பட்ட புரட்சியை அதன் மீது செய்யப்பட்ட கலக எதிர்வினைகளை அப்படியே மொழிபெயர்த்து செய்வதன் மூலமாக உண்மையாக இங்கு இருக்கும் இடதுசாரிகளின் மேல் நம் களங்களில் செய்ய வேண்டிய வேலையை தவிர்ப்பதற்குப் பயன்படுத்தியிருக்கிறார்கள்.. இங்கே உண்மையாக சீனிவாசராவ் மீதும் ராமமூர்த்தி மீதும் செய்திருக்க வேண்டிய வேலையை மார்க்ஸ் எங்கல்சிடம் செய்துவிட்ட வேலையின் மூலமாக செய்ததாக நிறைவு செய்துவிட்ட ஒரு பாவனையை அது கொண்டிருக்கிறது. ஆனால் உங்களுடைய எழுத்து மிகவும் தரவுப்பூர்வமாக, விமர்சனப்பூர்வமாக, பிரச்சனைப்பூர்வமாகச் சென்று தொடுகிறது. ஆனால் லீனாவினுடையது அப்படி செய்யாமலேயே அப்படியான பாவனையை அது செய்கிறது இல்லையா.

நீங்களே பதிலைச்சொல்லிவிட்டீர்கள்! பின்னும், இந்தக் கேள்வியை என்மீது போட்டு விவாதம் வாங்கும் முயற்சியாக இது இருக்கிறதா? இல்லை, இதை சுமூகமான ஒரு சிந்தாந்த உரையாடலுக்கு நாம் கொண்டு செல்வதற்கான முயற்சியும் நோக்கமும் இந்த நேர்காணலுக்கு இருக்கிறதா என்பதை வைத்துதான் இந்தப் பிரச்சனை குறித்து நான் தொடர்ந்து பேசமுடியும் என்று நினைக்கிறேன்.

இல்லை, இது எந்த இடத்தில் கேள்வியாக மாறுகிறது என்றால்... ஏற்கனவே சில வேலைகளை சென்ற தலைமுறைப் பெண் எழுத்தாளர்கள் செய்திருக்கிறார்கள். அவர்களுடைய பங்களிப்புகளை சில முனைகளில் நீங்கள் அங்கீகரிக்கிறீர்கள். சில முனைகளில் அதனுடைய போதாமைகளைச் சுட்டுகிறீர்கள், விமர்சிக்கிறீர்கள். அந்த தலைமுறையில் எழுத்து என்பதே ஒரு வீட்டு விலங்கு மாதிரி வீட்டு மயப்படுத்தப்பட்டிருக்கிறது... உங்கள் தலைமுறையில்தான் எழுத்து சமூகப்பூர்வமாக்கப் பட்டிருக்கிறது. நீங்கள் குறிப்பிட்ட அரசியல் தேவைக்காக ஆதரிக்கிறேன், சில குறிப்பிட்ட புதிய பரிமாணங்களில் அதை மறுக்கிறேன் என்கிறீர்கள். இப்போது லீனா பிரச்சனை, நீங்கள் பேசுகிற விஷயத்தையே நீங்கள் பேசுகிற வடிவத்தில் பேசாமல் ரொம்ப தந்திரமாக காகிதங்களில், புத்தகங்களில் இருப்பதை மட்டும் எடுத்துக்கொண்டு பேசுகிறது. அதை ஆதரிப்பீர்களா அல்லது எதிர்ப்பீர்களா?

ஒரு பெண்ணின் பார்வையிலிருந்து எதிர்ப்போ, விமரிசனமோ வரும்போது பலதரப்பட்ட புள்ளிகள் அதற்கு இருக்க முடியும்

தான். நாம் அதை அங்கீகரித்துத்தான் ஆகவேண்டும். உடலரசியலையே வேறுவேறு வடிவங்களில் பேசுகிற படைப்பாளிகள், கவிஞர்கள் பலவேறு தளங்களிலிருந்து இயங்குவதற்கான தேவைகள் இருக்கிறது. நான் எழுதுவது மட்டும்தான் உடலரசியல் என்று முன்னிறுத்துக்கொள்வது நான் முன்மொழிந்த சித்தாந்தத்தையே துண்டாடுவது போன்றதால் அதில் எனக்கு விருப்பம் இல்லை. பல முனைகளிலிருந்து சாதி எதிர்ப்பும், மத எதிர்ப்பும், குடும்பம் என்கிற சமூக வரையறைகளை எதிர்க்க வேண்டிய அவசியமும் பெண்களுக்கு மட்டுமல்ல ஆண்களுக்கும் இருக்கிறது. பெண்களைப் போலவே ஆண்களும் மன உளைச்சலுக்கு உள்ளாகிறார்கள் என்பதையும் நான் பார்க்கிறேன். "whenever we liberate a woman, we liberate a man also". என்கிற இனவரைவியலாளர் மார்கரெட் மீட்டின் இனவரைவியல் சிந்தனையையும் இங்கே சுட்ட விரும்புகிறேன். உடலரசியலின் வெளிப்பாட்டில் பலதரப்பட்ட எல்லாவிதான பார்வைகளும் இருப்பதற்கான நியாயங்களை நாம் ஏற்றுத்தான் ஆகவேண்டும். ஆனால் விமர்சனங்களையும் ஓர் ஆரோக்கியமான புள்ளியில் நின்று எதிர்கொள்ளவேண்டிய தேவையையும் நான் ஏற்றுக் கொள்கிறேன்.

இடது சாரிகள் மீதான என்னுடைய விமர்சனமும் லீனாவினுடையதும் வெவ்வேறு தன்மைகளில் இருக்கிறது. ஏனெனில், அவர் முன்வைக்கும் விமர்சனம் என்பது அவர் வந்திருக்கிற பின்னணியிலிருந்து உருவாகிறது. அவர்கள் மார்க்சிய மூலவர்களை விமர்சிக்கிறார்கள் இங்கு இருக்கும் களப்பணியாளர்களை விமர்சிக்கவில்லை என்றால் அந்தக் குறிப்பிட்ட ஓர் அம்சத்தைப் பூதாகரப்படுத்தி நான் என் கருத்து சார்ந்த விவாதத்திலிருந்து விலகிச் சென்றுவிட விரும்பவில்லை. ஏனெனில் இதன் வழியாக, உடலரசியில் என்ற பொதுப்புள்ளியில் எல்லோரிடையேயும் ஓர் ஒத்திசைவை நான் விரும்பினாலும் நான் எவ்விடத்தில் இவர்களிடமிருந்து மாறுபடுகிறேன் என்ற புள்ளியை இன்னும் திடப்படுத்த விரும்புவதால், இது போன்ற விவாதங்கள் வழியாக அதைச் சிதறடிக்கிற முயற்சிகளும் இருக்கிறது என்பதால், நான் இதில் மிகவும் எச்சரிக்கையாகவே இருக்க விரும்புகிறேன். மேலும், லீனாவின் எழுத்தில்

விடுதலைக்கு எதிரான ஆதிக்கச் சிந்தனையைத்தான் பார்க்கமுடிகிறது. இல்லையெனில், அது இவ்வளவு அதிகமாய் பெண்களைத் தூக்கியெறிந்து பேசியிருக்காது. ஆதிக்கப் பின்னணியில் இருந்து வரும் பெண்கள், தம் சுய அதிகாரத்தை நிறுவுவதற்கான போராட்டத்தை விடுதலை என்று பேசுவது சிறந்த நகை முரண்தான்.

எழுத்து என்பது பன்மைத்தன்மையோடு, வித்தியாசங்களோடு இருப்பதற்கான நியாயங்களை புரிந்துகொள்ள முடிகிறது. ஆனால் விமர்சனத்தின் போது மட்டும், ஒருங்கு திரட்டிக்கொள்வதில் உள்ள நன்மையை நாம் இழந்துவிடக்கூடாது என்று விரும்புகிறோம் அல்லவா? நீங்கள் விமர்சித்து விடுவதால் அந்த உறவோ அல்லது ஒருங்கோ எந்தவிதத்திலும் சிதைந்துவிடப் போவதில்லை. உங்கள் எழுத்தின் மூலமாக உள்ள ஒத்திசைவை உங்கள் பேச்சின் வாயிலாக, விமர்சிப்பதின் வாயிலாக சிதறிவிடுமா?

நமது இலக்கிய சமூகத்தில், குறிப்பாகச் சிற்றிதழ்ப் பண்பாட்டில் இருந்து வந்த சமூகத்தில் வழக்கமான ஒரு பாணி இருக்கிறது. அவதூறுகளை நேரடியாக படைப்பாளியின் மீது போடுவது அல்லது தீவிர மௌனத்தின் வழியாக ஒரு படைப்பாளியை இறந்தவராக்குவது. அந்தப் பண்பாட்டிலிருந்து விலகி, படைப்புகள் மீதும் படைப்பாளிகள் மீதும் அவதூறுகளுடன் அணுகாமல் விமர்சனப்பூர்வமாக அணுகலாம் என்பதில் நான் மிகுந்த நம்பிக்கை கொண்டிருக்கிறேன். இப்போது அவர்களுடைய படைப்புக்குள் போகலாம்.

பொதுவாகவே அவருடைய படைப்புகளில் வெறுமையான வார்த்தைக் கோர்வைகள் இருக்கின்றன. தீவிர இலக்கிய அம்சங்களை உள்நுகர்ந்த ஓர் ஆழமான அறிவும் விசாரமும் இல்லை. தீவிர கவிதையின் சமூகச் செயல்பாடு, அதனுடைய வடிவங்கள், நுணுக்கங்கள் என்று பார்க்கும்போது கவிதையாகாத தருணங்களையும் அது கொண்டிருக்கிறது. இதுதான் இன்றைய நாளில் மிக முக்கியமான கவிதைக்கான அரசியல் செயல்பாடு என்பதான பிரச்சாரப் பிரகடனமும் இருக்கிறது. மார்க்ஸ் ஒன்றும் விமர்சனத்திற்கு அப்பாற்பட்டவர் இல்லை என்றாலும் அவரை விமர்சிப்பதற்கான வாசிப்பும், களப்பணியும், தொடர்சிந்தனை வெளிப்பாடும் இருக்கும் நேர்மையையும் கொண்டிருக்கவில்லை. மார்க்சியத்தோடு தான் கொள்ளும்

முரண்கள் எவை என்று சொல்கிற நிதானமும் இல்லை. அந்த நேர்மையும் நிதானமும் கவிதைக்கு மிக மிக அவசியம் என்று நினைக்கிறேன். ஒருவகையில் இது, 'ஆதிக்கச் சிந்தனைக்கு எதிரான ஒரு கூறாகவும் இருப்பதால்!'. ஆனால், இவையெல்லாம் ஒரு படைப்புக்கு அவசியமில்லை என்று அவரே கூறுகிறார். இது சந்தர்ப்பங்களுக்கு ஏற்றாற்போல, 'இலக்கிய வரையறைகளை'ச் சொல்லும் ஆதிக்க மனோபாவம்தான்!

அவருடைய எல்லா படைப்புகளையும் ஒருங்கிணைத்து வாசித்து நாம் உணர்வது என்கிற விஷயத்திலிருந்துதான் இதைச் சொல்கிறேனே தவிர அவரது மற்ற விஷயங்களின் மேல் எனக்கு அக்கறையும் விமர்சனமும் இல்லை. ஏனென்றால் இருவருமே வேறுவேறு தளத்தில் இயங்குபவர்கள். செருப்பு தைக்கும் ஒருவனின் பணி குறித்து கணிணி வேலை பார்க்கும் ஒருவன் குறை சொல்வது போல, இது ஒப்பீட்டளவிலும் பொருத்தமற்றது. அந்தக் குறிப்பிட்ட படைப்புகளில் அது கலைப்பூர்வமாகாமல், அதே மாதிரியான இடதுசாரிப் பிரச்சார நெடியோடுதான் அந்தக் கவிதைகளும் இருக்கின்றன. மேலும் மார்க்சையும் எங்கல்ஸையும் அவர் தாக்குகிறார் என்றால் அந்தப் பெயரை வைத்துதான் அதைச் செய்கிறாரே ஒழிய அந்த கருத்துச் செறிவுக்கு உள்ளே சென்று எங்கெங்கு முரண்பாடுகள் உள்ளன, இன்றைய காலத்தோடும் சமூகத்தோடும், இந்திய மண்ணோடும் மார்க்சியம் என்கிற தத்துவம் கொள்கிற பொருத்தப்பாடுகள், வென்றெடுத்த போராட்டங்கள், கோரிக்கைகள் என்கிற நுணுக்கங்கள் அறிந்த தெளிவு வெளிப்படவில்லை. அவரது வெளிப்பாட்டு வடிவத்திற்கு அவருக்கான நியாயங்கள் இருக்கலாம். மார்க்சிடமிருந்தும் எங்கல்சிடமிருந்தும் குறிப்பாக நான் எங்கு வேறுபடுகிறேன் என்ற ஒரு கூர்மையான பார்வையையும் அதற்கான அணுகுமுறையையும் அவர் அந்தப் படைப்புகளில் வைக்கலாம். ஆனால், அதுவும் ஒரு படைப்பாளியின் விருப்பம். ஒரு படைப்பாளியை நிர்ப்பந்திக்கும் அதிகாரத்தைப் பிறர் எடுத்துக் கொள்ள முடியாதுதானே!

இக்கேள்வியில், அவருடைய எழுத்து ஒரு கலைப்படைப்பாக மாறிவிட்டால், அது என்றென்றும் நிவர்த்தி செய்ய முடியாத தாக்கத்தை ஏற்படுத்திய சமூகப்பிரதியாகிவிடுமோ என்ற அச்சம்

இருக்கிறது. அப்படியான ஒரு கலைவடிவத்திற்குள் நான் செல்லவில்லை என்று அவரே ஒத்துக் கொள்கிறார். இதற்கு மேல் இதை ஒரு விவாதப் பொருளாக்குவதற்கான முக்கியத்துவம் அதற்கு இல்லை என்று நினைக்கிறேன். இதை இத்துடன் முடித்துக் கொள்ளலாம்.

அதுமட்டுமன்றி, இதை அவருடைய தனிப்பட்ட குறையாகப் பார்க்கவில்லை. ஒட்டுமொத்த ஆதிக்க சாதிப் பெண்களின் மீதுமான என் விமர்சனம் இது. விடுதலைக்கான எந்தக் கட்டத்திலுமே இவர்கள் சாதியதிகாரமும் அதன் ஒடுக்குமுறையும் குறித்து தீவிரமாய் விவாதிக்கவோ அதன் குணநலன்களை தன் சுய அளவிலேயோ, இன அளவிலேயோ மாற்றிக் கொள்ளவோ தயாராக இல்லை. ‘பெண்’ என்ற தனது பால் அடையாளத்தை நிலைநிறுத்த எழுத்தைப் பயன்படுத்திய பெண்களுடன் ஏற்கெனவே அவ்வடையாளங்களுடன் எழுதிய, எழுதிக்கொண்டிருந்த பெண்கள் வந்து இணையும் இடத்தில் அவ்வொற்றை அடையாளம் என்பது காத்திரமடையாமல் நீர்த்துப் போகும்படியான ஒரு செயலூக்கம் பெற்றிருந்ததைத் தமிழ்ச்சூழல் வேடிக்கைப்பார்த்துக் கொண்டிருந்தது அல்லது சொரணையற்று இருந்தது. இந்நிலையில் நம் பெண்கள், தம் பிரதிகளை மீண்டும் மீண்டும் எழுதிக் கலைக்கவேண்டியிருந்தது. மணல் மீதான தடங்களைப்போல கலைந்து கொண்டே இருந்தன அப்பிரதிகள். மண் அடுக்குகளின் ஆழத்தில் மறைத்து வைக்கப்பட்டிருக்கும், புதைக்கப்பட்டிருக்கும் தம் உடலைக் கண்டடையும் முடிவற்ற முயற்சியின் வெளிப்பாடாகவும் இருந்தன அப்பிரதிகள். இவ்விடத்தில், பெண் ‘எழுத்தை’, இரண்டாம் கட்டத்தில் எழுத வந்தப் பெண்கள் அவ்விதம்தான் தம் ஒட்டுமொத்த உரிமைக்காகவும் பயன்படுத்திக் கொண்டனர், ஒடுக்கப்பட்ட பின்னணியிலிருந்து முதல் முறையாக எழுத வந்த பெண்கள் இவர்கள். சமூகவெளியில் முதன் முறையாகத் தம் உடலை நிலைநிறுத்திக் கொள்ளும், கட்டமைத்துக் கொள்ளும் அவர்தம் பணி, அவர்கள் எழுத்தின் வழியாகவே, அதிகார நிறுவனங்களுக்கு வெளிப்படையாகத் தெரியவந்தது. அதிர்ச்சியை அளித்தது. இது நிகழ்ந்த காலக்கட்டத்தில் அதிகார நிறுவனங்கள், பெண்ணுடல்களுடன் நேரடியாகவே மோதத் தொடங்கியிருந்தன.

ஆனால், அதற்கு முன்பிருந்தே எழுத்தைத் தங்களின் ஊக்கமாகவும் அதிகார நிறுவனங்களை எதிர்ப்பதற்கான ஆயுதமாகவும் பயன்படுத்திய இரண்டாம் தலைமுறைப் பெண்கள், 'பெண்' என்ற ஒற்றை அடையாளத்தையே எப்பொழுதும் வலியுறுத்தி வந்தனர் என்பதை இங்கு நினைவில் வைத்துக் கொள்வோம். ஒற்றை அடையாளப் பெண்கள் இதர அதிகார நசிவுக்குள்ளான பெண்களுடன் ஒருபுறம் தங்களை இணைத்தவாறே மறுபுறம் ஆதிக்கக்குறிகளையும் தங்கள் உடலில் வளர்த்துக் கொண்டும் இருந்தனர். இந்நிலையில் பெண்களில் ஆதிக்கக் குறி வளர்த்த பெண்கள், ஆதிக்கக் குறி வளர்க்காத பெண்கள் என்ற இருவகையினர் உருவாகினர். ஏற்கெனவே, அதிகாரம், முறையற்ற பாலின்பச் சுவை, உடல் மீதான தொடர் வன்முறைக்கான வேட்கை, எந்தப் பொருளையும் தன்முனைப்புக் கொண்டு சிதைத்துவிடுவது போன்ற ஆண்மைய வாதத்தினால் பெண்களின் பேசுபொருட்கள் ஒருக்காலும் விளிம்பிலிருந்து மையத்தை எட்ட முடியாத சுழற்சி நிலையிலும், இயக்க நிலையிலுமே இருந்தன. அவ்வகையில், சமூகத்தின் மேல் தட்டு அங்கீகாரங்களுக்கும் சலுகைகளுக்கும் உரியவர்களான பெண்கள் தாங்கள் மீட்டுக்கொண்டு வந்த மணலுடலில் குறி வளரக் கண்டனர். அது பாலுறுப்பு என்பதால், அதன் வேட்கை குறித்துமட்டுமேஒருபொருட்டாக்கிப்பேசப்படவேண்டியிருந்தது. தம் பெண்ணியப் பிரச்சனைகளுக்கெல்லாம் முற்றுவைத்துவிட்டு, தம்முடலை ஒரு பேசுபொருளாக ஆக்கும், அதை திடப்படுத்தும் தலையாய வேலையையும் விட்டுவிட்டு மீண்டும் தங்கள் தங்கள் உடலை ஆணின் வேட்கைக்கு இரையாகச் செய்யும் மரபார்ந்த வேலைக்குத் திரும்பிவிட்டனர். இதில் பலியானது ஒடுக்கப்பட்ட பெண்களைப் போலவே ஒடுக்கப்பட்ட ஆண்களும்தாம்.

ஆனால், தமிழ்ச்சூழலில் ஒரு தவறான அர்த்தப் புரிதல் நிகழ்ந்து விட்டது. பெண் விடுதலைக்கான இந்த அரசியல் எழுத்து வகை, பாலியல் வேட்கையின் நேரடியான வெளிப்பாடாகவும் அதற்கான வெளிப்படையான கோரலாகவும் பெண்களாலேயே புரிந்து கொள்ளப்பட்டிருப்பதுதான் அது. அத்தகைய பாலியல் வேட்கையை பெண்கள் தாமாய் முன்வைக்கும் உரிமையைப் பெற்றுவிட்டாலே, ஆண் குறிகள்

தம்மீது செலுத்தி வந்த அதிகாரத்தை எதிர்த்து விடலாம் என்ற அர்த்தமாயும் எடுத்துக்கொண்டனர். அப்படியொரு பாலியல் வேட்கையையும் விடுதலையையும் ஏற்கெனவே சாதியச் சந்தையின் மேல் தட்டில் இருக்கும் ஆதிக்கச் சாதிப் பெண்கள் நுகரவில்லையா என்ன? அது முழுமையான விடுதலையை பெண்ணினத்திற்குச் சாத்தியப்படுத்திவிட்டதா என்ன? ஆக, மொண்ணையாக அதை பாலியல் வேட்கை என்றும் பாலியல் விடுதலை என்றும் பேசுதல் ஆணாயிருப்பினும் பெண்ணாயிருப்பினும் அவரவர் சாதி சார்ந்த அதிகார போதையில் நிகழும் அரைகுறைப் புரிதலே. ஏனெனில், செழுமையான திளைக்கத் திளைக்க பாலியல் இயல்பூக்கம் கொண்டவர்கள் ஒடுக்கப்பட்ட பெண்கள். அன்றாடம் உழைக்குமுடலுக்கு பாலியல் வேட்கையைத் திருப்தி செய்துகொள்வதினும், இயல்பான பாலியல் ஊக்கத்தைச் செயல்படுத்தும் இடத்துதான் பிரச்சனையை எதிர்கொள்கிறார்கள். பெண்பாலிமை உறுதிப்பாட்டை அடைவதற்கான முயற்சியில் ஒடுக்கப்பட்ட சாதிய, பொருளாதார அடுக்குகளின் கீழ்த்தட்டில் இருப்பவர்களுக்கும் வெறுமனே பாலியல் வேட்கை என்பதான கோரிக்கைகள் தடைகளாக எழுகின்றன. ஆக, இக்கட்டத்தில் பாலியல் உரையாடல்களின் அர்த்தங்களையும் பாலிமையின் பண்புகளையும் பாலியல் சொற்களின் குறியீடுகளையும் விரைந்து மாற்ற வேண்டியிருக்கிறது. மொழியின் கூர்மையை இன்னும் தீட்டிக் கொள்ளவேண்டிய அவசியமும் இருக்கிறது. பாலியல் வேட்கை பற்றிய வெற்று உரையாடல்கள் எல்லாம் புணர்ச்சியின் உச்சக்கட்டத்திற்குப் பின்பான நிலையைப் போலவே தீவிரச் சோர்வைத்தாம் தரக்கூடும், அதை அடைவதற்கான வழிமுறைகளும் அலகுகளும் தேவைகளும் இல்லாத போது.

சிறுபத்திரிக்கைகளின் வழியான அறிவியக்கம் ஏன் தேக்கமடைந்துள்ளது? ஒரு குறிப்பிட்ட கருத்தியலின் அடிப்படையிலான ஒரு குழுவினரின் இயக்கம் என்ற நிலை மாறி பெரும்பான்மை சிறுபத்திரிக்கைகள் இடைநிலை இதழ்களாக மாறிவிட்டன. அவை எந்த நோக்கமும் காரணமும் அற்று பொத்தாம் பொதுவாக வருகின்றன. வாசகர் திரள் விரிவடைந்திருந்தாலும் எழுத்திலும் வாசிப்பிலும் ஒரு சராசரித் தன்மை ஏற்பட்டுள்ளது. எழுத்தாளர்கள் நட்சத்திர அந்தஸ்த்தை அடைந்து வருகிறார்கள். வாசகர்கள் ரசிகர்களாக சுருக்கப்படுகிறார்கள். படைப்பை முன்வைத்து கோட்பாட்டு

ரீதியான தீவிர உரையாடல்கள் நிகழ்வதில்லை. இலக்கியக் கூட்டங்கள் நட்சத்திர விடுதிகளில் நடக்கின்றன. இந்தச் சந்தைச் சூழலிலும் ஊடு குரல்களாக தங்கள் படைப்பு மற்றும் அரசியலில் தீவிர நிலையும் வெப்பமும் கொண்டியங்கும் படைப்பாளிகளாக நீங்கள், மாலதி மைத்ரி, சங்கர ராமசுப்பிரமணியன், லக்ஷ்மி மணிவண்ணன் போன்றோர் இயங்கி வருகின்றனர். தமிழில் தீவிர படைப்பியக்கத்திற்கான சூழல் அருகிவிட்டதா? இந்த எழுத்துச் சூழலின் மேல் உங்களுடைய எதிர்வினை எவ்வகையில் நிகழ்கிறது?

இதை ஏற்கெனவே தமிழ் இலக்கியச் சூழலில் நிலவிய ஒரு விஷயத்தினுடைய தொடர்ச்சியாகத்தான் பார்க்கிறேன். யார் இலக்கியத்தில் ஒரு பெரு நிலையை வகித்து வந்தார்களோ அவர்கள்தான் இன்றும் முன்னிற்கிறார்கள், இதழ்கள் நடத்துகிறார்கள். இந்த இடைநிலை இதழ் என்கிற போக்கு ஏற்கெனவே இருந்ததுதான். அன்று அதை, ‘தீவிர இலக்கிய இதழ்’ என்று பெயரிட்டுக்கொண்டார்கள். அவ்வளவே! நடுத்தரமான சிந்தனைகளும் மலிவான ரசனைகளையும் முன்வைப்பதில் இவர்கள் முன்னிற்கிறார்கள். அதை நோக்கியே இன்றைய மூத்தப் படைப்பாளிகள் எல்லாம் தங்களை நகர்த்திக் கொண்டார்கள். எல்லா முக்கியமான படைப்பாளிகளும் தாங்கள் இயங்கிக் கொண்டிருந்த தளங்களில் எல்லாம் நிறைய சமரசங்களை செய்து கொண்டு, தன்னுடைய நிலையைத் தானே முறியடிக்க முயல்கிற நிலையைப் பார்க்கிறோம். மைய நீரோட்டத்தில் இருக்கும் எழுத்தாளர்களுக்கும் இவர்களுக்கும் உள்ள வித்தியாசம் என்னவென்றால், அவர்கள் எல்லா வகையான மலிவான ரசனையையும் பெரும்பத்திரிகைகள் வழியாகக் கூவி விற்கிறார்கள். இவர்கள் இடைநிலை ரசனைகளை, சிறுபத்திரிகைகள் வழியாக வியாபாரம் செய்கிறார்கள். ஆனால் இந்த இரண்டு நிலைக்களுக்குமான பேரங்கள் ஒரே மாதிரியான அங்க அடையாளங்களுடனும் பாவனைகளுடனும் தாம் இருக்கின்றன. வெகுசன பாமர மக்களுக்கு எவை மயக்கம் தருமோ, எந்த மலிவான சமூக நடவடிக்கைகள் கவனம் குலைக்குமோ அதிலேயே இவர்கள் இன்னும் கூர்மையாகத் தங்களை ஈடுபடுத்திக் கொள்கிறார்கள்.

சிற்றிதழ் இயக்கத்தை கையிலெடுத்தவர்கள் யாரென்று பார்த்தால் மறுபடியும் அவர்கள் ஆதிக்க சாதியினர்தாம். ஏன்

அவர்கள் தொடர்ந்து இயங்க முடிந்தது, இதழ்கள் கொண்டுவர முடிந்தது, இடைநிலை இதழ்களாக நிறுவ முடிந்தது, இன்று இணையத்திற்குப் போக முடிகிறது என்றால் அவர்கள் கையில் அவர்கள் உருவாக்கி வைத்திருந்த கருத்தாக்கச் செல்வாக்கும் அதைச் சந்தையில் விற்கும் அதிகாரமும் இருந்ததுதான் காரணம். ஏற்கெனவே சிற்றிதழ் இயக்கத்தினர் பெரு ஊடகங்கள் நோக்கிச் சென்றுவிட்டனர் என்று நீங்கள் ஒரு விமர்சனம் வைக்கிறீர்கள் என்றால் அவர்கள் தொடங்கும் போதே இதை நோக்கித்தான் வந்திருக்கிறார்கள். மேலும், இது இன்னும் பெரிய வடிவம் எடுப்பதற்கான வாய்ப்புகளும் இருக்கிறது. அவர்கள் ஆரம்பத்திலேயே அப்படியான அடிப்படைச் சித்தாந்தங்களுடன் தாம் இருந்திருக்கிறார்கள். அடுத்தடுத்து அதன் பெரிதுபடுத்தப்பட்ட வடிவங்களை நோக்கி நகர்கிறார்கள். அன்று கருத்தியல் ரீதியாகச் சரியாக இருந்தார்கள், இன்று தவறாகிவிட்டார்கள் என்பதெல்லாம் நாமே எழுப்பிய மாயைகளும் அவை கலைந்த கோலங்களும்தாம். அன்று இருந்தது போலத்தான் இப்போதும் இருக்கிறார்கள். இன்று இன்னும் உரக்கச் சொல்கிற அவசியமும் நெருக்கடியும் விழைவும் அவர்களுக்கு வந்துவிட்டது, அவ்வளவுதான்! ஏனென்றால் மாற்றுக் குழுமங்களும் அவற்றின் மையங்களும் வலுப்படும்போது இவர்களுக்கு இதற்கான கட்டாயமும் தீவிரமாக இயங்கும் அவசியமும் வருகிறது. அதற்கு இந்த இடைநிலை இதழ்கள், இணையங்கள் எல்லாம் பயன்படுகின்றன...

நீங்கள் சொல்வதுபோல் படைப்பை முன்வைத்துக் கோட்பாட்டு ரீதியான விவாதங்கள் நடக்காமல் போனதற்கும் இதுதான் காரணம். கவிதையின் கவித்துவம் குறித்து, கவிதைக் கோட்பாடு குறித்து அதனுடைய போக்கும் அரசியலும் குறித்து அதன் இயக்கம் குறித்து ஒரு தீவிரமான உரையாடலோ விவாதமோ இங்கு நிகழவே இல்லை. அது இருந்திருந்தால் இன்னும் நல்ல கூர்மையான படைப்பாளிகள் உருவாகியிருப்பார்கள். கவிதைக்கான சமூகப்பயன்பாடும் அரசியல் பயன்பாடும் இன்னும் தீவிரப்பட்டிருக்கும். கவிஞர்கள் விருதுகளுக்காக நோன்பிருக்க வேண்டிய அவசியமே இருக்காது. அதிகாரச சமரசங்களுக்குத் தங்களை ஒப்படைத்துவிட்ட படைப்பாளிகளும், அரசுக்கு கும்பிடு போட்டு தங்கள்

படைப்பாளுமையையும் படைப்பூக்கத்தையும் இழக்க நேர்ந்த படைப்பாளிகளும் தாம் இந்த நட்சத்திர அந்தஸ்தை நோக்கி நகர்ந்திருக்கின்றனர். வாசகர்களிடமிருந்து படைப்பாளிகள் விலகி நின்றதுதான் இதையும் முந்தைய தலைமுறையினர்தாம் உருவாக்கி வைத்தார்கள்... அவர்கள் அந்த சமுதாயப்படி நிலையைத் தக்க வைத்துக்கொள்வதற்காக இதைச் செய்துகொண்டார்கள்.

இன்று எழுத்து என்பது இலக்கியப் பணியாக மட்டுமல்லாமல் ஒரு சமூகப் பணியாகவும், அரசியல் பணியாகவும் கூட இருக்கிறது. இது முந்தைய தலைமுறைப் படைப்பாளிகளிடம் இல்லாத விஷயம்... ஆனால், இன்றைய சமகால அரசியல் இலக்கிய இயக்கச் சிந்தனைகளுடன் ஒத்துப் போக முடியாதவர்கள்தாம் இந்த 'இடைநிலை' என்ற இடத்திற்கு வருகிறார்கள். இன்றைய படைப்பாளியின் சிந்தனைகளோடு ஊடாட்டம் கொள்ள வேண்டிய அவசியமே அவர்களுக்கு இல்லாமல் போகிறது. ஏனென்றால் அவர்கள் என்றுமே சமூக அவலங்களுக்குப் பொருத்தமில்லாத வேறு விஷயங்களைப் பேசி வந்தார்கள். அவற்றை விட்டு விட்டு எப்படி வருவார்கள்?

361 டிகிரி, கொம்பு, குறி, புன்னகை, புதுஎழுத்து, புறனடை, அடவி, நீட்சி, குறளி வனம், கல் குதிரை, தக்கை, வலசை, பவளக்கொடி, காலக்கட்டம் ஆகிய சிற்றிதழ்கள், இலக்கியத் தளத்தில் புற்றீசல்களாகக் கிளம்பியுள்ளன. அதிலும், இளைய தலைமுறையினராலும் 'பரிசோதனை' எழுத்து, இயக்கம் இவற்றில் தீவிர ஈடுபாடு உடையவர்களாலும் இந்த முனைப்புகள் தீவிரம் பெற்றுள்ளன. இனியும், 'குட்டையில் ஊறிய மட்டை' போல் கிடந்தவர்களின் ஆலோசனைகளையும் அறிவுரைகளையும் மட்டுமே கேட்டுக்கொண்டு இருக்க வேண்டிய அவசியமில்லை. அவர்கள் வரையறைகளுக்குள் நின்று மட்டுமே வாழ்க்கையும் மனித அறிவையும் பார்க்கக்கூடிய அளவிற்கு, அவை ஒற்றை முகத்தன்மையுடையது இல்லை. எனவே இலக்கியம் ஒரு புதிய எழுச்சிக்கு உள்ளாகும் என்று நம்பலாம்!

நீங்கள் சித்த மருத்துவராக இருக்கிறீர்கள். தமிழில் முதன்முதலில் ஒரு ஐடியாலஜியை லிட்டரேச்சரில் ரொம்ப ஸ்ட்ராங்காக பேசியவர்கள் என்று

தமிழ் மரபிலிருந்து குறிப்பிடவேண்டுமென்றால் சித்தர்களைக் கூறலாம். அதில் அந்த அறிவிஜீவித மரபில் முதல் தொகுதியாக்கப்பட்டதிலேயே பெண்மை நீக்கம் பெண் வெறுப்பு என்பது மிக வலுவாகப் பதிவாகிவிடுகிறது. அதற்குப் பிறகு, பின்னர் வள்ளலார் வரைக்கும் அல்லது அயோத்திதாசர் பெரியார் வரைக்கும் அதனுடைய விகிதாச்சாரம் மாறிக்கொண்டே வருகிறது. சித்தர் லிட்டரேச்சரில் இருந்துதான் பெண்மை நீக்கம், பெண்மை வெறுப்பு என்பது ரொம்ப வலுவாகத் தொடங்குகிறது. ஒரு பயிற்சியாளராக நீங்கள் சித்த மருத்துவராக இருக்கிறீர்கள். இலக்கியத் தளத்தில் பெண்ணியத்தை ஒரு கருத்தாக்கமாக நுட்பமான அளவில் விவரிக்கிறீர்கள். ஒரு குறிப்பிட்ட கோணத்தில் சித்தர்களுடைய உடல் பற்றிய சித்தாந்தம், இயற்கையுடனான நெருக்கம் போன்ற தளங்களில் அதை உயர்த்திப் பிடிக்கிறீர்கள். இந்த முரண்பாட்டை உங்கள் மருத்துவத் துறை சார்ந்தும், தத்துவம் சார்ந்தும், இனமரபு அறிவு சார்ந்தும் இதை விமரிசனப்பூர்வமாக எப்படி பார்க்கிறீர்கள்.

சித்தர்களின் பெண் வெறுப்பு பற்றிப் பேசும்போது அது வரலாற்றுப் பூர்வமாகச் சுமத்தப்பட்ட ஒரு காரணம் என்று நினைக்கிறேன். சமீபத்தில் ஒரு பௌத்த தியான முறையைப் பயில்வதற்காகச் சென்றிருந்தேன். அதில் பயிலப்படும் கருத்தாக்கங்கள், சொல்லாட்சிகள் எல்லாவற்றின் எச்சங்களும் இன்றைய சித்தர் இலக்கியங்களிலும் இருப்பதைக் கவனித்தேன். நமக்கும் பௌத்தத்திற்கும் இடையிலான காலகட்டம் 2500 ஆண்டுகள். சித்தர்களுக்கும் நமக்குமான காலகட்டம் ஏழெட்டு நூற்றாண்டுகள் எனும்போது இவ்விரண்டுக்கும் இடையில் தொடர்ச்சிகள் இருந்திருக்க வேண்டும் என்று தோன்றுகிறது. இடையில் சித்தர் சிந்தனைக்குள் சைவக் கலப்பு தீவிரமாக நடந்திருக்கிறது. இந்த விஷயத்தை நான் என் கல்லூரிக் கல்வியின்போதே உணர்ந்திருக்கிறேன். சித்த மருத்துவம் பயில வருபவர்கள் பெரும்பாலும் சைவ மரபினராக, ‘சைவப் பிள்ளைகளாக’ இருப்பார்கள். சித்தர்களின் பாடல்களுக்கு நிறைய உரை எழுதியவர்களும் பொருள் விளக்கம் தந்தவர்களும் சைவப் பட்டறிவை அடிப்படையாகக் கொண்டிருந்தவர்கள்தாம். அந்த உரை விளக்கங்களும் அதன் மொழியுமே அவர்கள் புழங்கி வந்த ஒரு மொழியில்தான் இருந்தன. அந்தப் பொருள் விளக்கங்களில் நிறைய குறைபாடுகள் நிகழ்ந்திருக்கின்றன. பகுத்தறிவார்ந்த சித்தர் பிரதியுடன் சைவப் பிரதி எங்கு

ஒன்றாகக் கலந்தது என்பதை இன்று நாம் பிரித்துப் பார்க்க வேண்டியிருக்கிறது. அந்த முயற்சியை பெரிய அளவில் இன்னும் யாரும் செய்யவில்லை. தொ.பரமசிவன் அவர்கள் ஓரளவிற்கு அதை விளக்கக்கூடியவர். இன்னும் வரலாற்று நுணுக்கங்களோடும் மொழியியலாளர்களின் திறன்களோடும் சித்தர் தத்துவ, இலக்கியப்பிரதிகளில் உள்நுழைய வேண்டி இருக்கிறது. அப்பொழுதுதான் வைதீகம் பிரதிகளில் நுழைந்த முறைகளையும் அடையாளங்களையும் பிரித்தறிய முடியும். வைதீகம் நுழைந்தன் வழி தான், பெண்மை நீக்கம், பெண் வெறுப்பு, உடலை இழிவாக நோக்குதல் போன்ற சிந்தனைகளும் ஊடுருவியிருக்க வேண்டும்.

சித்தர் அறிவு அதன் தூய நிலையில் சரியாகத்தான் இருந்திருக்கும். சாதியத்தின் பங்களிப்பினால்தான் அது திரிபடைந்தது என்கிறீர்களா?

ஆமாம், சோழர்கள்காலத்தில் சித்தர்கள் அழிக்கப்பட்டதாகவும், சித்தர்கள் சோழர்களுடைய கோயிலை, குறிப்பாக அதன் உருவச் சித்திரங்களை அடித்து நொறுக்கியதாகவும் செய்திகள் இருக்கின்றன. சமீபத்தில், ராஜராஜ சோழனின் பெருமை பேசும் ஆயிரமாண்டு விழா கொண்டாடும் இன்றைய அரசியல் சூழலில், இதன் முரண்பாடுகள் எங்கே தொடங்கியிருக்கும் என்று யூகிக்க முடிகிறதுதானே? இதற்கு மேல், இது குறித்துப் பேசும் ஆதாரப்பூர்வமான தரவுகளுடன் முன்வந்து விவாதிக்க விரும்புகிறேன்.

ஆனால் ஒரு பொது நினைவில் வரலாற்றின் நினைவில் சித்தர் என்பதற்கான ஒரு பெண்பாற் சொல்லோ, அந்த சித்து நிலையை எய்திய, அதில் ஆளுமை பெற்ற ஒரு பெண் ஆளுமையோ நமது பொது நினைவில் இல்லை. ஓர் ஆய்வுத் தன்மையில் பயணம் செய்தால் கூட இருக்கிற மாதிரி தெரியவில்லை.

ஆமாம். ஆனால் தாய்மை எனும் நிலையை சித்தர்கள் தீவிரமாகப் போற்றியிருக்கிறார்கள். பெண்மையின் இரு நிலைகளில் சித்தர்கள் பெண்களை முற்றிலும் மறுத்தார்கள் என்று கூற முடியவில்லை. பெண்மையை தங்கள் உடலோடு உறவாடும் இடத்தில் மட்டும்தான் அதை மறுக்கிற ஒரு தன்மை இருக்கிறது. ஆனால் பெண்மையின் இரு நிலைகளில் தாய்மை நிலையை அவர்கள் உயர்த்திப் பிடிக்கிறார்கள்.

'அன்னை இட்ட தீ அடி வயிற்றில்' என்கிற பதத்தை இங்கு நினைவுபடுத்திக் கொள்ளலாம். மேலும், இந்தப் பதினெட்டு சித்தர்கள் என்கிற வரையறை எல்லாம் ஆதிக்க சாதிகளிலிருந்து முன்னகர்ந்த சித்தர்களை மட்டுமே உள்ளடக்கியவர்களைப் பெரும்பாலும் கொண்ட பட்டியலாக இருக்கிறது. இதற்கான ஆதாரங்களும் இருக்கின்றன. அவர்களிடம் சைவமயப்பட்ட வைதீகச் சிந்தனையைத்தான் நாம் காண முடியும். அவர்கள் தன் விந்துவோடு, விதையோடு வேறு சாதி அல்லது குலப்பெண் உறவு கொள்வதை மறுத்தார்கள் என்பதே காரணமாக இருந்திருக்கலாம். இதற்கு அவர்களின் ஆதிக்க சாதிப் பின்புலம் ஒரு காரணம். ஆகவே இவர்களை மட்டுமே பிரதிநிதிகளாகக் கொண்டு நாம் சித்தர் மரபை மதிப்பிட முடியாது. இன்று சித்தர்கள் பற்றிய ஓர் ஆழமான ஆய்வு தேவைப்படுகிறது. மேலும், இயன்றவரை சித்தர்களின் பிரதிகள் எல்லா வடிவிலும் அழிக்கப்பட்டிருப்பதாகவே தோன்றுகிறது. 'ஆதிக்க சமூகத்தின்' புறக்கணிப்பிற்குச் சித்தர்கள் ஆளாகியிருப்பார்கள்தானே!

என்னுடைய முந்தைய தொகுப்புக்கு நான் 'யானுமிட்ட தீ' என்று தலைப்பு வைத்திருந்தேன். இது நான் சித்தர்களிடம் இருந்து எடுத்துக்கொண்ட சொல்லாட்சிதான். தற்போதைய சூழலில் அந்தச் சொல்லின் மீது படிந்து கிளர்ந்தெழும் அத்தனை அரசியல் அர்த்தங்களின் பொருட்டும்தாம் நான் அதைப் பயன்படுத்துகிறேன். ஏனென்றால் 'யானுமிட்ட தீ மூள்க மூள்கவே' என்பதை அதற்கு முன்பான மூன்று வரிகளின் தொடர்ச்சியில் வைத்துப் பார்க்கும் போதும், அதில் வரும் 'தென்னிலங்கையில்' என்கிற பதத்தை தொடர்ந்து இயங்கும் அசைகளும். அது ஒரு தீராத தீயாக புனைவுகள்தோறும் கடந்த கால வரலாறுகள்தோறும் எரிந்துகொண்டிருக்கும் நினைவு. அதில் ஈழம் என்பது தொடர்ந்து எரியும் ஒரு நிலத்திற்கான படிமமாக இலக்கிய நினைவுகளில் தோய்ந்து போய்க்கிடக்கிறது. மேலும் இச்சொல்லில், என்னுடைய சுயத்திற்கான மூலகங்களையும் உக்கிரங்களையும் சேகரித்து வைத்திருக்கிறேன். அது என்னோடு மட்டுமல்லாமல் அது என்னைத் தாண்டிக் கடந்துபோகும் உத்வேகங்களாகும் தடங்களையும் சொல்லின் பின்னால் விட்டு வைத்திருக்கிறேன். இப்படி, 'யானுமிட்ட தீ' பல அர்த்தத் தளங்களில், பல அர்த்த நீரோட்டங்களுடன் விரிவு கொள்வதை நான் உணர்கிறேன்.

சித்தர் பாடல் தொகுதியாக்குதல் என்பது அதுவரைக்கும் இருந்த சிறுமரபுகள், இனக்குழு மரபுகள், திணை மரபுகள், குடி மரபுகள்... அதற்குள் இருந்த மருத்துவக் குடிகள் போன்ற நுண்மையான இயற்கை அறிவு கொண்ட மரபுகளை எல்லாம் முழுமையும் அழித்தொழித்த ஒரு பெருமத அடையாள அறிவுத்திரட்டாக நடக்கிறது. அதில் பெண், பெண்மைத்துவம் என்பது பற்றிய விடுபாடு முக்கியமானதாக இருக்கிறது. இது பிறகு உருவாகப் போகிற பெருமத உருவாக்கத்திற்கும் அடிகோலிடுகிறது. அதிலிருந்ததுதான் நமக்கு அருணகிரினாதர், தாயுமானவர், வள்ளலார் வரைக்கும் வருகிறார்கள். நீங்கள் கூறும் அந்த, 'யானுமிட்ட தீ' என்பது அதனுடைய மூலப்பொருளில் பார்க்கும்போது. ஓர் அன்னையுடைய மூத்த மகன் நான், தீக் கொள்ளியிடும் பொறுப்பு என்னுடையது. நான் துறவியாக போய்விட்டாலும் நான் கண்டிப்பாக வருவேன் எனக் கூறும் போது, அது மறுபடியும் ஒரு வருணாசிரம தன்மையுள்ளதாக இருக்கிறது. இதைத்தாண்டி அறிவுத் தன்மைகள் அதற்குள் ஏராளமாக இருக்கிறது. என்றாலும்?

ஏற்கெனவே நான் குறிப்பிட்டது போல, 'யானுமிட்ட தீ' என்பதை அதன் மூலஅர்த்தத்திலிருந்து மாற்றி நான் வேறொரு திசையில்தான் கையாளுகிறேன். அதன் அர்த்தங்களையும் அது எழுப்பும் குறியீடுகளையும் இன்றைய என்னுடைய பல விஷயங்களோடும் அரசியலோடும் வேறோர், இனவொழிப்பு நிகழ்ந்த நில எல்லைக்கான அர்த்தத்தளத்தில் மீண்டும் கட்டமைக்க விரும்புகிறேன். தொகுப்பின் கவிதைளுக்குள்ளிருந்து அதை நீங்கள் புரிந்துகொள்ள முடியும். சித்த மரபுக்குள் நீங்கள் கூறுகிற பிரச்சனைகளும் பெருமத அடையாளத்தை நோக்கிய நகர்வும் சைவமயப்படுத்தல் என்கிற மூலத்தில் இருந்துதான் பிரதானமாகத் தொடங்குகிறது. அதை நானும் உங்களைப் போலவேதான் விமர்சிப்பேன்.

நான் சித்த மருத்துவம் பயின்ற காலங்களில் சித்த அறிவு, மருத்துவம் இவற்றைக் கற்பித்தலில் சைவத்தின் சாதிய அதிகாரங்களை பல தருணங்களில் உணர்ந்திருக்கிறேன். திருநெல்வேலியில் இது ஓர் அன்றாட இயக்கமாகவே இருந்திருக்கிறது. திருநெல்வேலி பாளையங்கோட்டை கல்லூரி வளாகத்திலேயே இந்தப் பாகுபாட்டை பார்த்திருக்கிறேன். தெற்கிலிருந்து பல உதிரி சாதியினர் சித்த மருத்துவம் கற்க வருவார்கள். அவர்களுக்குத் தங்களுக்கு முந்தைய தலைமுறையினரோடு ஓர் அறிவு மரபுத் தொடர்ச்சியை

ஏற்படுத்திக்கொள்வது முக்கியமாக இருக்கும். அது தவிர சைவப் பிள்ளைகளும் சைவ முதலியார்களும் தங்களுக்கேயான அறிவுத்துறையாக சித்த மருத்துவத்துறையை மாற்றுவதில் முனைப்புடன் ஈடுபட்டார்கள். கல்லூரியின் நிர்வாகம், ஆசிரியர்கள், மாணவர்கள் எனப் பல நிலைகளிலும் இந்த இரு பிரிவினருக்குமிடையேயான மோதலும் கசப்பும் தொடர்ந்து கொண்டே இருக்கும். இந்த அனுபவங்களை நானும் கடந்து வந்திருக்கிறேன். இது நான் குறிப்பிட்ட சைவக் கலப்பு என்கிற ஆதாரப் பிரச்சனையின் ஒரு விளைவுதான்.

இந்துப் பெருமத உருவாக்கம் அங்கிருந்துதான் தொடங்குகிறது. இன்னொரு விஷயம், சித்தர்களுடையது ஒரு மதம் அன்று. மதம் உள்ளே நுழைந்தாலே அது சிறு மரபுகள் எல்லாவற்றையும் அழித்துவிடும், ஏனென்றால் அது நிறுவனமயப்படுத்தப்பட்ட ஓர் அதிகாரக் கட்டமைப்பு. ஆனால் சித்தர்களுடையது ஓர் எளிய சிந்தனை, வாழ்க்கை நெறி! உடலைத் தவிர ஒரு மனிதனுக்கு ஏதும் உடைமை இல்லை என்பதை வலியுறுத்துவது. நோயில்லா வாழ்வுக்கான ஒரு தேடல். உடல் ஆரோக்கியத்தின் அடிப்படையிலான ஓர் இன்பமான, மகிழ்ச்சியான வாழ்க்கையை சித்தர்கள் சிந்தைப்படுத்தியிருக்கிறார்கள். பௌத்தமும் இதைச் சொல்கிறது. புத்தர், உங்கள் உடலை விட்டு நீங்கள் வெளியே போகாதீர்கள் என்கிறார். 'நிச்சங் காரிய கதா சதி' என்று கூறுகிறார். இது ஒரு பாலி தொடர். Always aware of your body frame, என்று பொருள். உங்கள் உடலுக்குள் நடக்கும் இயக்கம், அதனுடைய உணர்வுகள், உங்கள் உடம்புக்குள் என்ன நிகழ்கிறது என்பது பற்றிய விழிப்பு நிலையை அது வலியுறுத்துகிறது. உடல் மனம், சிந்தனை, இவற்றில் ஓர் ஆரோக்கியம், சமநிலை பற்றிய சித்தர் சிந்தனைகள் தொடர்ச்சியாக அதன் மூலம் கெடாமல் இருந்தது. அவர்களுக்குப் பின் வந்தவர்கள் அதைத் தத்துவமாகப் பின்பற்றினார்கள் என்றெல்லாம் நான் கூற வரவில்லை. சித்தர்கள் தங்களுடைய விஷயத்தை ஒரு தத்துவமாகவோ மதமாகவோ எங்கேயும் சட்டகப்படுத்தவில்லை. அது உதிரித்தன்மையோடுதான் இருந்தது. பெண்களை அவர்கள் நிராகரித்தார்கள் என்பதிலும் அதை நுணுகி விளக்குவதற்கு வரலாற்றின் நுணுக்கங்களோடு கூடிய எந்தவிதமான ஆதாரங்களும் இல்லை என்கிற பட்சத்தில்

அவர்கள் பெண்ணுடலை தங்களுடைய உடலுக்கு உயிர் மேன்மைக்கு விரோதமான ஒன்றாக பார்த்தார்கள் என்பதை நாம் கடுமையாக ஆட்சேபிக்கத்தான் வேண்டும். திருநெல்வேலியில் சைவ சித்தாந்தக் கழகங்கள் எல்லாம் எப்படி வீறு கொண்டு இயங்கியது எனப் பார்த்திருக்கிறேன். 93 இலிருந்து 98 வரையிலான காலகட்டங்களில் கூட சைவத்திற்குள் இயங்கிய சாதியத்தை, அது செயலூக்கத்துடன் இருந்ததை நான் அறிந்திருக்கிறேன்.

நமது சூழலில் சமூக இயக்கங்களிலிருந்தும் நேரடியான களப்பணிகளிலிருந்தும் படைப்பாளிகள் விலகியே இருந்துள்ளனர். இன்று ஒரு படைப்பாளி ஒரு ஆக்டிவிஸ்டாக இருக்க வேண்டியதன் பொருத்தப்பாடுகள் என்ன?

முந்தையை தலைமுறைக்கு கல்வி அதன் வழியாக எழுத்து, அதற்குப் பின்பான படைப்பாக்க வாய்ப்பு என்பதெல்லாம் ஆதிக்க சமூகத்திற்கானதாக இருந்தது. அதிலும் பார்ப்பனர்களுக்கும் அவர்களை அண்டிப்பிழைத்த ஆதிக்க சாதியினருக்கும்தான் எழுத்து என்பது வாய்த்தது.

அவர்கள் கற்பனையான விஷயங்களையும், மேலை நாட்டிலிருந்து இறக்குமதி செய்த விஷயங்களையுமே படைத்தார்கள்! அடுத்த தலைமுறைப் படைப்பாளிகள், பின் காலனித்துவ விளைவுகளால் கல்வி கற்கும் வாய்ப்பைப் பெற்றார்கள். அதன் விளைவாகத் தான் ஒடுக்கப்பட்ட சமூகத்தினரின் இந்த தலைமுறைக்குக் கல்வியும் எழுத்தும் கிடைத்தது.

பார்ப்பனர்களின் வீடுகளும் சமூகமும் மூன்றாம் தலைமுறை கல்வியையும்பொருளாதாரவசதியையும்பெற்றுக்கொண்டிருக்கும் போது ஒடுக்கப்பட்ட சமூகத்தின் முதல் தலைமுறையோ இரண்டாவது தலைமுறையோதான் இப்பொழுது எழுத்தைப் பெற்றுக் கொண்டிருக்கிறது. இந்நிலையில் அவர்களுக்கு இல்லாத பொறுப்பும் அக்கறையும் உழைப்பும் நமக்கு வேண்டியிருக்கிறது. ஆதிக்கச் சமூகத்திற்கு எல்லாமே ஆவணமாக வரலாறாக இருக்கிறது. நமக்கு எல்லாமே வாய்மொழியாகவே இருக்கிறது. இதை நிலைநிறுத்த நாம் அதிகமும் போராட வேண்டியிருக்கிறது!

எழுத்துக்கு வாய்ப்பு கிடைத்த நம் சமூக ஆள், ஒற்றை மனிதன் அன்று. அவன் ஒரு சமூகத்தையே முன்னிறுத்துகிறான். ஓர் ஆதிக்க சாதிப் படைப்பாளிக்குத் தெருவிற்கு வரவேண்டிய அவசியம் இராது. ஆனால், சிவகாமியால் அப்படி இருக்க இயலாது. அழகிய பெரியவனால் அப்படி இருக்க இயலாது. காலங்காலமாக சாதிய அதிகாரங்களைச் சுகித்த ஆதிக்கசாதிப் படைப்பாளிகள் எழுத்தில் செய்யும் சூழ்ச்சிகளை முறியடிக்கவும் வெல்லவும், அழகிய பெரியவன் போன்ற நாம் எல்லா தளங்களிலும் நின்று போராட வேண்டியிருக்கிறது.

இன்னும் இரண்டு தலைமுறையாவது தொடர்ந்து போராடினால்தான் நம் மக்கள் கொஞ்சமேனும் வாழ்வின் விடுதலையை நுகரமுடியும். நீங்கள் எந்த சாதிப் பின்புலத்திலிருந்து வந்தவர் என்று தெரியாது! ஆதிக்க சாதியினர் படைப்பிற்கும் அந்தப் பணிக்கும் ஓர் அதி மேதாவி நிலையைக் கொடுக்கின்றனர். ஆனால், நமக்கு படைப்பு தான் மூச்சு, ஆயுதம், போராட்டம், ஆவணம், மரபு!

மற்ற துறை பணியாளர்களிடமிருந்து, எழுத்தாளன் வேறுபட்டவன். மொழியின் பிரக்ஞைக்கும், எழுத்தின் பண்பாட்டுக்கும் தன்னை ஒப்படைத்துக் கொள்கிறான். மற்ற துறைகளைப் போன்றதொரு துறையாக எழுத்துப்பணி இருக்கமுடியாது! அதற்காக எழுத்தாளனை நான் சிம்மாசனத்திலும் இருத்தவில்லை! அவனுக்குத் தெருவில் இறங்கிப் போராடவேண்டியதற்கான அவசியமும் வல்லமையும் அதிகம்!

நீங்கள் புகைப்படம், திரைப்படம் எனக் காட்சிப்புல கலைவடிவங்களிலும் இயங்குகிறீர்கள். இந்த நேர்காணலின் தொடக்கத்தில் அறம் பற்றிய உங்கள் பார்வையையும் உங்கள் எழுத்தில் அதை எப்படி அர்த்தப்படுத்துகிறீர்கள் என்பது பற்றியும் பேசினீர்கள். புகைப்படம் போன்ற ஒரு கட்புல கலைக்குள் அது எத்தகைய தன்மைகளோடு வெளிப்பாடு கொள்கிறது, அர்த்தப்படுகிறது எனக் கூறமுடியுமா?

லாரா முல்வி என்ற பெண்ணிய திரைப்படக் கோட்பாட்டாளர் சொல்லும் விஷயங்கள் கவனிக்கத்தக்கவை. இதுவரைக்குமான சினிமா, போட்டோகிராஃபி சம்பந்தப்பட்ட கலைச்சொற்கள் எல்லாமே ஷாட், டார்கெட் என ராணுவச் சொற்களாக இருப்பதைப் பார்க்கிறோம். இது ஓர் ஆண் ஆதிக்கப்

பண்பாட்டிற்குரியதாகவும் இருக்கிறது. ஒரு நடிகை நடிக்கிறாள் என்றால் அவள் மூன்று ஆண்களின் கண்கள் வழியாக பார்க்கப்படுகிறாள் என்கிறார் லாரா முல்வி. இயக்குனர், கேமிராமேன், மற்றும் காமிராவின் கண் நம்முடைய வணிக சினிமாவில் காமிராவின் நகர்வு ஓர் ஆண் மனநுகர்வின் அடிப்படையில்தான் இருக்கிறது. ஒரு பெண்ணினுடைய புட்டம் அல்லது முலைகள் தெரிவது போலத்தான் காமிரா நகர்கிறது. சினிமாவில் அறம் என்பது, காமிராவின் முன், அதில் பதிகிற ஒருவருடைய தன்னுணர்வை மதிப்பதாக இருக்க வேண்டும். ஆனால், அவரை ஒரு பொருளாக, பண்டமாகக் கையாளும் தன்மைதான் இருக்கிறது. ஒரு பூவை காமிரா முன் வைக்கும்போது அதனிடம் எந்த அனுமதியோ அனுசரனையோ தேவை இல்லை. அதே மாதிரியான ஒரு தன்மையில் தான் பெண்களும் காமிராவின் முன் வைக்கப்படுகிறார்கள். இதில் மாற்றம் வரவேண்டும் என்றால், பெண்கள் சினிமாவுக்குள் நடிப்பவர்களாகவோ, தயாரிப்பவர்களாகவோ போவதைக் காட்டிலும் சினிமா இயக்குனர்களாக அந்தக் கருத்து வடிவத்தை உருவாக்குபவர்களாக அந்தப் படைப்பாக்கத்தில் பங்குபெறுபவர்களாகப் போனால்தான் சாத்தியம். தற்கால சினிமாவை பெண் கையாளுவது என்பதில் நிறைய சிக்கல்களும் இருக்கின்றன. இலக்கியத்தில் மிகவும் தேர்ந்தவர்களால்கூட சினிமாவைக் கையாள முடியாமல் போயிருக்கிறது. இது இரண்டுமே வேறு வேறு அனுபவங்களை உங்களிடம் கேட்கிற ஒரு கலைவடிவமாக இருக்கிறது.

மரபார்ந்த புகைப்படக் கலையின், கட்புலக் கலையின் தன்மை வேட்டையாடுவது போலத்தான் நிகழ்கிறது. அதைத் தவிர்த்து, நாம் யாரை புகைப்படம் எடுக்கிறோம் அவர்கள் எந்தப் பின்னணியிலிருந்து வருகிறார்கள் என்பது பற்றிய ஓர் அறிதல், விழிப்புணர்வு நமக்குத் தேவை. Dogme 95 என்றொரு சினிமா இயக்கம் 1995-ல் உருவானது. அதில் சில விதிகளைப் பரிந்துரைத்தார்கள். தேவைக்கதிகமான விளக்குகளைப் பயன்படுத்தக்கூடாது, பதியப்படும் நபரின் எளிமைகளை அலங்காரங்களின் வழியாகக் சிதைக்கக்கூடாது, காமிராவை ஸ்டாண்டில் வைத்து அதற்குள் அவர்களைச் சட்டமிட்டுத் திணிக்கக் கூடாது, அவர்களுடைய இயக்கங்களுக்கு ஏற்ப

நெகிழ்ந்து கொடுக்க வேண்டும் என அவற்றில் சிலவற்றைக் குறிப்பிடலாம். dogme 95 ஒரு நூற்றாண்டுகால சினிமா வரலாற்றில் எழுச்சிமிக்க இயக்கமாக இருந்தது. லார்ஸ் வாண் டிரையர் போன்ற சிறப்பான இயக்குனர்கள் அவ்வியக்கத்திலிருந்து உருவானார்கள். இலக்கியம், சினிமா, ஓவியம் என எல்லாக் கலைவடிவங்களிலும் ஒரே மாதிரியான கருத்தியல் புரட்டல்களை நிகழ்த்திய, அதாவது ஒடுக்கப்பட்டவர்களின் குரல்களை, உணர்ச்சிகளை, படிமங்களை முன்வைக்கும், அவற்றிற்கு முன்னுரிமை கொடுக்கும் நெறியுணரும் காலக்கட்டத்திற்கு நாம் வந்திருக்கிறோம்.

– புறனடை ஜனவரி 2012

மணிஷாவின் முதுகெலும்பு

மூவாயிரம் ஆண்டுகளாய்
அப்பனால் சகோதரனால்
கணவனால்
எவனெவனோ எவனால்
முறித்து ஒடித்து
மண் உள் புதைக்கப்படுவது
மணிஷாவின் முதுகெலும்பு தான்

காலக்கிரமமான
கொதிநினைவுகள் நுரைக்க
வரலாறு நெடுக
அரசியல் புதைகுழியின்
வெவ்வேறு ஆழங்களில்
அகழாய்வுத் தடயங்களுடன்
மீண்டும் மீண்டும்
கண்டெடுக்கப்படுவதும் அதுவே
தொன்மச்சகதியிலே
மண்வெட்டியின் ஒற்றை மோதலில்
காலஇயந்திரக் குரலாய்

உயிர்பெற்று எதிரொலிப்பதும்
ககன இதயத்தை அதிரச்செய்வதும்
அவளின் அதே அலறலே
கருக்குகைக்குள்ளிருந்து
தன் முதுகு நிமிர்த்தி எழுந்து வரும்
என் மகள் இன்று கேட்கிறாள்,
புதிய வீரக்கலை சூத்திரம்
கற்கும் ஒற்றை வாய்ப்பை;
இதுவரை ஒருமுறையும்
முறிக்கப்படாது புதைக்கப்படும்
மனுவின் முதுகெலும்பை
சடசடவென தான் முறிக்க.

சினிமா, எழுத்தைப்போல அல்ல...
அது பலரின் கூட்டுத்திறமை!

உரையாடல் - சக்தி தமிழ்ச்செல்வன்

'தனிமைச் சிறையினில் ஏனோ
ஒற்றைச் சிறகாய் நானோ
கனவில் இனியொரு சிறகாய் மிதப்பேனோ
நனையும் விழியின் கனவோ
மொழியும் மறந்த உணர்வோ
இதயம் சொல்லும் கனவாய் உன் பிரிவோ
நீயானாய் நீல வானம்!'

— 'சிறகு' திரைப்படத்தில் குட்டி ரேவதி

'சிறகு' படத்தின் பாடல் பின்னணியில் ஒலித்துக்கொண்டிருக்க உற்சாகத்துடன் பேசத் தொடங்கினார் கவிஞர். குட்டிரேவதி. பல வருட முயற்சிக்குப் பிறகு திரைப்பட இயக்குநராக 'சிறகு' படத்தின் மூலம் அறிமுகமாகி இருக்கிறார். அவரிடம் உரையாடியதிலிருந்து...

இயக்குநராகும் எண்ணம் எப்போது வந்தது?

பலரையும் போல சிறு வயதிலிருந்தே திரைப்படங்கள் பார்த்து வளர்ந்திருக்கிறேன். ஆரம்ப கட்டத்தில் திரைப்பட இயக்கங்களிலும் இணைந்து பணியாற்றிய அனுபவம் உண்டு. சென்னைக்கு வந்ததிலிருந்தே திரைப்பட இயக்குநராக வேண்டும் என்ற கனவு இருந்தது. பலரின் திரைக்கதைகளில்

பணிபுரிந்திருக்கிறேன். பரத் பாலாவின் 'மரியான்' படத்தில் பணிபுரிந்ததும், அத்திரைப்படத்துக்கு பாடல் எழுதியதும் மகத்தான அனுபவம். அதில் நிறைய கற்றுக் கொண்டேன்.

'சிறகு' திரைப்படம் உருவானது பற்றி...

திரைப்படம் இயக்கலாம் எனத் திட்டமிட்டு கதை எழுதிய பிறகு நண்பர்கள், தயாரிப்பாளர்கள், நடிகர்கள் எனப் பலருக்கு கதை சொல்லியிருக்கிறேன். ஒரு விழாவில்தான் மாலா மணியம் அறிமுகமானார். மீடியா துறையில் மிகப் பிரபலமானவர். இயக்குநர் மணிரத்னத்தின் ஓ.கே. கண்மணி படத்தின் எக்ஸிகியூட்டிவ் புரோடியூசராகப் பணிபுரிந்தவர். மீடியாவில் நிறைய சாதித்தவர். 'நாம சேர்ந்து ஒரு படம் பண்றோம்னு' சொன்னாங்க. அதற்குப் பிறகு ஒருநாள் 'சிறகு' படத்தோட ஒன்லைனைச் சொன்னேன். அவருக்குப் பிடித்திருந்தது. எழுதிக்கொண்டு வாங்கணு சொன்னாங்க. அவருக்கும், எனக்கும் நம்பிக்கை ஏற்படுத்திய அந்தக் கதையைப் படமாக்கினோம். படத்தை பார்த்த அவர் சந்தோஷப்பட்டார். அதுதான் எனக்கு மிகப் பெரிய உற்சாகத்தைக் கொடுத்தது.

சிறகு படம் எதைப் பற்றிப் பேசுகிறது?

சிறகு ஒரு இசைக் கலைஞனைப் பற்றிய படம். வாழ்வின் மீதான நம்பிக்கையை உருவாக்கிற, மனிதனைத் தேற்றுகிற ஒரு படம் என்றும் சொல்லலாம்.

உங்களின் படக்குழு பற்றிச் சொல்லுங்கள், யாரெல்லாம் நடித்திருக்கிறார்கள்?

படத்தில் ஹரிகிருஷ்ணனும், அக்ஷிதாவும் படத்தில் நடித்துள்ளனர். மரியான் படத்திலிருந்தே ஹரிகிருஷ்ணனைத் தெரியும். இயல்பான வசீகரம் கொண்டவர். பலஆடிசன்கள் பல கல்லூரிகளுக்குச் சென்றும் நானும் தயாரிப்பாளரும் கதாநாயகியைத் தேடினோம். 'அருவி' பட இயக்குநர் அருண்பிரபு மூலம் அக்ஷிதா அறிமுகமானார், தமிழ் பேசத் தெரிந்தவர். இருவரும் அபார திறமைசாலிகள். கடின உழைப்பை படத்துக்கு அளித்திருக்கிறார்கள். இசை அரோல் கொரோலியும், ஒளிப்பதிவாளர் ராஜா பட்டாஜார்ஜி, எடிட்டர் அருண்குமார் எனச் 'சிறகு' உருவாக்கத்தில் இவர்களின் பங்கு அளப்பறியது. அரோலின் இசை படத்துக்கு மிகப் பெரிய பலமாக இருக்கும். நம்முடைய இசை பல வருட பாரம்பர்யம் கொண்டது. சங்க

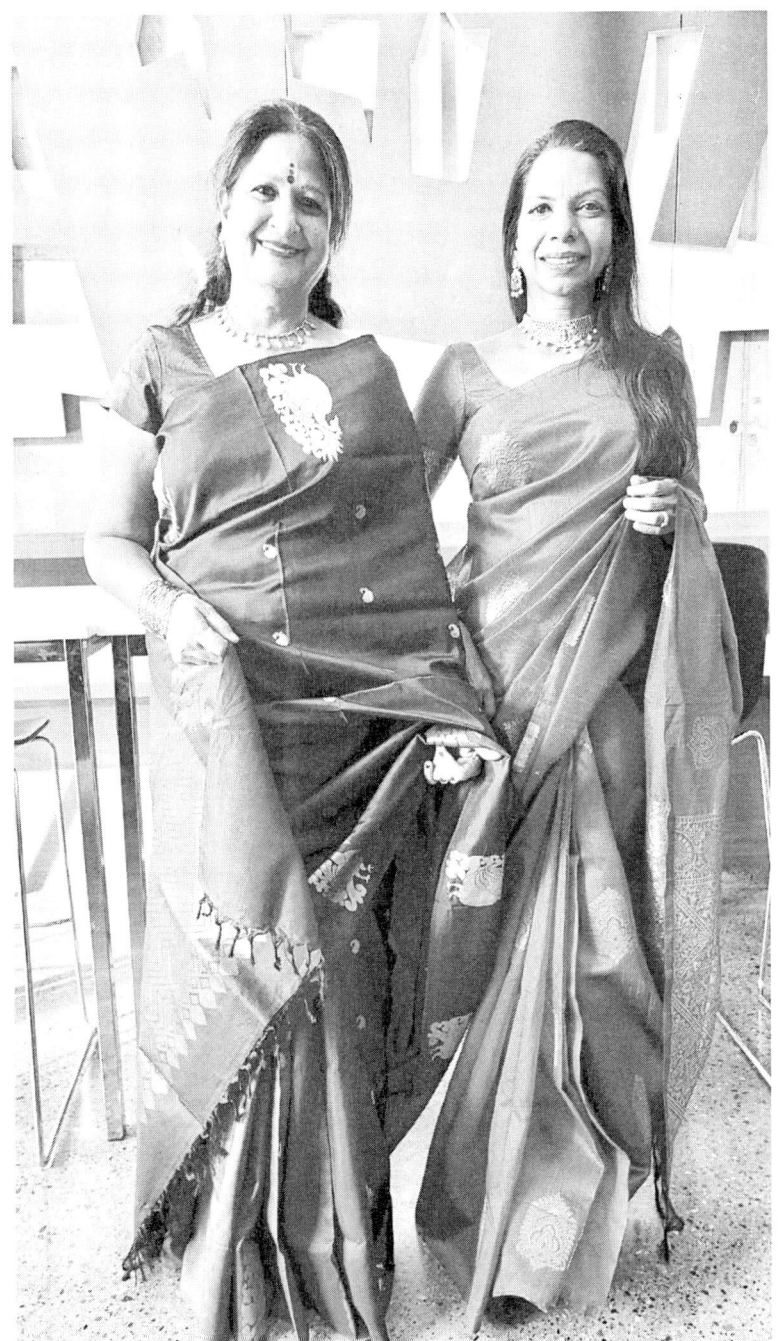

“சிறகு”, திரைப்படத்தின் நார்வே தமிழ் பன்னாட்டு முதல் திரையிடலின் போது தயாரிப்பாளர் மாலா மணியனுடன்

காலம்தொட்டு நம்முடைய இசைக்கான மரபு பெரிது. ரஹ்மான் சாருடன் இசை மரபு குறித்து நிறைய உரையாடி இருக்கிறேன். இசை பற்றிய ஆழமான பார்வை அவருக்கு உண்டு. இப்போது நம்மிடம் எஞ்சியிருப்பது திரையிசை மட்டும்தான். திரையிசைக்குட்பட்ட வட்டம், கட்டங்களுக்குள் என்னுடைய கதாபாத்திரங்கள் வழியே நமக்கான இசையை கொண்டுவர முயற்சி செய்துள்ளோம். கிட்டத்தட்ட ஒரே குடும்பம்போல் எனச் சொல்வார்களே அந்த மாதிரிதான் எங்கள் குழுவும். மனதுக்கு நெருக்கமாகவும், அதே சமயம் சினிமா துறை மீதான பெரும் நம்பிக்கையையும் இந்தப் படம் ஏற்படுத்தயிருக்கிறது.

தீவிர இலக்கியத்திலிருந்து சினிமாவுக்கு வந்துள்ளீர்கள். எப்படி உணர்கிறீர்கள்?

முன்பைவிட இப்போது இன்னும் பக்குவமாகி இருப்பதாக உணர்கிறேன். வணிக சினிமாக்கள்தான் நாம் சொல்லும் கருத்துகளை வெகு மக்களிடம் கொண்டு சேர்க்கும். ஆனால், அதைப் படைப்பாளிகள் நம்முடைய களம் அல்ல என ஒதுக்கிவைத்திருந்தனர். அப்படி ஒதுக்கி வைக்கத் தேவையில்லை. இன்று பொறுப்புணர்வுமிக்க பலரும் வணிகத் திரைப்படங்களுக்குள் தாம் பேச விரும்பும் அரசியலைப் பேசுகிறார்கள். எழுத்தைப்போல சினிமா தனிமனித சம்பவம் கிடையாது. பலபேருடைய கூட்டுத்திறமை. வேலைபார்க்கும் ஒவ்வொருவரும் தங்கள் வேலையை கூட்டுணர்வுடன் செய்து உருவாக்கும் கலை. அனைவருடனும் இணக்கமாகவும், நம்முடைய சமூக நோக்கம் குறித்தும் உரையாடல் நிகழ்கிறது. பிரமாண்டமாக நினைக்கத் தேவையில்லை. பல கரங்கள் சேர்ந்து கொய்த, கோத்த எளிய, அற்புதமான பூங்கொத்துதான் சினிமா.

- ஆனந்த விகடன் மே-05-2019

கேமரா

அந்தக்கேமரா

அவள் உடலையே மொய்த்தவண்ணம்

எங்கே தசைத்திரட்சி தெரிகிறது
என்பது மட்டுமன்று
எங்கே அவள் ஆசை இச்சைகள்
குடிகொண்டிருக்கின்றன என்றும்
துளைப்பதுமாய்
அங்கும் இங்கும் அலைகிறது
அவள் காதலனை இதயத்தின் இருளில்
ஒளித்து வைத்திருந்தாள்
காத்திருந்து காத்திருந்து
அவன் தற்கொலையும் செய்துகொண்டான்
இருட்டிலேயே
கேமரா ஒரு குளவியைப் போல
மேலும் கீழும் அந்தரவெளி எங்கும்
சுற்றிப் பறந்து திரிகிறது
அவள் உடலின் மேல் கீழ் குறித்த தன்னுணர்வில்
மலர்ந்து படபடக்கும் பாவாடை விளிம்பைக்
கைகளால் அடக்கி
கால்களோடு ஒட்டிவைக்கிறாள்
உடலும் மனமும்
பாதங்கள் பதியாத நுனிவிரல் துள்ளல் நடையில்
எப்பொழுதும் ஆடுகிறது
அந்தக் கேமரா
மேலும் கீழும் அந்தரவெளி எங்கும்
சுற்றிப் பறந்து திரிகிறது
அவளையே கொட்டுவது போல்
சுற்றிச் சுற்றி வருகிறது
கேமராவின் கண் அவ்வளவு தீவிரமானது
ஏனெனில் அதன் பின்னால்
கோடிக்கணக்கான கொலைவெறிக்கண்கள்
தான் இல்லாது போகும் எத்தனம் தேடி
அவள் மீதான கேமராவை
கனத்ததொரு சுத்தியலால் கொன்றாள்.

முதல் பிரவேசம் – கவிதையின் ஒற்றைக்கயிறு

எழுத்துலகிற்குள் முதல் பிரவேசம் என்பது, முதல் தொகுப்பை வெளியிட்டதாக இருக்கமுடியாது. முதல் படைப்பு பெற்ற பிரசுரமாகத்தான் இருக்கமுடியும் என்று தோன்றுகிறது. ஏனெனில், தொகுப்புகளாய்ப் பதிப்பிப்பது என்பது சமீப காலங்களில் எவ்வளவு அதிகாரமும் வியாபாரமும் சார்ந்தது என்பதை நான் தெள்ளத்தெளிவாகவே உணர்ந்திருக்கிறேன். அதிலும், கவிதையை நூலாக வெளியிடுவதற்கு நிறைந்த உத்திகளை எழுத்தாளர் கையாளவேண்டியது இருக்கலாம். அது ஒரு படைப்பாளியின் மனநிலைக்கு ஆரோக்கியமானது இல்லையே!

திருநெல்வேலியில், என்னுடைய கல்லூரிப்பருவம் அது. பாளையங்கோட்டையில், ஜங்ஷனில், டவுனில், ஹைகிரவுண்டில் என்று இலக்கியம் தொடர்பான நிகழ்வுகள் எப்பொழுதும் ஏதேனும் நிகழ்ந்து கொண்டே இருக்கும். நான் வெறும் பார்வையாளராக மட்டுமே தொடர்ந்து பங்கேற்றுக் கொண்டிருந்தேன். அப்பொழுது தான் வெளிவந்திருந்த தேவதேவனின், ‘நார்சிசஸ் வனம்’ கவிதைத் தொகுப்பிற்கான திறனாய்வுக் கூட்டமொன்று சிறு மொட்டைமாடிக் கூட்டமாய் நிகழ்ந்தது. அதில் முதல் முறையாக அந்நூலைப் பற்றிய சிறு கட்டுரையை எழுதி வாசித்தேன். இப்படியாகத்தான் கவிதையினுடான என் முடிச்சு விழுந்தது.

அத்தொகுப்பு, என் மொழியின் வெளிக்குள்ளேயே என்னை வேகமாய் உந்தித்தள்ளியது. கவிதை பற்றி அதுவரை இருந்த மதிப்பீடுகளை சிதிலம் செய்ததில் முக்கியமான பங்கை ஆற்றிய தொகுப்பு அது. அவரவர்க்கான மொழி உலகின்

கதவுகள் வேறு வேறு என்பதை வெளிச்சப்படுத்திய தொகுப்பு. எழுதத் தொடங்கினேன். அப்பொழுது நான் பயின்று கொண்டிருந்த சித்தமருத்துவத்தின் பாடநூல்கள் எல்லாமும் வளமான சித்தர்கள் மொழியும் கருத்தும் ஊன்றிய நவீனக் கவிதையின் இன்னொரு செய்யுள் வடிவமாக விளங்கியதால், அதன் சொற்களும் கிளைச்சொற்களும் என்னுள் வேரூன்றின. தீவிரமாக எழுதத் தொடங்கினேன். அப்பொழுது அழகிய சிங்கரின் "நவீன விருட்சம்", இதழில் என் முதல் கவிதைகள் வெளியாகின.

'புதுவிசை' இதழின் ஆசிரியராக இருந்த நண்பர் ச.தமிழ்ச்செல்வன், அவ்விதழுக்குச் சில கவிதைகள் அனுப்பும்படி கூறினார். கொத்தாக என் கவிதைகள் பிரசுரமாயின. இன்றும் அவ்விதழின் அகண்ட பக்கங்களில் வெளியாகி இருந்த கவிதைகள் கண்களில் நினைவின் எழுச்சிகளாக எழுந்து நிற்கின்றன. அதையே எனக்கான முதன்மையான அங்கீகாரமாகக் கருதுகிறேன். அதற்குப் பின்பு, அங்கீகாரம் என்பது பெரும்பாலும் சுய மனித அதிகாரத்தினுடன் தொடர்புடையதாக மாறிவிட்டதால் அதன் பின்பாக நிகழ்ந்த எதையுமே நான் அங்கீகாரமாகவோ நினைவு வைத்துக்கொள்வதற்கான விஷயமாகவோ கருதவில்லை.

முதல் தொகுப்பு என்பது எப்படி நிகழ்ந்தது என்பதை விட முதல் கவிதை பிரசுரம் தான் ஊக்கத்தையும் உற்சாகத்தையும் மனதிற்கு வீசமுடியும். கவிதை இலக்கியம் என்பது எந்த ஒரு சமூகத்திலுமே ஊசலாடும் ஓர் ஒற்றைக் கயிறு என்பதை நான் எழுத முயற்சித்த தொடக்கக் காலங்களிலேயே உணர்ந்து கொள்ளும் வாய்ப்பு கிடைத்தது மிகவும் முக்கியமான விஷயம். இந்தப் புரிதல் எந்தவோர் அதிகாரத்திற்கும் எதிரான திசையிலேயே என்னை பயணிக்கத் தூண்டியது. அம்மாதிரியான ஆளுமைகளையே நான் தொடர்ந்து சந்தித்தேன். அவர்களுடைய படைப்புகளையே தேடிப்படித்தேன். அதற்குப் பின்பு மலிவான, ரசம் குறைந்த படைப்புகளின் மீதான நாட்டம் குறைந்தது. இன்னும் சொல்லப் போனால், முற்றுமாகத் துண்டிக்கப்பட்டது. இந்த விஷயம் தான், சிற்றிதழ் வெளியில் தொடர்ந்து இயங்குவதற்கான ஆரோக்கியத்தை எனக்குத் தருகிறது என்று நினைக்கிறேன்.

கவிதை என்பது வரிகளாலான ஒற்றைக் கயிறு. அது ஒவ்வொருக்கும் ஒவ்வொரு மாதிரி திரிந்து திரிந்து முறுகி உருவாகிறது. அது அவரவர் இரத்தத்தாலும் உணர்ச்சிகளாலும் அவர்கள் பிறந்து வந்த சமூகச் சூழலாலும் வளர்க்கப்பட்ட முறைகளாலும் குழந்தைப் பருவ நினைவுகளாலும் ஆனதொரு கலவையாகத் தான் ஆகிவருகிறது. என்றாலும் அதன் மலினங்களைத் தன்னைத் தானே உதறிச் சிதறி, விட்டு விலகி, முறுக்கேற்றிக் கொள்வது மிக மிக அவசியமென பிரமிள் போன்ற படைப்பாளிகளின் படைப்புகளுக்கும், அவரைப்பற்றிக் கேள்விப்படும் விடயங்களுக்கும் உள்ள இடைவெளி உணர்த்தியது.

நான் எழுத வந்தபொழுது, புனைவு எழுதுவதில் அம்பை தீவிரமான ஒரு படைப்பாளியாகவும் பெண்களின் மன எழுச்சிக்கு உகந்தவராகவும் இருந்தார். அவர் தவிர, சில பெண்கள் புதுக்கவிதையின் பொதுவெளியில் ஆண்களுடன் மல்லுக்கட்டிக்கொண்டு இருந்தனர். அது, நவீன இலக்கியத்தின் 'செவ்விலக்கியக் காலக்கட்டம்' போல வரைமுறையற்ற கடும் விதிகள் எழுத்திலும், உரையாடல்களுக்கு இடையேயும், வெளியேயும் இருந்து கொண்டே இருந்தன. ஆனால், என்னை ஈர்த்த படைப்பாளிகள் எல்லோருமே, சமூகத்தின் ஒப்பனைகளைச் சூடிக் கொள்ள மறுத்தவர்களாக இருந்தனர்.

தான் பிறந்து வந்த குடும்ப மூலம், சாதி, பிறந்து வந்த பால்நிலை, இதன் அடையாளங்கள் இவற்றைத் துறந்தவர்கள். அல்லது, துறக்கத்தீவிரமான முயற்சியையும் பயிற்சியையும் எடுத்தவர்கள். பிறப்பு அடிப்படையிலான எல்லா அடையாளங்களையும் எழுத்தின் கயிறு, தம்மையே தன் சாட்டையால் அடித்து அடித்துத் தோல் உரித்துக் கொள்ளச் செய்ய வேண்டும். இந்தச் செயல்முறைகளில் ஈடுபட்ட, தொடர்ந்து ஈடுபட்ட படைப்பாளிகளின் படைப்புகளைத் தேடித்தேடித் தின்றேன் என்றுதான் சொல்லவேண்டும். படைப்பாளிகளின் இந்தச் செயல்முறை, அவர்கள் பிறந்து வந்த குடும்பம், பெற்றோர், சாதி, பால் நிலை, மன இயல்பு, சுபாவம் எல்லாவற்றிலிருந்தும் படைப்பாளியைப் பிரித்து அறுத்து வருவதாகவும், கசடுகளாலான மனித வாழ்க்கையிலிருந்து எவரையும் உய்யச் செய்வதான மன எழுச்சியைத் தன்னகத்தே பெருக்குவதாகவும் இருக்கிறது. இதுவே கவிதையின் ஒற்றைக் கயிறு மீது என்னையும் தொடர்ந்து தலைநிமிர்ந்து நடக்கத் தூண்டுகிறது, ஒரு கழைக்கூத்தாடியைப் போல்!

– புதிய புத்தகம் பேசுது, ஜூன் 2011

பூனையைப் போல அலையும் வெளிச்சம்

கதவுகளை ஓசைப்படாது திறந்து
மழைபெய்கிறதாவென
கைநீட்டிப்பார்க்கிறது வெளிச்சம்
தயங்கியபடி

பின் இல்லையென்றதும்
மரவெளியெங்கும் நிழற்கடை விரித்து
கூடார முகப்பில் ஏறி அமர்கிறது
வேடிக்கை பார்க்க

பூமியெங்கும் பூனை உடலின் நிற அழகுகள்

தனது நிழலே தன்னை
தின்னத் துவங்கியதும்

சரசரவென மரமிறங்கிப்பாய்கிறது
மாடத்துச் சுடருக்கு

மதில் சுவரென விடைத்து நிற்கும்
இரவு முதுகின் மீதமர்ந்து
கூடலில் பேரொளியை சுவீகரிக்கும்
நிலவின் அகன்ற விழியால்

கவிதை முதல் வெள்ளித்திரை வரை...

உரையாடல் - ஸ்ரீதேவி மோகன்

கவிஞர்கள் பலர் உண்டு. ஆனால் சமூக நுண்ணுணர்வோடும் சமூக பொறுப்புணர்வோடும் கவிதைகள் எழுதுவோர் ஒரு சிலரே. அதில் குறிப்பிடத்தகுந்தவர் கவிஞர் குட்டி ரேவதி. பல தடைகளைக் கடந்து பல சர்ச்சைகளை தாண்டி அறிவுரீதியாகவும், சிந்தனைரீதியாகவும் சாதிய மறுப்பும் ஒழிப்பும்தான் பெண்ணுடலை அடிமைத்தளையிலிருந்து விடுவிக்கும் என்ற உணர்வுடன் பெண்ணியத்தைத் தனக்கேயான மொழியில் வெளிப்படுத்தி வருபவர். சித்த மருத்துவரான இவர் கவிஞர், கட்டுரையாளர், சிறுகதை எழுத்தாளர், ஆவணப்பட இயக்குனர், பாடலாசிரியர் என்ற பல படிகளைத் தாண்டி தற்போது சினிமா துறையில் தடம் பதித்து வருகிறார். அவருடனான உணர்வுப்பூர்வமான நேர்காணல்.

“சொந்த ஊர் திருச்சியில் உள்ள திருவெறும்பூர். மிகவும் சாதாரண குடும்பம்தான். அப்பா ஒரு தனியார் நிறுவனத்தில் பணியாற்றினார். நான் வீட்டிற்கு மூத்தமகள், எனக்கு ஒரு தம்பி, ஒரு தங்கை. ஆனால் பள்ளிக்காலத்தில் இருந்தே என்னிடம் மிதமிஞ்சிய வாசிப்பு இருந்ததற்குக் காரணம் அப்பாதான். எனக்கு வாசிப்பு ஆர்வம் இருந்ததால் அப்பா டவுனுக்குச் செல்லும்போதெல்லாம் பழைய புத்தகக்கடையில் இருந்து புத்தகங்கள் வாங்கி வருவார். அம்மா கொஞ்சம் அதை எதிர்த்தார். ‘படிக்கிற பிள்ளைக்கு இந்தப் புத்தகங்கள் தேவையா?’ என்பார். ஆனால் அப்பாவுக்கு நான் பெரிய ஆள் ஆக வேண்டும் என்பது ஆசை. அவர் ஆசைப்படியே என்னுடைய மிதமிஞ்சிய வாசிப்பு தான் என்னை எழுத வைத்தது. இப்போதும்

திருச்சியில் உள்ள எனது வீட்டிற்குப் போனால் ஒரு நூலகமே இருக்கும்.

எனக்கு சிறுவயதில் பெரிய எழுத்தாளர் ஆக வேண்டும் என்பதெல்லாம் கனவாக இருந்தது கிடையாது. இலக்கியவாதியாக வேண்டும் என்கிற திட்டமெல்லாம் இல்லை. ஒரு சிறந்த பெண் சித்த மருத்துவராக வேண்டும் என்றுதான் ஆசைப்பட்டேன். பெண் உடல் என்பது ஒரு புதிர். அதைப் பற்றி தெரிந்து கொள்ள வேண்டும் என்று ஆர்வம் இருந்தது.

அதனால் மருத்துவப் படிப்பில் ஆர்வம் ஏற்பட்டது. அதற்காக திருநெல்வேலியில் உள்ள பாளையங்கோட்டையில் சித்த மருத்துவக் கல்லூரியில் சேர்ந்து ஐந்தரை ஆண்டுகள் சித்த மருத்துவப் படிப்பு படித்தேன். சித்த மருத்துவத்தின் பிரிவுகளில் உள்ள அத்தனை நுணுக்கங்களையும் கற்றுக்கொண்டேன். வர்மக்கலையும் படித்தேன்.

திருநெல்வேலியில் இலக்கியக் கூட்டங்கள் நடக்கும். கல்வியிலும் இலக்கியத்திலும் சிறந்த மாவட்டம் அது. அங்கே இருந்த சமயம் எழுத்தாளர்களை சுலபமாகப் பார்க்க முடிந்தது. படத்திரையிடல்களும் நடக்கும். ஆர்.ஆர்.சீனிவாசன் நடத்தி வந்த 'காஞ்சனை திரைப்பட இயக்கம்' அதனை செய்யும். அங்கெல்லாம் செல்வதுண்டு. அதே சமயம் கவிதைகளும் எழுதிக்கொண்டிருந்தேன்.

வேலைக்காக சென்னை வந்தேன். அப்போது டைரியில் எழுதி வைத்திருந்த எனது கவிதைகளை புத்தகமாகக்கொண்டு வந்தேன். 1999ம் ஆண்டு என் முதல் கவிதைத் தொகுப்பு 'பூனையை போல அலையும் வெளிச்சம்' வெளிவந்தது. தமிழினி பதிப்பகம் வெளியிட்டது. அதன் பிறகு இரண்டாவது கவிதைத்தொகுப்பாக 'முலைகள்' வெளிவந்தது. அது பயங்கர எதிர்ப்பைச் சந்தித்தது. அந்த பெயரை வைக்கும்போது இவ்வளவு சர்ச்சை வரும் என நான் எதிர்பார்க்கவில்லை. நான் ஒரு மருத்துவர். எங்கள் மருத்துவத்தைப் பொறுத்தவரை அது ஒரு மருத்துவக் கலைச்சொல்தான். பதிப்பாளரும் 'இந்தத் தலைப்பை நன்கு யோசித்துதானே வைக்கிறீர்கள்?' என்று மட்டும்தான் கேட்டார்.

பெண்களுடைய உடல் இந்த உலகத்தில் எப்படி

நடத்தப்படுகிறது? பெண்ணுடைய உடல் பொதுச்சொத்தாகத்தான் பார்க்கப்படுகிறது. இன்றும் முலைகளும் பிட்டங்களும்காட்சிப் பொருளாகத்தான் இருக்கிறது. எனது அந்தப் புத்தகம் இந்த அரசியலைத்தான் முன் வைக்கிறது. பெண் உடலைக் கொண்டாட வேண்டிய அவசியத்தை உணர்த்த விரும்பினேன். அதனால் அந்த கவிதைகளை எழுதினேன். அதற்கு அந்தத் தலைப்பு பொருத்தமாக இருக்கும் என்று நம்பினேன்.ஆனால் வெளிவந்த பிறகு ஆண் எழுத்தாளர்கள் கொதித்தெழுந்தார்கள். ஜீரணிக்க முடியாத அளவுக்கு மிகக்கடுமையான வார்த்தைகளால் நான் தாக்கப்பட்டேன். நிறைய ஆபாச கடிதங்களும் வரும். அப்போது என் அப்பா இறந்திருந்த சமயம் வேறு என்பதால் மனதளவில் மிகவும் பாதிக்கப்பட்டேன். நான்கு ஆண்டுகள் மிகவும் கடினமாக இருந்தன.

பிறகு சர்ச்சையின் காரணங்களை புரிந்து கொள்ள நினைத்தேன். இல்லையென்றால் எழுத்திலிருந்து பின்வாங்கி இருப்பேன். முதல் காரணமாக சாதி இருந்தது. இரண்டாவது குடும்பரீதியான விஷயங்களை மட்டும்தான் அதிலும் அதுவரை உயர் சாதி என்று சொல்லப்படும் சாதிப்பெண்கள் தான் அதிகம் எழுதி வந்தனர். ஆனால் ஆணோ பெண்ணோ, அவர் எந்தச் சாதியில் பிறந்தவராயினும் அவரால் எழுத முடியும். உங்களின் ஆர்வம், வாசிப்பு, தீவிரம், மன வெளிப்பாடு இவைதான் நீங்கள் எழுத வேண்டியதை தீர்மானிக்கின்றன.

சர்ச்சைக்கான காரணங்களை அறிந்தபின் தமிழ் இலக்கியங்கள், ஆங்கில இலக்கியங்கள், உலக இலக்கியங்கள் என எல்லாவற்றையும் படித்து என்னை இலக்கியத்தில் மேம்படுத்திக்கொண்டேன். பெண்கள் எதை எதை எழுத வரும்போது எல்லாம் அதனை எதிர்கொள்ள முடியாமல் இந்தச் சமூகம் திணறுகிறது என்று புரிந்து கொண்டேன்.

பெண் எழுத்தாளர்களை சீண்டிக்கொண்டேதான் இருப்பார்கள். திரும்பப் பதில் சொன்னால் திரும்பத் திரும்பச் சீண்டுவார்கள். அவர்களின் கருத்துக்களுக்கு நாம் எதிர்வினை செய்யக்கூடாது. வாசகத்தளம் என்பது ஆண் எழுத்தாளர்களை விடப் பெரியது. நாம் எழுத வந்ததன் நோக்கம் நிறைவேறினால் போதும். மற்றவர்களின் கருத்துக்களை பொருட்படுத்த வேண்டிய

அவசியம் இல்லை. இப்படிப் பலவிதங்களில் என்னை உரம் போட்டுத்தயார்படுத்திக் கொண்டேன்.

என்னை நான் வலிமைப்படுத்திக் கொண்டேன். இப்படி இந்தச் சமுதாயத்தைப் புரிந்து கொண்டதால் நான் ஓடி ஒளிந்து கொள்ளவில்லை. ஓய்ந்தும் போகவில்லை. இப்போதும் இந்தத் துறையில் வெற்றிகரமாக இயங்குகிறேன். எழுதிக்கொண்டு இருக்கிறேன்.

எந்த ஒரு விமர்சனத்தையும் நமக்கு என்று தனிப்பட்ட முறையில் எடுத்துக்கொண்டால் நம் வலிமை குறையும். தனக்கான அங்கீகாரத்துக்காக மட்டுமே பெண்கள் போராடினால் ரொம்ப தூரம் ஓட முடியாது. களைப்பாகி விடும். பெண்களிடையே ஒரு ரிலே ரேஸ்போல, ஒரு தீப்பந்தத்தைக் கை மாற்றுவது மாதிரியான ஓர் ஒருங்கிணைப்பு வேண்டும். அதற்கு எழுத்து ஒரு சிறந்த களம். ‘சண்டைக்கோழி’ பட சர்ச்சை வந்தபோது பெண் இலக்கியவாதிகள் எல்லாரும் எனக்கு உடன் இருந்தார்கள். எனக்காக ஒருங்கிணைந்து குரல் கொடுத்தார்கள்.

இந்த 20 வருடங்களில் எழுத வந்த பெண்கள் எல்லாருமே ஏதேதோ தடைகளைத் தாண்டித்தான் வந்திருக்கிறார்கள். இது சாதாரண விஷயமில்லை. பெரிய விஷயம். இதுதான் எழுத்தில் பெண்களைப் பொருத்தமட்டில் ஈடு இணை இல்லா பொற்காலம். சமீப காலமாக பெண்கள் இந்தச் சமூகத்தை ரெஸ்ட்லெஸ் ஆக்குகிறோம். ஒரு புத்தகக்கடையில் ஒரு பத்து புத்தகங்கள் இருந்தால் அதில் நான்கோ, ஐந்தோ பெண் எழுத்தாளர்களின் புத்தகங்கள் இருக்கின்றன. அந்த அளவுக்கு ஒரு டிமாண்டை பெண் எழுத்தாளர்கள் உருவாக்கி இருக்கிறோம்.

இதுவரை மொத்தம் எனது பதினோரு கவிதைத்தொகுப்புகள் வெளியாகி உள்ளன. லண்டனில் உலக அளவில் சமீபத்திய சிறந்த 50 காதல் கவிதைகளை தேர்ந்தெடுத்தார்கள். அதில் ‘முலைகள்’ புத்தகத்தில் இருந்து கவிதையை தேர்ந்தெடுத்திருந்தார்கள். ஒரு கட்டத்திற்குப்பிறகு ஆழமான கட்டுரைகள் எழுத ஆரம்பித்தேன். ஒருசிறுகதைத் தொகுப்பும் வெளியாகி இருக்கிறது. கவிதைத்தொகுப்புகளை மொத்தமாகச் சேர்த்து ஒரு புத்தகம் உருவாக்குவதற்கான வேலைகள்

நடைபெறுகின்றன. தற்போது ஒரு சிறுகதைத்தொகுப்பு வெளியாக இருக்கிறது. கல்லூரி பருவத்தில் படத்திரையிடல்கள் பார்க்கும் போதே இயக்குனராகும் ஆசை மெல்ல எட்டிப் பார்த்தது. கவிதைகள், கட்டுரைகள் வெளியான பின்பு ஆவணப்படங்களும் இயக்கினேன்.

திரைப்பட இயக்குனராக வேண்டும் என்று ஒரு கட்டத்தில் தோன்றியது. 2006ம் ஆண்டு திரைத்துறைக்குள் நுழைந்தேன். இலக்கியத்திலிருந்து சினிமாவிற்கு வருதல் என்பது எல்லாக் காலக்கட்டத்திலும் நடந்து தான் இருக்கிறது என்றாலும் பெண்களின் வருகை கொஞ்சம் சிரமம் தான். இயக்குனர் பரத்பாலாவின் அறிமுகம் கிடைத்தது திரைத்துரையின் நுழைவாயிலாக இருந்தது. அவர் திரைக்கதை எழுத ஒருத்தரை தேடிக்கொண்டிருந்த போது எனக்கும் அவருக்குமான தோழி அனு என்னை அவருக்கு அறிமுகப்படுத்தி வைத்தார். ‘மரியான்’ திரைப்படத்தில் அவருக்கு அசோசியேட் டைரக்டராக பணிபுரிந்தேன். ‘மரியான்’ படத்தில் ‘நெஞ்சே எழு’, ‘எங்கே போன ராசா’ போன்ற பாடல்களை எழுதினேன். அதன் பிறகு மற்ற திரைப்படங்களிலும் பாடல்கள் எழுதி உள்ளேன். ‘மாயா’, ‘எட்டுத்தோட்டாக்கள்’ போன்ற படங்களிலும் எழுதினேன். ‘அருவி’ படத்தில் ஒரு பாடலை தவிர்த்து மற்ற பாடல்கள் அனைத்தையும் நான்தான் எழுதினேன்.

பரத்பாலாவிடம் இணை இயக்குனராக இணைந்தது சரியான பள்ளியில் இணைந்தது போல் இருந்தது. ஏ. ஆர். ரஹ்மானின் அறிமுகம் கிடைத்தது. நல்ல வழிகாட்டுதலும் கிடைத்தது. சினிமா தொழில் நுட்பங்கள் அனைத்தையும் கற்றுக்கொண்டேன். சினிமாத்துறையைப் பொறுத்தவரை ஒரு நல்ல ப்ரொஃபஷனலாக உணர்கிறேன். சில படங்களுக்கு ஸ்கிரிப்ட் எழுதியுள்ளேன். சினிமாவை பொறுத்தவரை மெனக்கெடுதல் அவசியம். பகல், இரவு என எப்போது வேலை இருந்தாலும் போக வேண்டும். நம் முழுப்படைப்பாற்றலையும் எந்நேரமும் தர வேண்டி இருக்கும். ‘நெஞ்சே எழு’ பாட்டெல்லாம் இரவில் தான் பதிவு செய்யப்பட்டது. பொதுவாக ஏ.ஆர்.ரஹ்மான் இரவில்தான் ரெக்கார்டிங் வைப்பார். ஏ.ஆர்.ரஹ்மானைச் சந்தித்த பிறகு என் வாழ்க்கை மாறி இருக்கிறது. அவதூறு, மட்டம் தட்டுதல்

இல்லாமல் ஒரு மரியாதைக்குரிய இடம் எனக்குக் கிடைத்திருக்கிறது.

பெண்களுக்கு வெளி உலகம் தெரியாது என்பதெல்லாம் ஒரு கற்பிதம். பெண்களுக்கு நுண்ணுணர்வு அதிகம். இந்தச் சமூகம் எந்த மாதிரி பாதுகாப்பற்ற சமூகம் என்பது ஆண்களை விட பெண்களுக்கு நன்கு தெரியும். சின்ன வயதிலே பெண்களுக்கு இந்த விஷயம் சொல்லிக் கொடுக்கப்படுகிறது. பெண்களுக்கு உலக அறிவு, ஆளுமை எல்லாமே இருக்கிறது. ஆனால் பெண்களின் திறமையை வெளிப்படுத்தக்கூடிய வாய்ப்புதான் அவ்வளவாக கிடைப்பது இல்லை. பாதுகாப்பற்ற இந்த உலகத்தில் எப்படி பாதுகாப்பாக இருப்பது, எப்படி தகவமைத்துக்கொள்வது என எல்லாம் பெண்களுக்குத் தெரியும். பெண்கள் எப்போதும் கடுமையான எச்சரிக்கை உணர்வோடு இருப்பார்கள். இதைப் பல இடங்களில் நான் உணர்ந்திருக்கிறேன்.

முன்னேற நினைக்கும் பெண்களுக்கு மறுப்புகளும் எதிர்ப்புகளும் இருக்கும். பயங்கரமாக முட்டி மோத வேண்டி இருக்கும். கதவைத் தட்டவேண்டும். எல்லாப் பெண்களுக்கும் அவரவருக்கான மறுப்பு இருக்கும். தடைகள் இருக்கும். அதைக் கடந்து விடக் கூடிய வலிமையும் பெண்களிடம் இருக்கிறது. பெண்களுக்கு நிறைய கடமைகள் இருப்பது உண்மை தான். அதையும் தாண்டி எழுதுதல் என்பது தனக்குத்தானே ஊக்கம் கொடுக்கும் விஷயம். குடும்ப வேலைகள் ஒரு பொருட்டல்ல. கடமையும் பொறுப்பும் இருக்கும்போது வலிமையும் தானாக வரும். அதிகச்சுமை உடைய வண்டியை ஓட்ட வேண்டுமென்றால் அதற்குரிய வலிமை வந்து தான் ஆக வேண்டும். எழுத்து என்பது அந்த வலிமையைத் தரக்கூடியது. நான் போராடி வந்துவிட்டேன். எழுத முடியாத பெண்கள், எழுத வேண்டும் என்ற ஆசையைக் கூட வெளிப்படுத்த முடியாத பெண்களின் பிரதிநிதியாக எழுத வந்த பெண்கள் இருக்க வேண்டும். 'பனிக்குடம்' என்றொரு காலாண்டு சிற்றிதழ் நடத்தினேன். அது பெண் எழுத்தாளர்களுக்கான ஒரு வாய்ப்பாக அமைந்தது. 90 வரை மேல்தட்டு என்று சொல்லப்பட்டவர்கள்தான் எழுதினார்கள்.

அவர்களின் மூன்றாவது தலைமுறை படிக்கும் போது நம்முடைய முதல் தலைமுறை படிக்க ஆரம்பித்தது. கல்வி,

பொருளாதாரம் என்று எல்லா வகையிலும் அவர்கள் முன்னேறிவிட்டார்கள். அதனால் அந்த அங்கீகாரத்தை அவர்கள் தக்க வைத்துக்கொள்ள நினைக்கிறார்கள். எனவே அந்த சாதியைச் சேராத பெண்களை நிராகரிப்பார்கள். இதனால் பெண் இனத்துக்குள் பிரச்சனைகள் வருது. எனவே அவர்கள் போட்ட கோட்டை நாம் அழிப்பதை விட அதை விட பெரிய கோட்டினைப் போட வேண்டும். போட்டி போட்டால் நேரம்தான் வீணாகும். அதற்காகப் பின்வாங்கிவிட்டால் மற்ற பெண்களுக்கு இடமில்லாமல் போய்விடும். போராட்டத்திற்கான வலிமையை சேகரித்துக்கொள்வது நல்லது.

பெண்கள் பேசுவதற்கு வாய்க்கும், எழுதுவதற்கு விரல்களுக்கும் மொழி கொடுத்தவர் பெரியார். பெண் முன்னேற்றம் என்ற தேரின் சக்கரத்தை முன்னிறுத்தி நகர்த்தியவர் பெரியார். நம் சமூகத்தில் தற்போது சமூக வலைத்தளங்கள் மூலம் உலகளாவிய அளவில் தொடர்பு கிடைத்திருப்பதால் பெண்கள் முன்னேற்றத்திற்கான வாய்ப்பு அதிகரித்திருக்கிறது. ஆனால் பெரும்பாலான பெண்கள் செல்ஃபி போடுவது, அர்த்தமற்ற விஷயங்களைப் பகிர்வது என அந்த வாய்ப்பை வீணாக்குகிறார்கள். சமூகத்தில் நடக்கும் வன்முறைகள் நம்மை மறுபடி வீட்டுக்குள் முடக்கிவிடுமோ என்ற நிலையில் நமக்குக் கிடைத்திருக்கும் இந்த நல்ல வாய்ப்பை நாம் பயன்படுத்த வேண்டாமா?

பெண்கள் சினிமாவிற்கு வந்தால் தங்கள் ஆற்றலை நிரூபித்துவிடுவார்கள். அறிவுரீதியாக சிந்தனை ரீதியாக பெண்கள் ஆண்களை விடச் சிறந்தவர்கள் என்பதால்தான் அவர்களின் திறமை முடக்கப்படுகிறது. வாய்ப்புகளை மறுப்பதன் வழியாக இதெல்லாம் பெண்களுக்குத் தெரியாது என்ற ஒரு கற்பிதத்தை உருவாக்குகிறார்கள். மற்ற பெண்களுக்கான நீதி கிடைக்காதபோது வாய்ப்பு கிடைத்த பெண்களின் பொறுப்புணர்வு அதிகமாகிறது. அந்தக் கடமையை பெண்கள் கவனத்துடன் செயல்படுத்த வேண்டும். தற்போது ஏ.ஆர்.ரஹ்மானுடன் இணைந்து 'கருணாமிருத சாகரம்' என்று 3000 ஆண்டு தமிழிசையைக் குறித்து ஒரு ப்ராஜெக்டை செய்து கொண்டிருக்கிறேன்.

– குங்குமம் தோழி, ஏப்ரல் 1–15, 2018

புலிகள்

நான் ஆண் புலியாம் நீ பெண் புலியாம்
அன்பைக் கொடும் வாயால் கவ்வியும்
கூர்நகங்கள் உடல் பதியப் பிடித்துப் பிராண்டியும்
வலிமையின் ஆழங்களை
ஒருவருக்கொருவர் காட்டிக் கொள்வோம்

உன் கண்களின் இலைத்தளிர்கள்
காட்டுக்குள் உன்னை ஒளித்துக் காட்டும்
என் உடலை மரங்களின் திடங்களில்
தொலைத்துக் காட்டுவேன்
இரவுகளில் நாம் புணரும்போது
உனக்காக அதுவரை ஒளித்து வைத்திருக்கும்
காமம்
கூவி ஆர்ப்பரிக்கும் என் தொண்டையிலிருந்து

தாழம்பூ மணம் வீசும் என் உறுப்புகளின்
மறைவிடங்கள் உனக்கானவை
பாறைகளில் வடியும் சுனைகளைப் போன்று
உன் மார்பில் வடியும் பால்சுரப்பைக்
குட்டிகள் கவ்விக்கிடக்க
நான் அங்கே உன் அன்பைப் புறக்கணித்துக் கிடப்பேன்

நீ என்னை வேட்டையாடமுடியாத போது
நான் உன்னைக் கோதிக்கொடுப்பேன்
என் இருப்பைச் செரிக்கமுடியாது நீ திணறுகையில்
நீ என் இரையாகத் துடிப்பாய்
உன்னை வேட்டையாடித் தீர்ப்பேன்
இப்படித்தான் நான் பெண் புலியானதும்
நீ ஆண் புலியானதும்

சக கவிஞர்

உரையாடல் - மௌனன் யாத்ரிகா

தமிழ் எழுத்துச் சூழலை நாலா பக்கமும் ஆண்கள் சூழ்ந்து கொண்டு நின்ற காலத்தில் அந்த வேலியில் மிகப்பெரும் உடைவை ஏற்படுத்தியவர்களில் குறிப்பிடத்தக்கவர் நீங்கள். இப்போதும் அந்த வேலி சிதைப்பு தேவைப்படுகிறதா?

எப்பொழுதுமே அந்தச் சிதைப்பு தேவைப்படுகிறது, தேவைப்பட்டுக்கொண்டு தான் இருந்திருக்கிறது என்று நினைக்கிறேன். மேலும், இன்று பெண் என்னும் அடையாளப் பாலியல் இருப்பினால் மட்டுமே நிகழ்வது அன்று; கருத்தியலாலும் நிகழ்வது என்ற சூழலுக்குத் தள்ளப்பட்டிருக்கிறோம்.

பல பெண் எழுத்தாளர்கள், "நான் பெண்; ஆனால், பெண்ணிய எழுத்தாளர் அல்ல", என்று குறிப்பிடுவதைப் பார்த்திருக்கிறேன். சமூகவியலும் காலங்காலமான பெண்ணுரிமைக்கருத்தியலுக்கான பெண்களின் போராட்டங்களின் வரலாறும் அறிந்தவர்கள், உணர்ந்தவர்கள் அப்படிச் சொல்ல மாட்டார்கள். தனக்கானது என்று ஏதுமில்லை இங்கே.

மற்றெல்லா துறைகளிலும் ஒவ்வொரு பெண்ணும் நிகழ்த்தும் ஒவ்வோர் அடிச்சிதைப்பும் கூட, பெண் எழுத்திற்கு, இலக்கியத்திற்கு வெகுவான பலம் சேர்த்திருக்கிறது என்பதையும் பெண்கள் உணரவேண்டும்.

ஆண்களை எதிராளிகளாகப் பார்க்கும் மேலைத்தேயக் கருத்தியலில் இருந்து நாம் பெருமளவு முன்னகர்ந்திருக்கிறோம். இங்கிருக்கும் சாதிய அமைப்பை விடச் சிக்கலானது இல்லை

பெண் – ஆண் பாலியல் பிளவு. இந்தச் சாதிய அமைப்பு, பெண் – பெண்ணுக்கிடையிலேயே சிண்டு முடிந்துவிடக்கூடியது; பெண்ணுக்கு பெண்ணை எதிராக்கக் கூடியது.

நமது பண்டைய கவிதை மரபு வெறும் வாழ்க்கைப்பாடுகளையும், பண்பாட்டுக்கூறுகளையும் மட்டும் கொண்டதன்று. மாறாக, இயற்கையியல் (திணை சார்ந்த கருப்பொருள்), அறிவியல், மருத்துவம், தத்துவவியல் அனைத்தும் உள்ளடக்கியது. உங்களுடைய அண்மைப் பிரதிகள் இயற்கை மற்றும் மருத்துவம் சார்ந்த சாராம்சத்தை கவனத்தில் கொண்டுள்ளன. அதுகுறித்து சிறு அறிமுகம் கொடுங்கள்.

'அண்மைப் பிரதிகள்', என்று இல்லை. தொடக்கத்திலிருந்தே, வெளியாகி இருக்கும் பதின்மூன்று தொகுப்புகளிலுமே அப்படியான கலவையாகத் தான் என் கவிதைகள் நிறைந்திருக்கின்றன. இப்பொழுது தான் கவனம் பெறுகின்றன, வாசிப்பிற்கு வருகின்றன, உரையாடலை ஏற்படுத்துகின்றன என்று வேண்டுமானால் சொல்லலாம்.

'நான்', என்று இல்லை. எல்லா கவிஞர்களிடமுமே இதைக்காணமுடியும். தம் பின்னணியில் நீங்கள் குறிப்பிட்டிருக்கும் ஏதோ ஒரு துறை அல்லது கருத்தியல் சார்ந்த ஆழத்தில் அதிக விசையுடன் அவர்கள் நீச்சலுக்கு இறங்கியதில் தான் கவிஞர்களாகியிருப்பார்கள். கவிஞர்கள் என்றாலே அப்படித்தான். தனித்த இருப்பு கொண்டது அன்று, கவிஞராக இருப்பது. இந்தப் பூவுலகத்தினுடனான தன் இணைப்பை மொழிமயமாக்கிக் கொண்டே இருப்பது.

கவிதையை எப்போதும் புதுப்பித்துக்கொண்டே இருக்க வேண்டும். இந்தச் சிந்தனை பாரதிக்குப் பிறகு தற்காலத்தில் அதிகம் கவனத்தில் எடுத்துக்கொள்ளப்பட்டிருக்கிறது என்று நினைக்கிறேன். உங்கள் பார்வை என்ன?

"கவிதையை எப்போதும் புதுப்பித்துக்கொண்டே இருக்கவேண்டும்", என்ற சிந்தனை இன்று அதிகம் கவனத்தில் எடுத்துக்கொள்ளப்பட்டிருக்கிறது என்பதை முழுமையாக ஏற்றுக்கொள்கிறேன். ஆனால், 'பாரதிக்குப் பிறகு தற்காலத்தில்', என்பதில் வேறுபடுகிறேன். காலந்தோறுமான படைப்பிலக்கிய அலையைப் புதுப்பிப்பதில் கவிஞர்களின் பங்கு பெருமளவில் இருந்திருக்கிறது.

கவிதைத்தளத்தில் பாரதிக்குப் பிறகு எவ்வளவோ இங்கே நிகழ்ந்துவிட்டன. என்றாலும், கவிஞர்களுக்கான சமூக முக்கியத்துவம் கொடுக்கப்படாததால் தான் இது பாரதிக்குப் பிறகு என்று இன்னும் எங்கேயோ தூரத்திலேயே நிறுத்தப்பட்டுவிடுகிறது.

நாவல், சிறுகதைத் தளங்களில் நிகழாத, நிகழ்த்த முடியாத பெரிய எழுச்சிகளையும், புரட்சிகளையும், மறுமலர்ச்சிகளையும் நவீன தமிழ்க்கவிஞர்கள் நிகழ்த்தியிருக்கின்றனர்.

கவிஞர் என்றால் பிழைக்கத் தெரியாத அசடு என்பதன்று அர்த்தம். கவிஞர் என்றால் அவர் தான் ஆகச்சிறந்த அறிவுஜீவி; அச்சமூகத்தின் அறிவு மரபின் நீட்சியும் அடையாளமும் என்றே அர்த்தங்கள்.

கவிதைத் தளத்தில் கேள்விகளை இயக்கிக்கொண்டிருப்பதற்கு நன்றிகள்!

மழையின் நதி

நான் மழையின் நதி
நீ நதியின் ஈர்ப்பு
உள்ளிழுத்துப் புணரும் வேகம்
செம்புலப்பெயல் நீர்
உடலுக்குள் மீன்களின் பாய்ச்சல்
கொடிப்பாசிகளின் தழுவல்
புரண்டணைக்கும் மூர்க்கத்தில்
சுழன்றோடிப்
பாறைகளின் படுக்கையில்
மூர்ச்சையடையச் செய்கிறாய்
உனது மடி
நான் சுழன்றாடும்
சங்கப்பலகை
உனது கைகளின் மென்மையான சருமம்
கழுத்தின் பின்புறம்
கண்களை வருடும்

எதிர்வந்து நீ அழைக்கும்போது
என் கால்களைப் புல் அறுக்கும்
நீ காலத்தின் வேகம்
நான் பருவத்தின் மலர்ச்சி

எந்த ஓர் உயிர் இழப்பையும் தியாகம் என்று கொண்டாடுவது சாதியச் சிந்தனை!

- தி டைம்ஸ் தமிழ்

உடல் என்பது ஆயுதமா?

அண்ணல் அம்பேத்கர் கருத்தியல் படி, நம் உடல் என்பதே ஆயுதம் இல்லை. இந்த நம்பிக்கை நிறைய தற்கொலைகளுக்குத் தான் நம் மக்களை அழைத்துச் செல்லும். உடல் என்பது ஆயுதம் என்பது அதிகாரச் சிந்தனை. அது விடுதலைச் சிந்தனை அன்று. அப்படி அது விடுதலைச் சிந்தனை என்றால் ஏன் அதிகாரச் சாதியில் இருப்போர், அதிகாரத்தில் இருப்போர் தற்கொலை செய்து கொள்வது இல்லை, தன்னை அழித்துக் கொள்வது இல்லை.

நெஞ்சில் துப்பாக்கி ஏந்தும் துணிவு வேறு. இதை நாம் கருத்தியலுக்கான போராட்டமாக, சிந்தனையாக எடுத்துக்கொள்ளலாம்.

இந்தியாவில் கடந்த இரண்டாயிரம் ஆண்டுகளாக, இதுவரை போராட்டக்களத்தில் பணயமாக, இரையாக வைக்கப்பட்டது ஒடுக்கப்பட்டவர்களின் உடல்கள் தான்.

இந்தியாவில் அதிகார வர்க்கம் பெற்ற விடுதலையாகக் கூவிக்கொள்வது எல்லாம் நம் மக்களின் கொல்லப்பட்ட உடல்கள் மேல் தாம்.

இந்தியாவின் உடலரசியல் என்பதும் சமூக அரசியலில் உடலை இணைத்துப் பேசுவதும் நீண்ட விரிவான

உரையாடலுக்கும் விவாதத்திற்கும் உரியது. இந்த நிலையில், நம் மக்கள் ஒவ்வொருவரின் உயிரும் மிக மிக அவசியம்.

அனிதாவையே எடுத்துக் கொள்வோம். சமூகத்தின் அடித்தட்டிலிருந்து எழுந்து வரும் ஒருவர் குடும்பமாகப் போராடிப் பெறும் கல்வியறிவும் அவரின் பொருளாதார பலமும், அவரின் வலிமையும் அவர் பெறும் வாய்ப்புகளும் அவர் பெறவேண்டிய நல்வாழ்வும் அவரின் சிந்தனையும் அவர் பலமும் சமூகத்திற்கு ஒரு நூற்றாண்டு முயற்சிக்கு, பல தலைமுறைகளின் போராட்டத்திற்கு இணையானது, நண்பர்களே!

எந்த ஓர் உயிர் இழப்பையும் தியாகம் என்று கொண்டாடுவது, சாதியச் சிந்தனை. இதை மாற்றி வைப்போம், இதிலிருந்து வெளியேறுவோம்.

உடல் என்பது ஆயுதம் என்ற நம்பிக்கையிலிருந்து வெளியேறுவது தான் நாம் அடிமைச்சிந்தனையிலிருந்து முழுமையாக வெளியேறுவதாகும்.

மாவீரன் கிட்டு கதை நல்ல கதைதான். சாதியால் ஒடுக்கப்படும் ஓர் இளைஞன் வீறு கொண்டு எழுந்து வரும் கதை தான். ஆனால் அந்தக் கதையிலும் இதே பிரச்சனை இருந்தது. சாதி வழியாக ஒடுக்கப்பட்ட ஒருவர் ஒவ்வொரு சமூகப்படியாகப் போராடி எழுந்து வந்து பின் தன்னைத்தானே தியாகம் செய்யும் நிலைக்குத் தள்ளப்படுவது மீண்டும் சமூகத்தின் அதிகாரச் சிந்தனைக்குத் துணை போவதே.

எதைக் காரணம் காட்டியும் அவர் அதைத் துறக்கத் துணியக்கூடாது. ஏனெனில், தனியொருவர் பெறும் உரிமை எதற்கும் அவர் மட்டுமே காரணம் இல்லை.

சிந்தனைதான் ஆயுதம்!

நம்மைப் பிடித்த பிசாசுகள்

சகோதரி... இன்னும் பல முலைகளை
வனைந்தெடுப்போம்
கல்லால் அடித்தும் கத்தி முனையிலும்
உயிர்த்த முலைகளும் உண்ணப்படும் வேளையில்

உலகின் தானியங்களாகிப்போன
அவற்றைப் பேண வேலிகள் இல்லை
வல்லூறுகள் ஏன் தானியக்கொள்ளையில்?
வெயிலை தின்று வெட்டவெளியை நுகர்ந்து மூச்சிடும்
அக்கிழவியின் முலைகள் அவளைப்பீடித்த பிசாசங்களாய்
தொங்கிக்கொண்டிருக்கின்றன நெஞ்சை முட்டிக்கொண்டு
உலர்ந்த வரலாற்றின் எல்லை வரைபடங்களே
அப்பிசாசுகளும் ஆகவே சகோதரி
நீரரருந்த நீர்க்குளங்களாயிருந்த முலைகளை
தீராத வேதனைக் கலயங்களாக்கோம்
ஒருநாளேனும் கற்களாக்கி அம்முலைகளை
கவண் கொண்டெறிவோம்
ஒற்றை முலையோடேனும் அலைவோம்
நம் சூரியனை தூக்கிச் சுமந்து.

தமிழகத்தின் தொல் நிலமே ஈழம்தான்

உரையாடல் - ரோஷன் பூங்குன்றன்

எவ்வாறு திரைத்துறைக்குள் வந்தீர்கள்?

நவீன கவிதைக் களத்தில் தீவிரமாய் இயங்கிக் கொண்டிருந்த 2000 களில், சகக் கவிஞரும் தோழியுமான ஒருவர், தன் படத்திற்குத் திரைக்கதை எழுதத் தெரிந்த, தமிழ் மொழித்திறன் கொண்ட ஒருவர் வேண்டுமென்று இயக்குநர் பரத்பாலாவிடம் என்னை அறிமுகப்படுத்தினார். மலையாள எழுத்தாளர் எம்.டி. வாசுதேவன் கதையில் உருவான 19th Step என்றதொரு படத்தில் பரத்பாலாவிடம் பணியாற்றத் தொடங்கினேன். தயாரிப்பு காரணங்களால் அந்தப்படம் படப்பிடிப்பிற்குச் செல்லும் முன் நின்று போனது.

அதற்குப் பின், அவர் தொடங்கிய 'மரியான்', என்ற படத்தில் இணை இயக்குநராகப் பணியாற்றினேன். திரைத்துறை தான் என்னுடைய துறை என்று கல்லூரிப் பருவம் தொடங்கி எப்பொழுதுமே எண்ணியிருந்தேன். என் கல்லூரிக் காலங்களில் திருநெல்வேலியில் ஆர்.ஆர். சீனிவாசன் நடத்திவந்த காஞ்சனை திரைப்பட இயக்கம்தான் என் திரைத்துறைச் சிந்தனைக்கு வித்திட்டது. என் வாழ்வில் எப்பொழுது என்றாலும் திரைத்துறைக்கு வந்திருப்பேன். ஒரு கவிஞராக எழுதத்தொடங்கிய பின்பு, இலக்கிய இயக்கம் ஒரு குறிப்பிட்ட காலத்தையும் ஆற்றலையும் என் செயல்பாட்டையும் தீவிரமாக எடுத்துக் கொண்டது.

காட்சிப் படிமங்களுக்கும் எனக்குமான தொடர்பு மிகவும் ஆழமானது என்பதை என் எழுத்தின் வழியாகவே உணர்ந்து

கொண்டேன். காட்சிகளைக் கையாள்வதற்குக் கையில் இருக்கும் பெரும் வாய்ப்பு, திரைத்துறையே.

உங்களுடைய சிறகு திரைப்படம் உருவாகியது பற்றி? யாரெல்லம் நடித்து இருக்கிறார்கள்?

'மரியான்', திரைப்படத்திற்குப் பின் பல தயாரிப்பாளர்களைத் தொடர்ந்து சந்தித்து, திரைக்கதைகளைச் சமர்ப்பித்து, இயக்குவதற்கான வாய்ப்பினைத் தேடிக் கொண்டே இருந்தேன். தயாரிப்பாளர் மாலா மணியன் அவர்களை, இசையமைப்பாளர் ஏ.ஆர்.ரஹ்மான் அவர்கள் தந்த ஓர் இரவு விருந்தினில் சந்தித்தேன். அவரிடம் என் ஆர்வத்தைத் தெரிவித்தேன். அது வரை, மணிரத்னம் போன்ற இயக்குநர்களுக்கு நிர்வாகத் தயாரிப்பாளராக இருந்த மாலா மணியன், 'நான் படம் தயாரிக்கலாம் என்று இருக்கிறேன். உங்கள் திரைக்கதையை வாசிக்கக் கொடுங்கள்', என்று தயாரிப்பாளராக முன் வந்தார். இப்படித்தான் எங்கள் பயணம் தொடங்கியது.

'மெட்ராஸ்', படத்தில் நடித்த ஜானி தான் இப்படத்தின் கதாநாயகன், அவர் பெயர் ஹரிகிருஷ்ணன். 'மரியான்', படத்தில் தனுஷின் நண்பனாக நடித்திருந்தார். வசீகரமான, துடிப்பான, திறமையான கலைஞன். வடசென்னை, சண்டைக்கோழி 2 போன்ற படங்களிலும் நடித்திருக்கிறார். இந்தப்படத்தில், உணர்வுப்பூர்வமான, நவீன இளைஞனாக அவரை நீங்கள் பார்க்கமுடியும். அக்ஷிதா, தமிழ் நன்கு பேசத் தெரிந்த புதிய கதாநாயகி. மருத்துவர் வித்யா மற்றும் நிவாஸ் ஆதித்தன் ஆகியோரும் முக்கியக்கதாபாத்திரங்களில் நடித்திருக்கின்றனர்.

சிறகு திரைப்படத்தின் திரைவடிவத்தை உங்களது குழு எந்தளவிற்கு சாத்தியப்படுத்தியிருக்கிறது.?

திரைக்கதையை நிறைவு செய்து கொடுத்ததும், அழகான செயல்திட்டத்தை, வடிவத்தை எங்களிடம் கொடுத்தார் தயாரிப்பாளர். அதன் படி, பணியாற்றுவது எங்கள் எல்லோருக்கும் எளிதான ஒரு விடயமாக இருந்தது. மிகவும் இறுக்கமான பட்ஜெட்டில் வேலை செய்த படம். என்றாலும், ஒளிப்பதிவாளர் ராஜா பட்டாச்சார்ஜி, இசை இயக்குநர் அரோல் கொரேலி, படத்தொகுப்பாளர் அருண் குமார் ஆகியோர்

படத்தின் நோக்கத்தையும் அதற்கு இருக்கும் சவால்களையும் உள்வாங்கி பணியாற்றி இருக்கின்றனர். ஒளிப்பதிவாளர், அழகியல் குறித்த என் தேவைகளை நிறைவேற்றியிருகிறார்.

ஒளிப்பதிவு, இசை மற்றும பதப்பதிவுக் களங்களில் எந்த சமரசமும் இன்றி வேலை பார்த்திருக்கிறோம். எல்லோருடைய தொலைநோக்கும் ஒரே புள்ளியில் இருந்ததற்கு முக்கியமான காரணம். தயாரிப்பாளரும் நானும் அவ்விடயத்தில் தெளிவாக இருந்தோம். குறிக்கோளும் தொலைநோக்கும் எல்லோருக்கும் பொதுவானதாக இருக்கும்போது, செய்யும் வேலை கலையாகிவிடுகிறது. மகிழ்ச்சியாக, உற்சாகமாக வேலை பார்த்தோம். என்ன, அதற்குள் படத்தை நிறைவுசெய்து விட்டீர்களா என்று எல்லோரும் வியந்து கேட்கும் படியாக, 30 நாட்களில் திட்டமிட்ட படியே ஆர்ப்பாட்டமின்றி, மிகுந்த கவனத்துடன் வேலையை முடித்தோம்.

இவ்வளவு சிறப்பாக, இந்தப்படத்தை முடித்துக் கொடுத்த என் குழுவிற்கும் தயாரிப்பாளருக்கும் நான் மிகவும் நன்றிக்கடன் பட்டுள்ளேன். திரைக்கு வரும் நாளை, மக்கள் எல்லோரிடமும் படத்தைக் கொண்டு சேர்க்கும் நாட்களை ஆவலுடன் எதிர்நோக்கியிருக்கிறோம்.

பரத் பாலாவிடம் உதவி இயக்குனராக பணியாற்றிய அனுபவ, கற்றுக்கொண்டது பற்றிச் சொல்லுங்கள்.

பரத்பாலாவிடம் 19th Step படத்திற்குத் திரைக்கதையாசிரியராகப் பணிக்குச் சேர்ந்தேன் என்று சொன்னேன். அப்படியே, 'மரியான்', படம் ஒரு வரிக்கதையாக இருந்த கணத்திலிருந்தே திரைக்கதையாசிரியராகப் பணியாற்றினேன். படப்பதிவின் போது, க்ளாப் போர்டு கலைஞராக பணியாற்றினேன். ஏ.ஆர்.ரஹ்மான் இசையில், 'நெஞ்சே எழு', 'எங்க போன ராசா', என்ற இரு பாடல்களை எழுதினேன். ஏ.ஆர்.ரஹ்மான் தான் இப்பாடல்கள் வழியாக என்னை பாடலாசிரியராக ஆக்கினார். அதே படத்தில் முழுப் படமும் நிறைவாகும் வரை பணியாற்றி இணை இயக்குநர் ஆனேன். தொழில் நுட்ப ரீதியான திரைசார்ந்த எல்லா விடயங்களையும் அறிந்து கொண்டேன். ஒரு படத்தின் கதை கருவாக இருந்ததிலிருந்தே பணியாற்றியதால் அது முழு வடிவம் பெறுவதை காண்பதே

கற்றலுக்கான அடிப்படை. சமூகத்தின் மையமான கலையாயும் தொழில்துறையாயும் சினிமா வளர்ந்து வருவதை அதன் பிரமாண்ட அளவில் கற்றுக்கொள்ள ஏ.ஆர்.ரஹ்மான், பரத் பாலாவைக் காட்டிலும் வேறு யார் சிறந்த களங்களைக் கொடுக்க முடியும்.

புதிதாக பல திறமைகளுடன் சினிமாவிற்குள் சாதிக்க வேண்டுமென்ற கனவுகளோடு நுழைகின்றனர். அவ்வாறான புது திறமைகள் அவர்களை எவ்வாறு தயார்படுத்திக்கொள்ள வேண்டும் என நீங்கள் நினைக்கிறீர்கள்.?

திரைத்துறை, பல் துறை கலைகளின் திறமைகளைக் கோரும் ஓர் ஊடகம். அதே சமயம், தம்மிடம் உள்ள திறமைகளை நவீனப்படுத்திக் கொண்டே இருக்கவேண்டும். சமூகத்தின் குறுக்கும் வெட்டுமாய் ஊடாடும் ஒரு துறையில் தாம் பங்கெடுக்கிறோம் என்ற அக உணர்வும் புறச்செயல்பாட்டுணர்வும் கொண்டிருக்கவேண்டும். இலக்கியம் முதல் எல்லா கலைகள் குறித்தும் சிறந்த பார்வைகள் பெறுவதற்கான பயிற்சியைக் கொண்டிருக்க வேண்டும். 24 கலை வகைகள் திரைத்துறையில் பங்கெடுக்கின்றன என்று சொல்கிறார்கள். எல்லாவற்றையும் அறிந்து வைத்திருப்பதன் வழியாக, திரைத்துறை என்ற ஒன்றில் சிறந்து விளங்க முடியும் என்று நம்புகிறேன்.

கதை சொல்லத் தெரியவேண்டும். கவிதையை ரசிக்கத் தெரியவேண்டும். புகைப்படம் எப்படி எடுக்கவேண்டும் என்று தெரிய வேண்டும். தனியே பயணங்கள் மேற்கொள்ள வேண்டும். சமைக்கத் தெரியவேண்டும். நீண்ட தூரம் ஓட முடிய வேண்டும். மலைகள், காடுகள் ஆறுகளை நோக்கிப் பயணித்துக் கொண்டே இருக்கவேண்டும். சமூக நிகழ்வுகளில் பங்குபெற வேண்டும். சிறந்த ஓவியங்கள் எப்படி உருவாகின்றன என்பதை அறிந்து கொள்ள வேண்டும். திறந்த மனமுடையவராய் வாழத் தெரியவேண்டும். அடிப்படையாக, தான் பிறந்து வந்த பின்னணியிலேயே சிக்கிக் கொண்டிராமல் அவற்றிலிருந்து விடுதலை பெற வேண்டும் முதலில்.

புதுமுக இயக்குனர்களுக்குத் தயாரிப்பாளர்கள் கிடைப்பது கடினமான ஒரு விடயம். உங்களுக்கு எப்படி அமைந்தது.?

உண்மைதான். 'மரியான்' படத்தின் இணை இயக்குநர் என்ற நிலையிலிருந்து இயக்குநர் நிலையை எட்டுவது என்பது

மிகவும் நீண்ட நெடிய சவால்கள் நிறைந்த பயணமாக இருந்தது. இது ஒவ்வொருவருக்கும் ஒவ்வொரு விதமாக அமையும் என்று நினைக்கிறேன், அது தனித்துவமானதாகவும் இருக்கும் என்றும் நம்புகிறேன். அதுமட்டுமன்றி, தான் யார், என்னவிதமான படத்தை எடுக்க நினைக்கிறோம், தனக்கு இங்கே இருக்கும் சவால்கள் என்ன என எல்லாவற்றையும் அந்தப் பயணத்தில்தான் அறிந்து கொள்ள முடியும். சொல்லப்போனால், அந்தப் பயணத்தையே ரசிப்பவர்களாக நாம் மாறிவிடுவது தான் பயணத்தை உவகை நிறைந்ததாக, ஆக்கப்பூர்வமானதாக ஆக்கும். வெயில், மழை, இரவு, தொலைவு என்று பாராமல் தயாரிப்பாளர்களைத் தொடர்ந்து சென்று சந்தித்திருக்கிறேன். திரைக்கதையை விரிவாகச் சொல்லியிருக்கிறேன். பல வடிவங்களை அலுப்புறாமல் எழுதி எடுத்திருக்கிறேன். தயாரிப்பாளரை உங்கள் கதைக்கு இணங்கச் செய்தலும் ஒரு கலையே. எது உங்கள் தனித்துவமான திறன் என்று நீங்கள் அறிந்துவிட்டால், மற்றதெல்லாம் எளிதே. திரைத்துறையில் வாய்ப்பு தேடும் எந்த ஒருவரின் பயணத்தையும் விட என்னுடையது நீளமாகத்தான் இருந்திருக்கும். ஆனால், அவற்றினூடே நிகழ்ந்த அனுபவங்களின் பால், நான் என்ன திரைப்படம் எடுக்கப் போகிறேன் என்பதையும் தொடர்ந்து கற்றுக்கொண்டே தான் இருந்தேன்.

மேலும், இந்தப்பயணம் எந்த இரண்டு இயக்குநருக்கும் ஒன்று போல் இருந்துவிடாது. இந்த அனுபவம் எல்லோருக்கும் பொதுவானது அன்று.

பெண் இயக்குனராக எதிர்நோக்கும் சவால்கள் என எவ்வாறான விடயங்களைப் பார்க்கிறீர்கள்?

என்றுமே என்னை ஒரு பெண் இயக்குநராக நான் உணர்வதில்லை, முன் வைப்பதில்லை. அப்படியாக, நம்மை ஒரு பெண்ணாக முன் வைத்தால் தான் எல்லோரும் அப்படியே நம்மைப் பார்ப்பார்கள். பெண்களைத் தம்மில் ஒரு பகுதியாகப் பார்க்கும் சமூக அறிவைச் சமூகம் கொண்டிராதவரை, இது குறித்துப் பெண் இயக்குநர்கள் தெளிவாக இருக்கவேண்டும். நான் அம்மாதிரியான முகத்தை அணிந்து கொள்வதே இல்லை. யாரிடமும், ஏன் என் படத்தில் வேலை பார்க்கும் பிற பெண்

கலைஞர்களிடம் கூட நான் அதை எதிர்நோக்கி, கோருவதில்லை. திரைத்துறையைப் பொறுத்தவரை, எவர் வெளிப்படுத்தும் திறமைதான் முன்னிற்கும். பெண், ஆண் என்பதற்கு இடமேயில்லை. ஆனால், வணிக, மையச் சமூகத்தில் இந்தப் பேதத்தை தொடர்த் திட்டங்கள் மூலம் ஓரம் கட்ட முடியும். ஒரு பேரமாக்க முடியும். என்றாலும், ஓரளவிற்கு மேல் திறமையை எவரும் புறக்கணிக்கவே முடியாது. இது, சமூகத்தில், வரலாற்றில் முன்பே பல முறை நிகழ்ந்திருக்கிறது.

அநேகமான புதிய இயக்குனர்களின் மத்தியில் நீங்கள் உங்களை தக்கவைத்துக் கொள்ள முடியும் என நினைக்கிறீர்களா?

இம்மாதிரியான சந்தேகங்களுக்கு எல்லாம் நான் இடம் கொடுப்பதே இல்லை, ரோஷன். என்னில் இவையெல்லாம் தோன்றியதே இல்லை. மேலும், சினிமா என்பது ஓர் இயக்குநரோடு இன்னோர் இயக்குநர் போட்டி போடுவது என்பதாகாது. அந்த இயக்குநரின் முந்தைய படைப்புடன் அவரே போடும் போட்டியாகத்தான் சினிமா இருந்திருக்கிறது. முந்தைய படைப்பினும் சிறந்த படைப்பைக் கொடுக்கவே ஒவ்வோர் இயக்குநரும் உழைக்கின்றார். என்னைப் பொறுத்தவரை, சினிமா அதையும் மீறியது. தொடர் கலை வெளிப்பாடு.

தற்போது வெளிவரும் திரைப்படங்களில் இல்லாத ஒரு தனித்துவத் தன்மையை உங்களின் திரைப்படங்களில் காணமுடியும் என்றால் அது என்ன? தமிழ்த் திரையுலகில் திரைப்படத்தின் தரத்தினை "பட்ஜெட்' தீர்மானிக்கின்றதா?

வழமையான படங்களுக்கு எதிரான முற்றிலும் புதிய திசையைத் தொட முடியுமா என்று பார்த்திருக்கிறோம். வணிக சினிமாவிற்கான புதிய இலக்கணங்களை முன்மொழிந்திருக்கிறோம். ஓர் எளிமையான வடிவமாக சினிமாவை உள்வாங்கியிருக்கிறோம் என்பதே தனித்தன்மை என்று நினைக்கிறேன். சிறிய படம் என்பதால் இவற்றைப் பரீட்சித்துப் பார்க்கும் வாய்ப்பு கிட்டியிருக்கிறது.

'சிறகு', அனுபவத்தைப் பொறுத்தவரை திரைப்படத்தின் தரத்தினை பட்ஜெட் தீர்மானிக்கமுடியாது என்பதைக் கற்றுக்கொண்டேன். அதுபோலவே, நம் நோக்கத்தையும் எந்தக்

கட்டுப்பாடும், எல்லையும் தீர்மானிக்க முடியாது. ஓர் இயக்குநரின் ஆளுமையைப் பொறுத்து தான் எல்லாமே தீர்மானமாகும்.

சினிமா நுட்பங்களை எப்படி கற்றுக்கொண்டீர்கள்?

நான் யாருடன் எல்லாம் வேலை பார்த்தேனோ, எல்லோருமே மிகச் சிறந்த திரைக்கலைஞர்கள். ஏ.ஆர்.ரஹ்மான், பரத்பாலா, 'மரியான்', படத்தின் ஒளிப்பதிவாளர் மார்க் கொனின்க்ஸ், 'சிறகு', படத்தின் தயாரிப்பாளர் மாலா மணியன், எடிட்டர் லெனின் என எல்லோருமே பரந்த தொழில்நுட்ப அறிவையும் கலையையும் ஒருங்கே செயல்படுத்தும் வல்லுநர்கள். 'மரியான்' படத்தின் அத்தனை திரைக்கதை வடிவங்களையும் நானே எழுதி எடுத்தேன். அப்படத்தின் போது, Post Production பணி முழுவதையும் நானே முன்னின்று செய்ததன் வழியாக எல்லாவற்றையும் குறிப்பாக, கலை நுட்பங்களை, திரைத்துறைக்குத் தேவையான தொழில் நுட்பங்களை அறிந்து கொண்டேன். மரியானில், ஏ.ஆர்.ரஹ்மானின் முழுப் பின்னணி இசைப்பதிவையும் கண்ணுற்றேன். வேறென்ன வேண்டும் எனக்கு? அற்புதமான பருவ காலங்கள், இவை. கலையைச் செய்வதன் வழியாகக் கற்றுக்கொள்வதும், தன் திறனைச் செழுமையாக்கிக் கொள்வதும் சினிமாவில் அன்றாடப் பணி.

நீங்கள் ஒரு பல்துறைக் கலைஞரும் கூட. அந்தவகையில் உங்களுடைய பாடலாசிரியர் துறை அனுபவம் பற்றிச் சொல்லுங்கள்.

நான் ஏற்கெனவே சொன்னது போல, ஏ.ஆர்.ரஹ்மான் தான் என்னைப் பாடலாசிரியர் ஆக்கினார். என் கவனம் எல்லாம் திரை இயக்கத்தில் தான் இருந்தது. என்றாலும் கவிஞராய் இருந்த படியால், பாடலாசிரியர் ஆவதில் சிரமம் இல்லை. இயக்குநர்கள் அஸ்வின் சரவணன் (மாயா, கேம் ஆன்), ஸ்ரீகணேஷ் (எட்டு தோட்டாக்கள்), அருண் பிரபு புருஷோத்தமன் (அருவி, வாழ்) என்று தொடர்ந்து இளம் இயக்குநர்களுடன் பணியாற்றும் வாய்ப்பு கிடைக்கிறது. தற்கால சினிமாவின் மையமான அங்கமாக இருக்கும் இவர்களின் கோரிக்கை துல்லியமானது, சவாலானது. உத்வேகம் நிறைந்தது. மகிழ்ச்சியான இந்தப் படைப்பாக்கப் பணியில் முழுமையாக என்னை ஈடுபடுத்திக்கொள்கிறேன். ஒவ்வொரு பாடலின்

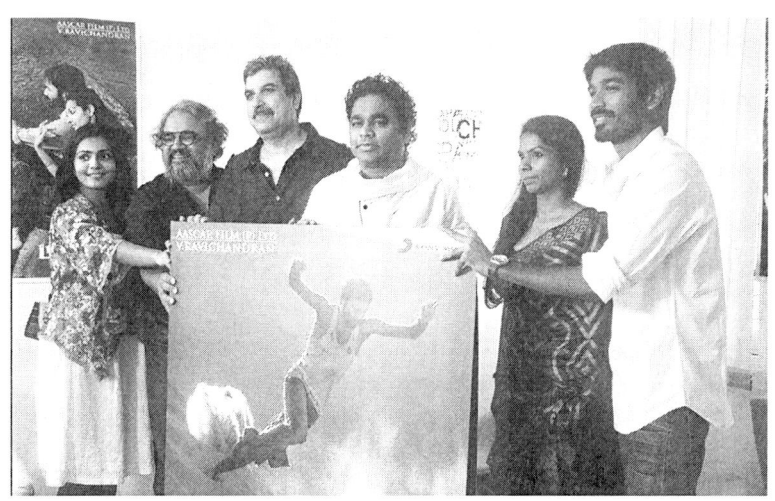

பின்பும், என் முழுமையான ஈடுபாட்டின், வெளிப்பாட்டின் இன்பத்தை நுகர்கிறேன். 'சிறகு', படத்தில் எல்லா பாடல்களையும் எழுதி இருக்கிறேன். இசை அமைப்பாளர் அரோல் கொரேலி, மிகுந்த திறமைசாலி, நான் எழுதிய வரிகளுக்கு இசையமைத்துப் பாடல்கள் ஆக்கியிருக்கிறார். ஏ.ஆர்.ரஹ்மானின், Mom படத்திலும் 99 Songs படத்திலும் பாடல் எழுதியிருக்கிறேன்.

இயக்குநரை திருப்திப்படுத்த வேண்டும். இசையமைப்புக்கு ஏற்ற வகையிலான பாடல் வரிகளை வழங்க வேண்டும். இயக்குநருக்கும் இசையமைப்பாளருக்கும் இடையில் ஒரு பாடலாசிரியரின் பங்களிப்பு எப்படி இருக்கிறது?

தமிழ்ச்சமூகம், இசையை மையமாகக் கொண்டது. இரண்டாயிரம் வருடத் தமிழ் இசை மரபின் எச்சமும் தொடர்ச்சியுமாகத் தான் திரை இசை இருக்கிறது. தமிழ் இசை குறித்து ஆபிரகாம் பண்டிதர் எழுதிய கருணாமிர்த சாகரம் என்ற பெயரில் இசையமைப்பாளர் ஏ.ஆர்.ரஹ்மான் பவுண்டேஷனில் தமிழ் இசைத்தளத்தை நடத்தி வருகிறேன். இதற்கான ஆய்வில் பல இசை மேதைகள் தம் இசையின் வழியாக, தமிழ் இசையின் வித்துகளைப் பேணிப் பாதுகாத்து வருகின்றனர் என்பதை அறிந்து கொண்டேன். தமிழ் இசையின் ஒரு கிளையாக திரை இசை வளர்ந்து எழுந்திருக்கின்றது. இன்றைய திரை இசையின் சவால்களைத் தானும் ஏற்று அதை

ஈடுசெய்யும் இடத்தில் பாடலாசிரியர் இருக்கிறார். சவாலான, இடம். மொழி, இசை, திரைத்துறை, கருப்பொருள் என்று எல்லாவற்றையும் தன் வழியாக இணைக்கும் பொறுப்பு மிக்க இடம். பாடலாசிரியர் என்பது எளிதான பொறுப்பு இல்லை.

ஒரு சாதரண கவிஞருக்கும் சினிமா பாடலாசிரியருக்கும் இடையிலான வேறுபாடுகள் எவை?

ஒரு சாதாரண கவிஞர் என்பது தவறான வார்த்தை. கவிஞருக்கும் பாடலாசிரியருக்கும் இடையில் நிறைய வேறுபாடுகள் இருக்கின்றன. இருவருமே வேறு வேறு நபர்கள். வேறு வேறு திறமைகளை முன் வைப்பவர்கள். மொழி, கவித்துவம் என்பவை மட்டுமே பொதுவானவை. மற்ற வகையில், இசையின் எல்லையையும் லயத்தையும் உணர்ந்து அவற்றின் எல்லைகளுக்குள் சொற்களைக் கையாளும் சாகசத்தைக் கோருவது, பாடலாசிரியர் வித்தை.

இனிவரும் காலங்களில் என்ன வகையான திரைக்கதைகளை உங்களிடமிருந்து எதிர்பார்க்கலாம்?

இயக்குநர் பா.ரஞ்சித், மாரி செல்வராஜ் போன்றோர் அருமையான கதவுகளைத் திறந்து வைத்திருக்கின்றனர். இவர்கள் இப்பொழுது திறந்து வைத்திருக்கும் வெளிகளில் எல்லாம் இவர்களுக்கு முன்னால் பயணிப்பது என்பது நினைத்துப் பார்க்க இயலாத காரியம். சமூகத்தின் இலக்கியம், கவிதை போன்ற வெளிகளில் இத்தகைய கருப்பொருட்களைக் கையாண்டிருந்தாலும் சினிமாவில் இது ஓர் எட்டாக் கனியாகவே இருந்தது. இன்று, சமூக அரசியல் பேசும் கதவுகளை இவர்கள் அகலத் திறந்து வைத்திருக்கின்றனர். அதற்கான களமும், வணிகமும், உலகளாவிய பார்வையும் ஓங்கியிருக்கிறது. உலகெங்கும் வாழ் தமிழர்களுக்குச் சமூக அரசியலையும் சமூக நீதியும் கொண்டு சேர்க்கும் இந்தப் பாதையில் நானும் பயணிப்பேன்.

உதவி இயக்குனராக அனுபவம் பெற்று சினிமாவில் இயக்குனராகும் ஒருதரப்பு மற்றும் தற்போது குறுந்திரைப்படங்கள் மூலம் சினிமாவிற்குள் இயக்குனராகும் ஒரு தரப்பு. இவ்விரு தரப்பினர் மீதான உங்கள் கண்ணோட்டம் என்ன?

இரு தரப்பினரையுமே நான் ஆதரிக்கிறேன், மதிக்கிறேன். இன்னும் சொல்லப்போனால், புகழ்மிக்க ஓர் இயக்குநர் சொல்லியிருக்கிறார்: ஒரு திரை இயக்குநராக விரும்பினால் கேமராவை திருடியேனும் படம் எடுங்கள். சினிமா என்பது உலக முதலாளித்துவத்தை எதிர்க்கும், விமர்சிக்கும் ஒரு கலை ஆயுதம். இதன் வரலாறு நூறாண்டே எனினும், இதன் அளவிற்கு பல்வகையான கலைகளை உள்ளடக்கி ஒட்டுமொத்த ஆயுதமாக்கி உலகைக் கேள்வி கேட்கும் ஒரு வடிவம் இல்லை. பாமரரை அகவயப்படுத்திக் கொள்ளும் தன்மையும் இதற்கு உண்டு. உயர் தொழில்நுட்பத்தைக் கலை ஆக்கும் வலிமையும் உண்டு.

தற்போதைய காலகட்டத்தில் எந்தவகையான திரைப்படங்கள் சமூகத்திற்கு அவசியம் என உணர்கின்றீர்கள்?

சினிமா, சமூக அரசியல் பேச வேண்டியது அவசியம் என்று உணர்கிறேன். இதுவே, உலகெங்கும் சிதறிக்கிடக்கும் தமிழர்களை அறிவு ரீதியாக, உணர்வு ரீதியாக, கலை ரீதியாக இணைக்கும் செயல்பாடாக இருக்கும் என்றும் நம்புகிறேன். நம் கதை சொல்லல் முறை, படைப்பாக்க முறை என்பவை பல அடுக்குகள் கதை வெளிகளைக் கொண்டது. இந்தப் பல அடுக்குகள் நம் நீண்ட வரலாற்றின் சமூக அரசியலின் மொழி அடர்த்தியின் ஊடாட்டங்கள் வழியே எழுந்து வருவது. ஒற்றை வரிக் கதையால் நாம் நிறைவு கொள்ள முடியாமல், இன்னும் இன்னும் ஒரு கதையின், கதை மாந்தர்களின், கதை நிலங்களின் பின்னணி தேடிச் செல்லும் வேட்கை நிறைந்த மரபு தமிழர்களுடையது என்பதால் சமூக அரசியலைப் பேசாமல் நம்மால் ஒரு கலை வெளிப்பாட்டில் முழுமையைத் தொடமுடியாத அத்தகைய படங்களே நம் தாகவிடாயைத் தீர்க்கும்.

இலங்கை வந்திருக்கிறீர்களா? இலங்கை மக்களுக்கு சொல்ல விரும்புவது?

ஈழத்திற்கு வந்திருக்கிறேன் இரண்டு முறைகள். செல்வி திருச்சந்திரன் அவர்கள் ஏற்பாடு செய்திருந்த பெண்ணியக் கருத்தரங்கில் கலந்து கொள்ளும் அழைப்பை ஏற்று ஒரு முறை. இன்னொரு சமயம் என் நண்பர் ஆர்ஆர் சீனிவாசனுடன் முழு ஈழமும் ஒரு மாதத்திற்கும் மேல் பயணம் செய்திருக்கிறேன். சுனாமிக்கு ஒரு மாதத்திற்கு முன். அதன் முழு இயற்கை

அழகையும் வனப்பையும் சொல்லொணா காட்சி நலனையும் கண்டு களித்திருக்கிறேன். இன்று இலக்கியத்தின் முன்னோடியாக நான் முன் வைக்கும், கவிஞன் பிரமிள் தோன்றிய புவியிடம் அது என்றவகையிலும் அதன் மீது என் பிடிப்பு ஆழமானது. ஈழ இனப்படுகொலைக்குப் பின்பு நான் இன்னும் அங்கு செல்லவில்லை. அங்கிருந்து உலகெங்கும் தூக்கியெறியப்பட்ட தமிழர்கள் பால் என் அன்பு கடல் அளவினது. இன்று எது படைத்தாலும், கவிதையாகட்டும் சினிமாவாகட்டும், இலக்கியமாகட்டும் எல்லோரையும் பாதிக்கும் நிகழ்வாக இருக்கிறது இனப்படுகொலை. உலகெங்கும் சிதறிக்கிடக்கும் ஈழக்கவிஞர்களின் கவிதைகளால் ஆன 'முள்ளி வாய்க்காலுக்குப்பின்', என்றொரு கவிதைத் தொகுப்பைத் தொகுப்பதில் ஈடுபட்டேன். 'யானுமிட்ட தீ', என்ற என் கவிதைகளால் ஆன ஒரு தொகுதியையும் கொண்டு வந்தேன். தமிழகத்தின் தொல் நிலமானது, ஈழம்.

நான் என்ன அந்த மக்களுக்குச் சொல்வது? அவர்கள் என்ன செய்யப்போகிறார்கள், தம் ஒவ்வொரு செயல்பாட்டின் வழியாகவும் என்று புலன்களைக் கூர்மையாக்கிக்காத்திருக்கிறேன். தமிழ் மொழி, தமிழ் மருத்துவம், நாட்டார் கலைகள் எல்லாவற்றின் திடமான வேர்களையும் கொண்டது அந்த நல் நிலம்

– (தினக்குரல்) வணக்கம் லண்டன் இணையதளம், நவம்பர்–30, 2019

முலைகள்

முலைகள்
சதுப்பு நிலக் குமிழிகள்
பருவத்தின் வரப்புகளில்
மெல்ல அவை பொங்கி மலர்வதை
அதிசயித்துக் காத்தேன்
எவரோடும் ஏதும் பேசாமல்
என்னோடே எப்போதும்
பாடுகின்றன
விம்மலை

காதலை
போதையை...
மாறிடும் பருவங்களின்
நாற்றங்கால்களில்
கிளர்ச்சியூட்ட அவை மறந்ததில்லை
தவத்தில்
திமிறிய பாவனையையும்
காமச்சுண்டுதலில்
இசையின் ஓர்மையையும் கொண்டெழுகின்றன

ஆலிங்கனப் பிழிதலில் அன்பையும்
சிசு கண்ட அதிர்வில்
குருதியின் பாலையும்
சாறெடுக்கின்றன

ஒரு நிறைவேறாத காதலில்
துடைத்தகற்ற முடியாத
இரு கண்ணீர்த் துளிகளாய்த் தேங்கித்
தளும்புகின்றன.

புத்தகம் சூழ்ந்த வீடு
– இந்த புத்தகங்கள் இன்னும் என்னை எங்கே அழைத்துச் செல்லப் போகின்றன?

புத்தகங்கள் நம்முடன் வாழ்வது என்று முடிவெடுத்து விட்டால், அவை நம் இளம்பருவத்திலேயே நம்மைத் தொற்றிக் கொள்கின்றன என்றுதான் நினைக்கிறேன். சாருண்ணிகளைப் போல நம்முடனேயே வாழ்வதில் அவை கொள்ளும் அதே களிப்பைத் தான் நானும் அடைந்திருக்கிறேன் என்று நினைக்கிறேன். புத்தகங்கள், அறிவுஜீவித்தனம் மிக்க உயிரிகள். இன்னும் சொல்லப்போனால், மனித அறிவுஜீவிகளைப்போல் அல்லாமல் தான் எத்தகையதொரு வாக்குமூலங்களை சொல்கின்றனவோ அதிலிருந்து நழுவாமல், சமரசம் கொள்ளாமல் எப்பொழுதும் தம் நிலைப்பாட்டில் ஒற்றைக் காலில் நிற்கக்கூடியன.

என்னுடைய வாழ்க்கையிலும், எல்லோருக்கும் போலவே, அழுக்கடைந்த தெருநாய்க் குட்டிகளைப் போலவோ, அல்லது எவரோ நழுவவிட்ட காதல் கடிதத்தைப் போலவோ என்னை வந்து சேர்ந்திருக்கின்றன சில புத்தகங்கள். ஆனால், அவை வந்து சேரும்போதே ஓர் உறவின் அடித்தளத்தை என்னுள் அமைக்கும் அத்தனை ஏற்பாடுகளுடனும் தான் வந்து சேர்ந்திருக்கின்றன என்று நினைக்கிறேன். யாரோ ஒருவர் உங்களிடம் ஒரு புத்தகத்தைப் பற்றி விசாரிக்கலாம்! நீங்கள் சற்றும் எதிர்பாராத ஒரு கணத்தில் உங்களுக்கு ஒரு நூலைப் பரிசளிக்கலாம்! அல்லது, நீங்கள் நீண்ட நாளாகப் படிக்க விரும்பி, வாங்கும் வழியின்றித் தவித்த நூல் உங்கள் கைக்கெட்டும் தூரத்தில் இருக்க நீங்கள் திருடியெடுத்து, உங்கள்

பைக்குள் திணிக்க, அந்தக் குட்டிநாய் கத்தி குரல் காட்டிவிடக்கூடாதே என்ற பதைபதைப்புடன் நீங்கள் அள்ளிவரலாம்! முதல் வரியிலிருந்து கடைசி வரி வரை படித்த பின்னும், அதை உங்கள் கைப்பையிலிருந்து இறக்கமுடியாமல், பிரிய முடியாமல் ஒரு காமத்தை உங்கள் சுவாசத்திற்கு தொடர்ந்து அளித்துக் கொண்டே இருக்கலாம்! எந்த ஒரு நூலுமே வாழ்க்கைக்குள் நுழையும்போது, ஓர் உறவின் சீரிய தொடக்கத்தை நிகழ்த்தவே வருகின்றன என்பதை உணர, இன்றைய என் வயதொத்த ஆயுள் பிடித்திருக்கிறது!

நட்பில் பெருத்த நம்பிக்கை இன்றுவரை ஏற்படவில்லை. காரணம், எதனுடனான தன் ஒப்பந்தத்தையும் எளிய சமரசங்களால் நண்பர்கள் சந்தர்ப்பங்களுக்கு ஏற்றபடிக் கலைத்துவிடுவது தான்! தன் சமரசமின்மையால், நம் நெஞ்சுக்குள், தம் உறவின் வழியாக நெருப்பில் தகிக்கும் ஓர் இரும்புக்கம்பியை, ஆழமாகப் பாய்ச்சும் தகுதி உள்ளவர்கள் தாம் நண்பர்கள் என்பது என் இலக்கணம்! ஆனால், புத்தகங்கள் கூட்டி வரும் மனிதர்கள், நம் மன இடுக்குகளில் ஓர் ஆலமரத்தின் விதையை எச்சமாய் இட்டுச்செல்கிறார்கள். பின் நீங்கள், அவர்கள் கொண்டு வந்த சாபமூறிய அந்தப் புத்தகங்கள் விரும்பிய ஆலமரத்தை உங்களுக்குள் சுமந்தபடி வளர்ப்பதற்குத் தயாராகிவிடுகிறீர்கள்!

நானும் என் நண்பரும், சென்னை வந்து இதுவரை பத்து வீடுகளுக்கு மேல் எங்கள் புத்தகங்களைச் சுமந்து இடம் மாறியிருக்கிறோம்! ஒவ்வொரு முறை, வீடு மாறும்போதும் அந்தப் புத்தகங்கள் மலைப்பையும் திகைப்பையும் வெறுப்பையும் ஏற்படுத்தியிருக்கின்றன! எங்களின் ‘எட்டுத் திக்கிலும் மதர்த்து எழுந்து நின்று’ (தேவதேவனின் வரி) அவை அமானுஷ்யமாய் எழுந்து நிற்கும் அந்தத் தருணங்களில், வீடுமுழுக்க அவை இறைந்து கிடக்கையில் மனம் கொள்ளும் பேதலிப்பு எந்த இலக்கியத்திலும் இடம் பெற்றிருக்கிறதா என்று தெரியவில்லை!

என் நண்பருக்கு, ஓர் அசாதாராணத் திறன் இருக்கிறது. எல்லா நூல்களையும் வகைப்படுத்தி அடுக்கி வைப்பதுடன், அவர் வெளியூர் சென்றிருக்கும் நாட்களிலோ அல்லது, வீட்டிற்கு வெளியே இருக்கும் போதோ ஒரு நூல் அவசரமாகத்

தேவைப்பட்டால், எந்த அடுக்கில், எந்த வரிசையில் எந்த நிற அட்டையுடன், என்ன தன்மையான அட்டையுடன் அது இருக்கிறது என்பதுவரை அவரால் சொல்லிவிடமுடியும்! நாங்கள் விரும்பிப் படித்த நூல்கள் மட்டுமே எங்கள் அறைகளில் நிறைந்திருக்கும்! அல்லாத நூல்களை, உடனே குப்பைத் தொட்டிகளில் போட அவரோ நானோ தயங்கியதே இல்லை/ இதுகூட, அவரின் நினைவுத்திறனுக்கு ஒரு காரணம்! அம்மாதிரியாக அடுக்கப்பட்ட நூல்களில், நீங்கள் தேடும் நூலை விரும்பும்போது உருவி எடுத்துப் படித்து, மகிழும் சுகம் போல் வேறேதும் இல்லை! இல்லையென்றால், இந்த சென்னை வாழ்க்கையில் என்னால் நிச்சயமாக இவ்வளவு கூட எழுதியிருக்க முடியாது என்பதே என் அபிப்ராயம்

நல்ல புத்தகங்கள் என் வாழ்க்கையில் காதலைக் கொண்டு வந்து சேர்த்திருக்கின்றன. புதிய உறவுக் கண்ணிகளை ஏற்படுத்துவதில் மூர்க்கமாய் பிடிவாதமாய் இருந்திருக்கின்றன. நூல்கள் பற்றிய கவிதைகள் என் தொகுப்புகளில் தொடர்ந்து இடம்பெற்றுக் கொண்டேயும் இருக்கின்றன! அவை, மழை நாள்களில் என் நூல்கள் கொள்ளும் குளிரையும் விறைப்பையும் குறித்த கவலையாகவே பெரும்பாலும் இருக்கும்! சென்னை போன்றதொரு நகரத்தில், நூலைப் பாதுகாக்கும் கவலை நம் எல்லாவிதமான இயல்புகளையும் புரட்டிப்போட்டுவிடுகிறது. புத்தகங்களின் மீதான கையாட்சியை, உடைமை அதிகாரத்தைப் பேணுவதே ஒரு மனநோய் தான் என்று சொல்லித் தெரியவேண்டியதில்லை!

ஒவ்வொரு நூலும் அடர்த்தியான சிந்தனையின் எழுச்சியை மூச்சாய்க் கொண்டு அவ்விடம் உறைந்திருக்கின்றன. ஒவ்வொரு நூலும், அல்லது ஒரு குறிப்பிட்ட சிந்தனை அல்லது இயக்கம் சார்ந்த சிந்தனைகளில் தீவிரமாய் உழலும்போது, அந்தக் குறிப்பிட்ட சிந்தனையை வலுவூட்டி மேற்கொண்டு நான் கயிறு பிடித்து ஏறும்படியான துணிவைத் தந்த நூல்கள் ஏராளம். இன்றும் அவற்றை, என் காதலனை நேசிப்பது போலவே நேசிக்கிறேன். இன்று தனிமனிதராய்க் கடந்து வந்த தூரத்தையும், ஏறிவந்த துயரமான மலைகளையும் திரும்பிப் பார்க்கையில் புத்தகங்கள் தாம் அவற்றைக் கடக்கக் கைப்பிடித்துக் கூட்டி வந்திருக்கின்றன என்பதை இப்போது உணரமுடிகிறது. இந்தப்

புத்தகங்கள் இன்னும் என்னை எங்கே அழைத்துச் செல்லப்போகின்றன என்ற ஆவலுடனும் புதிர்த்தன்மை நிறைந்த எதிர்பார்ப்புடனும் காத்திருக்கிறேன். வேறு எந்தத் திசையில் சென்றிருந்தாலும், நான் விரும்பாத என்னை அது உருவாக்கியிருக்கலாம்! அப்படி நூல்களிலிருந்து விலகிச் சென்றோர் அடைந்த திசைகள் அவர்களைக் கொடுமையான தனிமைக்கும், வாழ்க்கையின் சிறைக்கும் பழிவாங்கலின் வன்மத்திற்கும் கொண்டு சேர்த்திருக்கும் பட்சத்தில், அவர்களுக்குத் தேவையானதொரு நூல் கிடைத்திருப்பின் அவர்கள் இந்தக் கொடுஞ்சிறைகளிலிருந்தெல்லாம் வெளியே வந்திருக்கமுடியும் இல்லையா? ஒரு நண்பனை விட, உற்ற உறவாய் நூல்கள் ஆற்றவேண்டிய துணையை வேறெதும் செய்ய இயலாது.

– *புத்தகம் பேசுது*

இந்தக் கோடைக்காலத்தை உனக்காகவே அழைத்து வந்தேன்

உனது மார்பின் புல்வெளி வறண்டுவிட்டது
இப்பொழுதெல்லாம் நீ கடிதம் எழுதுவதில்லை
பதப்படுத்தப்பட்ட உனது கடிதங்களில்
கண்ணீர் கொந்தளிக்கிறது
நிறைய கைகளால் போர்த்திக் கொள்ளலாம் போல
உடல் மிகவும் குழைவாய் இருக்கிறது.
மூச்சு திணறும் கடிதங்களைச் சுமந்து செல்லும் தபால்காரனையும்
தனது பால்ய ரகசியங்களை மறந்த அந்தப் பெண்ணையும் தவிர
வேறெவரும் இல்லை வெயிலின் வீதியில்
நீரோட்டங்களையெல்லாம் ஒரே மிடறில் பருகிவிடும்
வெயிலின் விநோதமான பறவை சப்தமின்றி வந்தமரப்
பாறைகளும் விழித்துக் கொள்கின்றன
ஒவ்வொரு நாளும் இரத்தத்தில் தோய்ந்து எழும் சூரியனின் கிழ்
குழந்தைகள் விளையாட மறுக்கின்றன
ஆள் இல்லாத வீட்டில்
நீண்ட நேரமாய்த் தொலைபேசி அழைத்துக்கொண்டிருக்கிறது
புகையில் மிதக்கின்றன பெண்களின் கண்கள்

மரங்கள் காலூன்றத் தவித்த
முன்னொரு கோடையில்
எனது உடலை உயிருள்ள நிலம் என்று கூறிய
உனது முத்தங்களையும்
கண்ணீரின் உப்பு படிந்த ஊடல்களையும்
சேகரித்து வைத்திருந்த கைப்பை
உறங்கி எழுகையில் திறக்கப்பட்டிருக்கிறது
அணைந்த விளக்கின் வாசனையை நினைவூட்டும்
இக்கோடைக்காலத்தை உனக்காகவே அழைத்துவந்தேன்
கடிதங்கள் எழுது.

கவிதை என்பதே வாக்குமூலம்தான்!

உரையாடல் - வெய்யில்

'விடிவதற்காய் ஒளிநூற்கும் என்குரல்
விடிவுச் சேலையை வெளியெங்கும்
வீசி மகிழும்'

என்று வெளிப்படுகிற தீவிரமான மனவெழுச்சியும் இசைமைகூடிய மொழியும் கொண்டவர் கவிஞர் குட்டி ரேவதி. நவீன இலக்கியத்தில், பெண்ணிய உரையாடல்களில் அதிகம் உச்சரிக்கப்பட்ட பெயர் இவருடையது. கவிதை, புனைவு, அ-புனைவு என எழுத்திலும், ஆவணப்படங்கள், திரைப்பாடல்கள், இயக்குநர் முயற்சி எனக் காட்சிக்கலை ஊடக வெளியிலும் சமூக அரசியல் களத்திலும் தொடர்ச்சியான இயக்கம்கொண்டவர். சமீபத்தில், 2018-ம் ஆண்டின் இலக்கிய ஆளுமைக்கான 'அவள் விகடன்' விருது பெற்றிருக்கிறார். தனது திரைப்பட வேலைகளில் மூழ்கியிருந்தவரை ஒரு முற்பகல் வேளையில் சந்தித்தேன். நம்மையும் தொற்றிக்கொள்ளும்படியான உற்சாகத்தோடும் மகிழ்ச்சியோடுமிருந்தார்.

அவருடன் உரையாடியதிலிருந்து...

'பரவசமடைந்து கனவின் அடுப்பை மூட்டுகிறாய்
புகைச்சலைப் பொருட்படுத்தாமல் ஊதி ஊதிக்
கனலும் கவிதையின்
முதல் வரியைக் கண்டுகொண்டாய்'

இந்தக் கவிதை வரிகளில், கவிதை உருவாகும் விதம் குறித்த ஒரு சித்திரம் கிடைக்கிறது. உங்களின் கவிதை உருவாக்க முறை இப்படிப்பட்டதுதானா?

ஆமாம். முன்னிலைத் தன்மையில் சொல்லப்பட்டிருந்தாலும், இவை என்னைப் பற்றிய என் வரிகள்தாம். கவிஞர்கள் பெரும்பாலும் பிறரிடம் பேசுவதைக் காட்டிலும் தன்னுடன்தான் அதிகம் பேசுகிறார்கள். அப்படியான மன உரையாடல் ஒரு படைப்பாளிக்கு மிக முக்கியமானது. அப்படியான வரிகள்தாம் இவை. ஒரு கவிஞர் எந்தச் சூழலிலும் கவிதை மனநிலையைத் தக்கவைத்துக்கொள்வது அவசியம். அன்றாட அலுவலின் ஓட்டங்களில், பல கவிதைத் தருணங்களை விட்டுவிடுவோம். அது நம்மைப் பதற்றத்திற்குள்ளாக்கும். புகைச்சல்களைப் பொருட்படுத்தாமல் நாம் உள்ளே கனலை மூட்டிக்கொண்டே இருக்க வேண்டும். கவிதைகள் எழுதுவதும் பிரசுரமாவதும் இரண்டாம்பட்சம்தான். ஒரு கவிதையோடு அதிக நேரம் பயணிப்பதுதான் முக்கியம்.

சிறுகதை, நாவல் உருவான கதைகள் பற்றிய உரையாடல்களில், புனைவெழுத்தாளர்கள் அதற்கான மூலக் கரு ஒன்று கிடைத்ததைப் பற்றிக் குறிப்பிட்டிருக்கிறார்கள். உங்களைப் பொறுத்தவரை ஒரு கவிதை எந்தப் புள்ளியிலிருந்து உருவாகிறது?

புனைவுக்குத் தேவைப்படுகிற அப்படியான ஒரு கரு, கவிதைக்கு அவசியமில்லை என்று நினைக்கிறேன். மேலும் கவிதை, வெளியிலிருந்து கிடைக்கும் ஒரு கருவின் வழியாக உருவாவதில்லை. புற வெளியையும் சேர்த்த அனுபவத்தில் உள்ளிருந்து எழுவது. அது உருவாகிற புள்ளி என்பது, ஒரு புதிய தன்மை... புதிய உணர்வு... புதிய அனுபவம்தான். உடலும் மனமுமாக இதற்கு முன்பு கிட்டாத ஓர் உணர்வை உணருமிடத்தில் கவிதை உருவாகிறது. அதை மொழிப்படுத்துவது வடிவமாக்குவது பின்பான செயல்முறை.

முதலில் குறிப்பிட்ட கவிதை வரிகளில் உள்ளதைப்போல, கனவுகள் உங்களுக்கு உதவுகின்றனவா? அவற்றை நீங்கள் கவிதைகளில் கையாளுகிறீர்களா? அல்லது கவிதைகளின் வழியே கனவுகளை உருவாக்க முயல்கிறீர்களா?

அந்தக் குழப்பம் இப்போதுவரை எனக்கு இருக்கிறது. கனவு-நனவு-புனைவு என்ற இந்த மூன்று நிலைகளுக்கிடையிலான

இடைவெளி குறித்து எனக்குக் குழப்பமாகத்தான் இருக்கிறது. இதில் காலமும் வெளியும் சேர்ந்துகொள்ளும்போது, இன்னும் சிக்கலாகிறது. ஆயினும், தனிமையில் இந்த மூன்றையும் மிக லாகவமாக என்னால் கையாள முடிகிறது. மற்றமையுடனான உரையாடலில்தான் இவை துல்லியப்பட வேண்டிய அவசியம் உள்ளது. ஒருவகையில் படைப்பு மனநிலைக்கான மயக்கமான முடிச்சுகள் இவை. இந்தக் குழப்பமும் வெளிமயக்கமும்தான் படைப்பு மனநிலைக்கு இடையறாது உதவிக்கொண்டே இருக்கிறது.

முகம் தீய்ந்த ஓவியமாய்த் தவிக்கிறது அதன் உட்பொருள்' என்பது உங்கள் கவிதை வரிகள். சில நேரம் நனவிலி மனதினுடைய கொந்தளிப்பின் மொழிவடிவமாகக் கவிதை ஆகிறது. தங்களுக்கே முழுமையாக விளங்காத விளங்கிக்கொள்ள இயலாத படிமங்களை எழுதியதுண்டா?

இல்லை. அவை என்னுடைய உலகத்திலிருந்துதானே வருகின்றன. எனது அனுபவத்தை உங்களுக்குக் கடத்துவதில் நமக்கிடையே மொழிரீதியான இடைவெளி இருக்கலாம். ஆனால், என்னால் அர்த்தப்படுத்திக்கொள்ள இயலாத படிமங்களை நான் எழுதியதில்லை. என் வாழ்வில் உலகில் இல்லாத உணர்வை, பொருளை நான் எப்படி எழுத முடியும்? கொண்டு கூட்டிப் பொருள்கொள்வதில் சிக்கல்கள் இருக்கலாம். ஆனாலும், நமது மொழியின் விசாலத்தில் அப்படிப் பொருள்கொள்ள இயலாத இருண்மைகள் இருக்க வாய்ப்பில்லை என்றே கருதுகிறேன்.

'ஒரு மத யானையின் நிழல் என்னைத் தொடர்ந்து கொண்டேயிருந்தது' என்ற வரிகளை 'முலைகள்' தொகுப்பிலேயே எழுதியிருக்கிறீர்கள். 'மதயானை' என்ற படிமம் உங்களோடு தொடர்ந்து பயணித்து வருகிறதே?!'

ஆமாம். கவனித்திருக்கிறேன். சில காலத்திற்கு முன்புகூட காலசுப்பிரமணியன் அவர்களிடம் இதுகுறித்து உரையாடினேன். 'மீண்டும் மீண்டும் வந்துகொண்டே இருக்கிற இந்த மதயானைகளைத் தவிர்க்கலாமா?' என்று கேட்டேன். 'தவிர்க்க வேண்டாம், அதை அனுமதியுங்கள். அது உங்கள் கவிதைகளுக்கு இன்னும் வலு சேர்க்கும்' என்றார். ஒரு கவிதையில் ஏற்கெனவே எழுதிய படிமத்தை மீண்டும் எழுதிவிடக் கூடாது என்பதில் மிகவும் கவனத்துடன் இருப்பேன். ஆயினும் மதயானைகள்

தொடர்கின்றன. அதேசமயம், 'மதயானைகள்' குறித்த படிமங்கள் எல்லாக் கவிதைகளிலும் ஒரே அர்த்தத்தில் வருவதில்லை. அதன் பொருள் கவிதைதோறும் மாறிக்கொண்டும் ஆழப்படுத்திக்கொண்டும் வருகின்றன என்பதையும் கவனித்தவண்ணமே எழுதிச் செல்கிறேன்.

'உணர்வுத் தீவிரமும் இசைமைகூடியதுமான உங்களது மொழிநடையை எங்கிருந்து எப்படிப் பெற்றீர்கள்?

திருக்குறளும் சித்த மருத்துவப் பாடல்களும்தான் அதற்குக் காரணம். என்னுடைய பள்ளிக்காலத்தில் 1330 குறளையும் மனனம் செய்தேன். எங்கிருந்து எப்படித் தலைகீழாகக் கேட்டாலும் அந்தக் குறளைச் சரியாகச் சொல்வேன். சித்த மருத்துவக் கல்லூரிப் படிப்பிலும் பாடத்திலுள்ள அனைத்துப் பாடல்களையும் மனனம் செய்தாக வேண்டும். பாடத்தில் சுமார் 500 மூலிகைகள் உண்டு. வெற்றிலை, மஞ்சள் என ஒவ்வொரு மூலிகைக்கும் ஒரு குணபாடம் குறித்த பாடல் உண்டு. அனைத்தையும் மனனம் செய்தாக வேண்டும். எந்த ஒரு சித்த மருத்துவருக்கும் 1000 பாடல்களுக்குக் குறையாமல் நினைவிலிருக்கும். இதில், மனனம் என்கிற இடம்தாம் மிக முக்கியமானது. ஒரு பாடலை, அது மொழியால் கட்டப்பட்டுள்ள இசைமையோடு மீண்டும் மீண்டும் உச்சரிக்கவும் நினைவில் வைக்கவும் மீண்டும் அதை எழுதவும் சொல்லவுமான பயிற்சியிலிருந்துதான் என் கவிதைமொழி திரண்டது என்று நம்புகிறேன்.

சித்த மருத்துவ ஆர்வம் எப்படி வந்தது?

அதற்கு முக்கியமான காரணம் என் அப்பா சுயம்புலிங்கம்தான். தமிழ்மீதும், மருத்துவம்மீதும் ஆர்வம்கொண்டவர். பழந்தமிழ் இலக்கிய வாசகர். தமிழ்மொழி குறித்தும் மருத்துவம் குறித்தும் தனக்குத் தெரிந்ததை எப்போதும் சொல்லிக்கொண்டேயிருப்பார். அவருக்குக் கிடைக்காத கல்வி எனக்குக் கிடைக்க வேண்டும் என விரும்பினார். இரண்டு ஆண்டுகள் கடுமையாகப் போராடித்தான் சித்த மருத்துவக் கல்லூரியில் இருக்கை கிடைத்தது. அப்படியாக, வேண்டியதைப் பெறும் போராட்ட குணமும் உறுதிமனப்பான்மையும்கூட அப்பாவிடமிருந்து வந்ததுதான்.

இப்போது சித்த மருத்துவப் பணியில் ஈடுபடுகிறீர்களா?

இல்லை. ஆனால், ஆங்கில மருத்துவம் போலத் தொடர்ந்து அப்டேட் செய்துகொள்ள வேண்டிய அவசியம் இல்லாதது சித்த மருத்துவம். ஒருமுறை கற்றுக்கொண்டாலே வாழ்க்கை முழுவதும் நீங்கள் மருத்துவர்தான். மருத்துவர் கு.சிவராமனின் மருத்துவ நிறுவனத்தைச் சிலகாலம் நான் கவனித்துக்கொண்டிருந்தேன். மருத்துவராக இயங்குவதைவிடவும் மருந்து செய்வதில்தான் எனக்கு அதிக ஆர்வம். தைலம், பற்பம், செந்தூரம், சூரணம் எனக் கிலோ கணக்கில் செய்வதில் ஒரு பேருணர்வு கிட்டும். எனது ஆசிரியர்களை இங்கே குறிப்பிட வேண்டும், மருத்துவர் சொர்ண மாரியம்மாள், மருத்துவர் செல்லத்துரை, மருத்துவர் ராமசாமி ஆகியோர் இதில் பெரும் நிபுணத்துவம் கொண்டவர்கள். வேறு எந்த உலகியல் ஆர்வமும் அற்று அதில் ஈடுபட்டு வருபவர்கள். எனக்குள்ளும் அந்த ஈடுபாடு தொற்றிக்கொண்டது. ஒரு பெருமருந்தின் காலம் என்பது, 100 ஆண்டுகளுக்கும் மேல். எனவே, மருந்து செய்வது ஓர் அரும்பொருளை உண்டாக்குவது போல.

சமையல் செய்யக் கற்றுக்கொண்டபோது, அதன் பக்குவத்துக்கான காத்திருப்பில், கவிதைக்கு மிக நெருக்கமான ஒன்றாகச் சமையலை உணர்ந்திருக்கிறேன். உயிர்காக்கும் மருந்து செய்வது என்பது இன்னும் கூடுதலான உணர்வெழுச்சி தரக்கூடியது. அங்கே நீங்கள் கவிதையை உணர்ந்திருக்கிறீர்களா?

நிச்சயமாக. பாதரசத்தின் தன்மை என்பது சிதறியோடுவது; ஒன்றுசேர்க்க இயலாதது. அதை மூலிகைச் சாறுகொண்டு இறுக்கிக் கட்டுவதைத்தான் ரசக்கட்டு, ரசவாதம் என்கிறோம். இப்படித்தான், கவிதையில் சொல்லையும் உணர்வையும் ஒரு குறிப்பிட்ட கலவையில் ரசவாதம் செய்து படிமமாக்குகிறோம். பொருள், அளவு, கலவை என்பதைத் தாண்டி, இங்கே கைப்பக்குவம் மிக முக்கியம். சமையல், மருத்துவம், கவிதை மூன்றிலும் 'லயம்' என்பது ஒரு பொதுவான அம்சம், இல்லையா?!

தொடக்கக்காலத்தில் உங்களை அதிகம் பாதித்த கவிஞர் யார்?

வால்ட் விட்மன்! பாரதியை பாதித்தவர் என்ற அறிதலோடு

அவரைத் தேடிச்சென்றேன். அவரது 'புல்லின் இதழ்கள்' நூல் திருநெல்வேலி மாநகராட்சி நூலகத்தில் கிடைத்தது. இன்றைப்போல் அன்று நூலை ஸ்கேன் செய்யவோ, மெஷினில் பிரதியெடுக்கவோ முடியாது. ஒரு சனிக்கிழமை என்பதாக நினைவு. காலையிலிருந்து மாலை வரை நூலகத்திலேயே அமர்ந்து நூலை முழுமையாக எழுதி, பிரதியெடுத்துக் கொண்டுவந்தேன். யாருடைய மொழிபெயர்ப்பு என்று நினைவில்லை. விடுதிக்கு வந்ததும் மீண்டும் மீண்டும் அக்கவிதைகளைத் தொடர்ந்து வாசித்துக்கொண்டேயிருந்தேன். அந்தக் கவிதைகள் அவ்வளவு பரவசத்தைத் தந்தன. இப்போது இதைக் குறிப்பிடும்போதும் உடலெங்கும் வரிகளின் உணர்வுகள் ஓடுவதுபோல இருக்கிறது.

எந்தவோர் ஆளுமைக்கும் அவரது பால்யமும் அதன் நினைவுகளும் ஆதாரமானவை. உங்களது பால்யம் எப்படிப்பட்டது?

மிகவும் கொண்டாட்டமாக இருந்தது. அப்பா அதற்கொரு முக்கியக் காரணமாக இருந்தார். மற்ற நினைவுகளைப்போல அல்ல, பால்யம் என்பது தனித்தன்மையுள்ள ஒரு நினைவுலகம். எப்போதும் நாம் மகிழ்ச்சியாகச் சென்று கண்டு வரக்கூடிய ஒரு வெளியாக அது நினைவின் தூரத்தில் இருந்துகொண்டேயிருக்கிறது. மேலும், அன்று நம்மிடம் வந்துசேர்ந்த மொழி, மிக நுட்பமாகத் தொடர்ந்து வேலைசெய்துகொண்டே இருக்கிறது. பயணம், வாசிப்பு, அனுபவம் என எதுவுமே அங்கு நிகழாதிருந்தது என்றாலும்கூட, அது நம்மை உயிர்ப்போடு வைத்திருக்கக்கூடிய செழுமையான வெளியாகத்தான் எந்த ஒரு தனிமனிதருக்கும் இருக்கக்கூடும்.

பொதுவாகக் கலைஞர்கள் பள்ளியிலிருந்து தப்பிக்க விரும்பியவர்களாகவே இருந்திருக்கிறார்கள். பள்ளி, கல்லூரிக் கல்வி உங்களைப் பாதித்ததா, வடிவமைத்ததா?

எனக்குக் கல்விக்காலம் பெரிய அளவில் உதவியது. பாடம், வகுப்பறை என்பதைத் தாண்டி, பள்ளி வளாகம் என்பது எனக்குப் பிடித்தமான இடமாக இருந்தது. பள்ளி முடிந்து இரண்டு மணி நேரம் நண்பர்களோடு விளையாடுவது முக்கியமான அனுபவமாக இருந்தது. இயல்பிலேயே நன்றாகப் படிக்கிற மாணவி என்பதால், பரீட்சை, ரிசல்ட் என்றெல்லாம்

புகைப்படம்:
கே.ராஜசேகரன்

கவலைப்பட்டதில்லை. விளையாட்டு, கலை ஆர்வமென எதிலாவது கலந்துகொண்டு ஆசிரியர்களோடு பல்வேறு போட்டிகளுக்கும் விழாக்களுக்கும் சென்றுகொண்டிருப்பேன். எனக்கு மிகச்சிறந்த ஆசிரியர்கள் கிடைத்தார்கள். அவர்கள்தாம் தமிழ் ஆர்வத்தைத் தந்தார்கள். எல்லாவற்றுக்கும் மேலாக, பள்ளி முடிந்து நடந்து வீடுதிரும்பும் மாலைநேர அனுபவங்கள் ஆகப்பெரும் இன்பமாக இருக்கும்.

திருக்குறளை முழுமையாக மனப்பாடம் செய்ததாகச் சொன்னீர்கள். அன்றைக்கு அது ஒரு மாணவியின் மனனம் மற்றும் மொழியறிவு சார்ந்த திறமை மட்டுமே. இன்றைக்கு நீங்கள் ஒரு படைப்பாளி. அது பேசும் அறம் சார்ந்த நினைவுகள், அதாவது அறவியல் சிந்தனைகள், இன்றைய வாழ்வியலில் சமரசங்களின்போது உங்களைத் தொந்தரவு செய்கிறதா?

ஆமாம். மிக நுட்பமான கேள்வி இது. தமிழ் இலக்கியம் கற்றதின் வழியாக அறவுணர்வையும் அழகியல் உணர்வையும் மிக ஆழமாகப் பெற்றுக்கொண்டவள் என்று நம்புகிறேன். நீங்கள் என்னைச் சுட்டிக்காட்டினாலும் சுட்டிக்காட்டாவிட்டாலும் என்னுள் பதிந்துள்ள அறவுணர்வு என்னைத் தூண்டும், துன்புறுத்தும். அழகியல் உணர்வும் அப்படித்தான். நான் அழகியல் என்று வெளிப்படையான புற அழகை, அலகுகளைக் குறிப்பிடவில்லை. நேர்த்தி, திருத்தம், லயம் போன்ற விஷயங்களைக் குறிப்பிடுகிறேன். எனது பொறுப்புகளில் வேலைகளில் கலைகளில் சொற்களில் இவையெல்லாம் இல்லையென்றால் நான் மிகுந்த தொந்தரவுக்குள்ளாகிவிடுவேன். ஒரு படைப்பாளிக்கு மட்டுமல்ல, உண்மையில் எவர் ஒருவருக்கும் இவ்விரு உணர்வும் இன்றியமையாதது. அறவியல் என்னை வழிப்படுத்துகிறது; வலியுறுத்துகிறது. அறம் என்பது ஒரு நல்ல உறுப்பைப்போல என்னுள் இருந்துகொண்டு என்னை இயக்குகிறது. அதை நம்பி நாம் எவ்வளவு துணிச்சலோடும் எதுவும் செய்யலாம்.

பொதுவாக கவிஞர்களுக்கு இசையின் மீது ஒரு தீராக் காதலிருக்கும். நீங்கள் இசை கற்றுக்கொண்டதாகக் கேள்விப்பட்டிருக்கிறேன்...

திருநெல்வேலியைப் பொறுத்தவரை நம்மைச் சுற்றி ஏதாவது நிகழ்ந்து கொண்டேயிருக்கும். 'நீ ஏன் எதுவும் செய்யாமலிருக்கிறாய்?' என்று நச்சரிக்கும். 1993 - 98

காலகட்டத்தில் சித்த மருத்துவப் படிப்பிற்காக நான் திருநெல்வேலியில் இருந்தபோது, வயலின் கற்றுக்கொண்டேன். ஓராண்டுக்கும் மேல் கற்றுக்கொண்டேன், சில காரணங்களால் தொடர முடியவில்லை. இன்றைக்கும் அந்த வருத்தமிருக்கிறது. இயக்குநர் பரத் பாலாவிடம் வேலைசெய்து, ஏ.ஆர்.ரஹ்மானிடம் அறிமுகமாகி, பாடல் எழுதியதுதான் இசையுடனான எனது அடுத்த தொடர்பாக அமைந்தது. மனதின் அடியாழத்தில் கிடந்த இசை என்னை விட்டுவிடவில்லை. கவிதையைக் காட்டிலும் இப்போது இசையின்மீது தீராக் காதலும் தேடலும் கொண்டிருக்கிறேன்.

கவிஞர் தன்னளவில் சுதந்திரமான கலைஞர். ஆனால், பாடலாசிரியர் சினிமாவை உருவாக்கும் பல்வேறு துறை சார்ந்த பணியாளர்களில் ஒருவர்தானே, அவர் அவ்வளவு சுதந்திரமானவரா?

மற்றவர்களோடு இணைந்து பணியாற்றும்போதுதானே உங்கள் சுதந்திரத்தை, உங்கள் தனித்திறமையை, படைப்பாற்றலின் வீச்சை நீங்கள் பரீட்சித்துப் பார்க்க முடியும். தனித்து இயங்குவதில் நம் விடுதலை உணர்வுக்கு என்ன சவால் இருக்கிறது; இருந்துவிடப்போகிறது? 20 துறை சார்ந்த ஆளுமைகளுடன் வேலை செய்யும்போது, உங்கள் சுதந்திரத்தை முழுமையாக நீங்கள் செயல்படுத்த முடிகிறது என்றால், அதற்குப் பெயர்தான் விடுதலை. சுதந்திரம் என்றால் நாம் தான்தோன்றித்தனம் என்று நினைத்துக் கொள்கிறோம், அன்று. என் கையிலிருக்கும் கவித்திறமையைக்கொண்டு அங்கு நான் எதிர்கொள்ளும் சவால், படைப்புவெளி, சுதந்திரம், ஊக்கம், கற்பனை, மொழிச்சீர்மை... அவை தருகிற ஆனந்தம் வேறு. பாட்டு வெளியாகி அதன்வழியாகப் புகழ் வருகிறபோதுகூட இந்த ஆனந்தத்தை நாம் உணர முடியாது. ஆனால், பாடல் எழுதி, இசை கோக்கப்பட்டு அதை முதல்முறையாகக் கேட்கிற அனுபவம் இருக்கிறது அல்லவா, அது ஒரு பெரிய வானத்தை விரிக்கும். அப்போதுதான் நீங்கள் அறிந்துகொள்ள முடியும், உங்கள் ஆளுமை என்பது உண்மையில் எவ்வளவு, உங்கள் கலையை இங்கே எவ்வளவு விரிக்க முயன்றிருக்கிறீர்கள், எவ்வளவு முடிந்தது - முடியவில்லை, அவற்றின் மிகை வடிவங்கள் எவையெவை என்று. கூட்டாக உழைக்கும்போதுதான் கலைகளைப் பகிர்ந்துகொள்ளும் போதுதான் சுதந்திரம் குறித்த

கூடுதல் புரிந்துணர்வு ஏற்படும். சினிமா என்பது கூட்டுக்கலை, தனித்தனித் திறமையாளர்களின் சுதந்திரமான கலைவெளிப்பாடுதான் நல்ல சினிமாவை உருவாக்கும். சுதந்திரம் ஒரு பொறுப்புணர்வும்கூட.

கலையில் வேறு வேறு துறையில் இயங்கும் ஆளுமைகள் நட்பு பாராட்டுவதும் இணைந்து பணியாற்றுவதும் குறைவு. உலக அளவில் புகழ்பெற்ற இசையமைப்பாளர் ஏ.ஆர்.ரஹ்மான். அவருடன் பணியாற்றும் அனுபவம் எப்படி இருக்கிறது?

மிக நல்ல அனுபவம் அது. அருமையான கொடுக்கல் வாங்கல், பகிர்ந்துகொள்ளல். எப்போது சந்தித்தாலும் வாசிக்க நூல்கள் கேட்பார். முதல்முறை அவருக்கு, 'கருணாமிர்த சாகரம்' நூலையும், வைக்கம் முகமது பஷீரின் நூல்களையும் கொடுத்தேன். கருணாமிர்த சாகரத்தைப் புரட்டிப் பார்த்தவர், 'வட்டப்பாலை' என்ற முக்கியமான பகுதியைக் கண்டதும், 'இது எனக்குத் தெரியும்... இது எனக்குத் தெரியும்' என்று ஒரு சிறுவனைப்போல உற்சாகம் கொண்டார். அவர் தன் சிறு வயதில் அதைக் கற்றிருக்கிறார். 'இந்த முழு நூலிலும் என்ன இருக்கிறது என்று எப்படி நான் தெரிந்துகொள்வது?' என்று பேரார்வத்துடன், துடிப்புடன் கேட்டார். அதை முழுமையாக அறிந்துகொள்ளவும் அதை மக்களுக்குப் பொதுமைப்படுத்தவும் ஆசைப்பட்டார். இசைத்தமிழ் குறித்தும், 'கருணாமிர்த சாகரம்' குறித்தும் ஓர் ஆவணப்படம் தயாரிக்கப்பட்டு வருகிறது. அதற்கான தேடலில் பல்வேறு ஆளுமைகளைச் சந்தித்து தகவல்களைச் சேகரித்துவருகிறேன். புதிய தகவல்கள் குறித்த வீடியோவை அனுப்பிவைத்தால், பார்த்துவிட்டு அவ்வளவு உற்சாகமும் மகிழ்ச்சியுமாகப் பேசுவார். பொதுவாகக் கலை வடிவங்களைப் பொதுமைப்படுத்தி, மக்களிடம் கொண்டு சேர்ப்பதில் நம்மிடம் பெரிய ஆர்வமோ திட்டமோ இருப்பதில்லை. அதைக் கொண்டுசெல்வதற்கான வழிகளை, கருவிகளைக் கண்டடைவதும் இல்லை. கருணாமிர்த சாகரம் நூலை மக்களின் கண்களுக்கும் காதுகளுக்கும் கொண்டு சேர்ப்பது குறித்து மிகக்கவனமாகத் திட்டமிட்டு வருகிறோம். இதில் ஏ.ஆர்.ரஹ்மான் மிகத்தீவிரமாகவும் ஆர்வமாகவும் இருக்கிறார். இசையும் கவிதையும் சங்கமிப்பது எவ்வளவு அழகான, உணர்வுப்பூர்வமான, மகிழ்ச்சியான விஷயமோ

அதே மாதிரியானது நாங்கள் இணைந்து பணியாற்றும் அனுபவம்.

சரி, கருணாமிர்த சாகரம் நூலுக்கான தேடல் குறித்து விரிவாகச் சொல்லுங்கள்...

தமிழ்மொழியில் உருவான பொக்கிஷங்களில் ஒன்று 'கருணாமிர்த சாகரம்.' தஞ்சை ஆபிரகாம் பண்டிதரால் 1917-ல் எழுதப்பட்ட ஆய்வு நூல்; 1346 பக்கங்களில் தமிழிசையின் பெருமையை உலகுக்குச் சொல்லும் நூல். அந்தக் காலகட்டம் எப்படி இருந்தது என்று உங்களுக்குத் தெரியும். ஊர் ஊராகப் பெரியார் உள்ளிட்ட தலைவர்கள் நமது கல்விக்காகவும் உரிமைகளுக்காகவும் போராடிக்கொண்டிருந்த காலம். அதற்குப் பின்னர்தான் நமக்குக் கல்வியே வந்துசேர்ந்தது. ஆனால், அதற்கும் முன்பே ஆபிரகாம் பண்டிதர் தமிழ்மொழிமீதும், மக்கள்மீதும் பரிவுகொண்டு தனி ஒருவராகத் தமிழிசை குறித்த தகவல்களைத் திரட்டி, இப்படி ஒரு நூலைப் படைத்திருக்கிறார் என்றால், அவரது உழைப்பு எவ்வளவு தன்னலமற்றது. எவ்வளவு அழகாக 'கருணாமிர்த சாகரம்' என்று பெயர் வைத்திருக்கிறார் பாருங்கள். உண்மையிலேயே இசைத்தமிழின் சாகரத்தன்மையைக் கொண்டாடும் நூல். இந்த நூல் குறித்த தேடலில் பல ஆளுமைகளைச் சந்தித்து வருகிறேன். ஆச்சர்யமாக இருக்கிறது, தமிழிசையில் கரைகண்ட பல ஆளுமைகள் பெரிய அறிமுகமோ வெளிச்சமோ பெறாமல் தமிழகச் சூழலில் தீவிரமாக இயங்கிக்கொண்டிருக்கிறார்கள். இது வருத்தத்திற்குரிய விடயம். ஆய்வாளர் தொ.பரமசிவன் அவர்கள் அடிக்கடி சொல்வார், 'தமிழின் மிக முக்கியமான இரண்டு விஷயங்கள், தமிழ் மருத்துவமும் தமிழிசையும். இவை இரண்டோடும் தற்செயலாக என்னை இணைத்துக்கொண்டேன். இந்தப் பிடிமானத்தை விட்டுவிடக் கூடாது என்றும் இவ்விரண்டையும் அறிந்துகொள்வதிலும் எங்கெங்கும் கொண்டுசேர்ப்பதிலும் என்னைக் கூடுதலாகத் தகுதிபடுத்திக்கொள்ள வேண்டும் என்றும் முயன்றுவருகிறேன்.

மீண்டும் கவிதைக்குள் வருவோம். 'பூனையைப்போல அலையும் வெளிச்சம்' தொகுப்பிலிருந்து 'அகமுகம்' தொகுப்பு வரையிலான பயணத்தை அவதானிக்கும்போது, உங்கள் கவிதைகள், அகத்துக்குள்ளிருந்து மெல்ல

மெல்ல புறம் நோக்கி விரிந்துவந்த ஒரு சித்திரம் கிடைக்கிறது. அதை ஏற்கிறீர்களா?

இருக்கலாம். 'முலைகள்' தொகுப்புக்குப் பிறகுதான் என் வாசிப்புவெளி பெரிதாக விரிந்தது. அந்தத் தொகுப்பைக் கொண்டுதான் சமூகம் என்னை நிர்ப்பந்தித்தது. நீ யார், ஏன் எழுத வந்தாய், என்ன எழுதுகிறாய்? என எல்லாக் கேள்விகளையும் முன்வைத்தது. இந்தக் கேள்விகளை எதிர்கொள்ள ஒரு பலம் வேண்டுமல்லவா. அந்த பலத்திற்காக நான் கடுமையாக வாசிக்கத் தொடங்கினேன். அதற்கு முன்பு என்னுடைய வாசிப்புகள் வேறு தளங்களில் இருந்தன. அதற்குப் பிறகுதான், பிரமிளை வாசித்தேன். அவர் வழியாகப் பலரை அடைந்தேன். அங்கிருந்து கிளை விரிந்து விரிந்து, ஒரு கட்டத்தில் அம்பேத்கரைச் சென்றடைந்தேன். வாசிப்பின் வழியாக அண்ணல் அம்பேத்கரைக் கண்டடைந்தது என் வாழ்வில் நிகழ்ந்த மகத்தான தருணம். ஓர் அரசியல் செயற்பாட்டாளர், சிந்தனையாளர் என்ற நோக்கங்களில் அம்பேத்கரை வாசிப்பது வேறு; ஒரு கவிஞராய் வாசிப்பது வேறு. அம்பேத்கரின் 'புத்தரும் அவர் தம்மமும்' நூலை இதுவரை மூன்று முறை முழுமையாக வாசித்திருக்கிறேன். மூன்று முறையும் வெவ்வேறு மாதிரியான அனுபவத்தையும் புரிதலையும் அது தந்தது. ஏனென்றால், மூன்று விதமான காலகட்டத்தில் வேறு வேறு குட்டி ரேவதியாக அதை வாசித்தேன். அது என்னுடைய ஆளுமை சார்ந்த தெளிவைக் கொடுத்தது. என்னிடம் ஏற்கெனவே மொழி இருந்தது, கவிதை இருந்தது. இந்தத் தெளிவையும் கருத்தியலையும் கூடுதலாக இணைத்துக்கொண்டு, அகத்தையும் புறத்தையும் இணைப்பது என எழுத ஆரம்பித்தேன். அகத்தையும் புறத்தையும் இணைக்கும் கலையை நம் மண்ணில் புத்தர்தான் மிகச் சிறப்பாகச் செய்தவர். ஒரு தனி மனிதனின் அகவெளியைச் சமூகத்துக்கான கருவியாக மாற்றுவது எப்படி என்று புத்தர்தான் முதன்முதலாகச் சிந்தித்தார்; செயல்படுத்தினார். சாதி இருக்குமிடத்து, மதம் இருக்குமிடத்து, ஒரு கடைச்சமூகத்துப் பெண்ணாகப் பேசவும் எழுதவும் வெளிப்படவும் அது எனக்கு உதவியது. ஒரு கருத்தியல் ஆயுதமாக அதை ஏந்திக்கொண்டேன். அது அடுத்தடுத்த கவிதைகளிலும் படைப்புகளிலும் வெளிப்பட்டிருக்கிறது. ஒவ்வொரு தொகுப்பும் ஒரு பரிசோதனை முயற்சி; வெவ்வேறு

மனவெளியிலிருந்து உருவாகிறவை. அகம் புறம் என்கிற விஷயம் குறித்துப் பேச வேண்டுமென்றால், சாதி, மதம், தீண்டாமை, வர்க்கம், பால்சமத்துவமின்மை காரணமாக நிகழ்த்தப்படும் கணக்கற்ற வன்முறைகளையும் தீண்டாமைக் கொடுமைகளையும் உள்ளடக்கியே பேச முடியும். ஏனென்றால், அகம் என்பது பல்வேறு அர்த்தங்களைத் தருகிற ஒரு சொல். அகம் என்றால் எல்லோருடைய அகமும் ஒன்றே அன்று.

கவிதை என்பதை இலக்கியத்தில் நிகழும் ஒரு தொடக்கச் செயல்பாடு என்பதாக மட்டுமே பார்க்கப்படும் நிலை உள்ளது. சிறுகதை, நாவல் என நகர்வது ஒரு முன்னேற்றம் என்று கருதப்படுகிறது. அதைப் பற்றிய உங்கள் கருத்து...

மீண்டும் மீண்டும் கவிஞர்களாகிய நாம் எதிர்கொள்ளும் கேள்வி இது. இந்தக் கேள்விக்குப் பதில் சொல்வதற்கு மாற்றாக, நாமும் பதில் கேள்விகளை இனி உருவாக்க வேண்டும். கவிதை ஒரு தனிப்பெரும் கலை என்பது இப்படிச் சொல்கிற எல்லோருக்கும் தெரியும். கவிதை எழுதத் தெரியாதவர்களின், முயற்சி செய்தும் இயலாமற்போனவர்களின் குற்றச்சாட்டு இது. கவிதையின் உயர்நிலை இந்தச் சமூகத்திலிருக்கும் எல்லோருக்கும் தெரியும். கவிஞர்கள் ஓர் இயக்கமாக மக்களிடம் கவிதைக்கலையைக் கொண்டுசேர்க்காத காரணத்தால், இதுபோன்ற அவமரியாதையான கேள்விகளைச் சந்திக்க வேண்டியதிருக்கிறது. கவிதை அறியாமல், ஆனால், யார் சிறந்த கவிஞர்கள் என்று தரவரிசைப் பட்டியல் போடுகிற தாழ்வுமனப்பான்மையாளர்களின் கூற்றுதான் இது. பொருட்படுத்த வேண்டியதில்லை. கவிதையோ இன்னும் எழுதித் தீராதபடி விரிந்துகிடக்கிறது!

ஓர் அமைப்பாகப் படைப்பாளிகள் திரள்வது சாத்தியமா?

அது அவசியம். ஆனால், இலக்கியத் தளத்தில் அப்படி நிகழ்வது கடினம். உண்மையில், இலக்கிய வெளியும் இலக்கியக் கருதுகோள்களும் சாதிமயமானதாக இருக்கிறது. தாழ்த்தப்பட்ட ஒருவரின் கையில் மொழி கிடைத்திருப்பது குறித்து ஒட்டுமொத்தச் சமூகமும் எப்போதும் விழிப்புணர்வோடும் எச்சரிக்கையோடும் கண்டிப்போடும் இருக்கிறது. இதில் எங்கே ஒன்றிணைவது? இவ்வளவு இடர்ப்பாடுகளுக்கு மத்தியிலும்

ஆரோக்கியமான ஓர் ஆளாக என்னை இச்சமூகத்தில் வைத்துக்கொள்ளக் கவிதை உதவுகிறது, அவ்வளவுதான்! என் கவிதைகள் இந்தச் சமூகத்துக்கு உதவுமா, பயன்படுமா என்பதில் கேள்விகளும் விவாதமும் அவசியம். நம் நவீன இலக்கியச் சூழல் அப்படியான ஓர் இடத்திற்கு இன்னும் வந்துசேரவில்லை. நாம் எல்லோரும் குறுவாள்களோடு அலைந்து கொண்டிருக்கிறோம். அந்தக் குறுவாளில் கடுமையான அதிகாரம் இருக்கிறது. கையில் குறுவாள்களுடனும் அதேசமயம் அவற்றில் ரத்தம் பட்டுவிடாதபடியும் நாம் எப்படி இணைந்து நிற்பது? குறுகிய அதிகார வெளிக்குள் நின்று மானுடம் குறித்தும் விடுதலை குறித்தும் ஓயாமல் பேசிக்கொண்டிருக்கிறோம். சிதிலமடைந்து கிடக்கும் மொழிவெளியில் நின்று இந்த ஆகச்சிறிய காரியத்தைச் செய்வதையே பெரியது என்று நினைத்துக் கொள்கிறோம். இந்தச் சிக்கல்களுக்குள்ளிருந்து விடுபட, எனக்குத் தமிழிசையின் மூர்க்கமான பாய்ச்சலும் மொழியுடன் அது தன்னைப் பிணைத்திருக்கும் வடிவங்களும் உண்மையான உற்சாகத்தை அளிக்கின்றன. எல்லாவற்றுக்கும் மேலாக, இசை சார்ந்து, மொழி சார்ந்து நடந்திருக்கும் சான்றோர்களின் முயற்சிகளோடு ஒப்பிடும்போது, எனது கவிதை முயற்சிகள் சிறியவை என்ற இடத்திற்கு வந்துசேர்ந்து நான் அமைதியாகிறேன்.

கவிதைகள் பிரசாரமாக இருப்பதில் உங்களுக்கு உடன்பாடா?

கவிதை என்பதே வாக்குமூலம்தானே... A Statement! ஒரு சாட்டையடிதானே. ஒவ்வொரு பத்தாண்டுக்கும் புதிது புதிதாக எழுத வருகிறவர்களின் குரல்களைக் கவனமாகக் கூர்ந்து கேளுங்கள். ஏனென்றால், அது அந்தக் காலகட்டத்தின் சமூக வாக்குமூலம்; சமூக சுயவிமர்சனம். ஏற்கெனவே குறிப்பிட்டதைப்போல, புறத்தால் வடிவமைக்கப்பட்ட அகத்தின் குரல், அதை மீறத்துடிக்கும் குரல். ஒரு கவிதை பிரசாரமாக, ஓலமாக, அழுகையாக, கூக்குரலாக, தட்டியெழுப்பும் சத்தமாக... எதுவாகவும் இருக்கலாம். இது கூடாது இது சரி என்று சொல்ல யாருக்கு அதிகாரமிருக்கிறது இங்கே. 'பிரசாரம்' என்பது கவிதைமீது சலிப்பைத் திணிக்க விரும்பும் ஒரு வார்த்தைப் பிரயோகம். எனவே, அதற்கொரு மாற்றுச் சொல்லை உபயோகிக்கலாம்.

கவிதையில் சத்தம் கூடாது என்றும் 'கட்டளை வாக்கியங்கள் இடம்பெற கவிதையில் என்ன அவசியமிருக்கிறது?' என்றும் குறிப்பிடப்படுவது பற்றி...

1960-களிலிருந்து 2000 வரை தமிழில் யார் இலக்கியம் எழுதிக்கொண்டிருந்தார்கள், யாரின் கையிலிருந்தது இலக்கியம்? அவர்கள் அன்று தாங்கள் எழுதியது வழியாக எதையெல்லாம் நிர்பந்தித்தார்களோ அதுவே இன்றைக்கும் நம்மீது நிர்பந்திக்கப்படுகிறது. அவர்கள் சொல்கிற அடக்கமான, பணிவான, ஒடுங்கிய குரல் நமக்கு அவசியமில்லை. அவர்களுக்குத் தோதான அவர்கள் நம்புகிற உலக இலக்கியங்களை நம்மீது திணித்தார்கள். அந்தக் கோட்பாடுகளைச் சொல்லி இன்றும் நம்மை ஏமாற்றுகிறார்கள். 'சத்தமிடாதே' 'கட்டளையிடாதே' என்பதெல்லாம் சாதிய மனநிலை சார்ந்த இலக்கிய முன்முடிவு. அவ்வளவே!

ஏன் இந்த இடத்தில் பிரமிளை நாம் முன்வைக்கிறோம் என்றால், மொழி ரீதியாக, கருத்தியல் ரீதியாக, சாதியை மறுத்து இதையெல்லாம் அவர் உரத்த குரலால் தாண்டினார் என்பதால்தான். எனக்கு இப்போதுதான் நாக்கும் விரலும் கிடைத்திருக்கிறது. பேசாமல் எழுதாமல் என்ன செய்வது? இரண்டாயிரம் வருடமாகக் கிடைக்காத நாக்கும் விரலும் கிடைத்தும் அதைச் சரியாகப் பயன்படுத்தவில்லை என்றால், நாமெல்லாம் குற்றவாளிகள் இல்லையா? இதுதான் இலக்கியம், இதுதான் தரம் என்பதெல்லாம், முந்தையவர்கள் நம்மீது சுமத்த விரும்பும் சாதிய அதிகாரத் தடித்தன்மைகள். அவற்றை மறுப்பதும் உடைப்பதும்தான் நவீன இலக்கியத்தின் முக்கியமான முதன்மைச் செயல்பாடு.

ஆண் கவிதைகளில், பால்சமத்துவம் சார்ந்த உளவியல் ரீதியான முன்னகர்வை உணர்கிறீர்களா?

இல்லை. இதை ஒரு குற்றச்சாட்டாக மட்டும் நான் சொல்லவில்லை. எதார்த்தத்தின் அளவிலிருந்தும் சுட்டிக்காட்ட விரும்புகிறேன். நம் சமூகத்தில் ஆண்களுக்குத் தமது உடலின் மாண்பு குறித்த பிரக்ஞையே இல்லை. சரி தவறுகளுக்கு அப்பால், உடை, அலங்காரம், அழகு பராமரிப்பு என வணிகம் சார்ந்தாவது பெண் உடல் குறித்த ஒரு மதிப்பீடு இந்தச் சமூகத்தில் ஆழமாகப் பதிந்திருக்கிறது. ஆனால், குடும்பத்திலும்

சரி, சமூகத்திலும் சரி, ஆண்களுக்கு அவர்களின் உடலின் மாண்பு குறித்து எந்தக் கல்வியும் இன்பமும் புகட்டப்படவே இல்லை. தம் உடல்மீதான வன்முறையின் தாக்கத்தை உணர்ந்துகொள்ளும் அளவுக்குக்கூட அவர்கள் சென்சிட்டிவாக இல்லை. சாதி, மதம் என இந்தச் சமூகம் தருகிற ஏதோ ஒரு சொகுசு உணர்வில், ஆண்கள் தங்கள் உடலின் முழு அனுபவத்தைப் பெறாமலேயே வாழ்கிறார்கள். ஆண்கள், தம் அதிகார ஒடுக்குமுறைகளால் தாம் பெற்றுக்கொள்ளும், தமக்குத்தாமே உருவாக்கிக்கொள்ளும் வாழ்வும் ஒரு முழுமையான வாழ்வு அன்று. உடலின் விழுமியங்களுடனான நல்ல அனுபவங்களை ஆண்கள் அனுபவிப்பதே இல்லை. ஒரு சித்த மருத்துவராகச் சொல்கிறேன், கடவுள் இல்லை என்று அதற்கு மாற்றாக சித்த மருத்துவர்கள் முன்வைப்பது மனித உடலைத்தான். புத்தரும் அப்படித்தான் சொல்கிறார், 'உடல் இல்லையென்றால் மனமில்லை. மனதை உடலோடு கூட்டித்தான் பொருள்கொள்ள முடியும்.' இப்படி எல்லா வகையிலும் உடலுக்கான கருத்தியலும் தத்துவமும் கையிலிருந்தும் அது ஆண் சமூகத்தால் உணரப்படுவதே இல்லை. பால்சமத்துவம் எப்போது வரும், உங்கள்மீதும் உங்கள் உடல்மீதும் உங்களுக்குச் சுயமரியாதை இருந்தால்தானே மற்றவர்களுக்கான சுயமரியாதையை உங்களால் உணர முடியும். சமூகத்தில், தனி மனித வாழ்க்கையில் இல்லாமல் திடீரென்று எழுத்தில் பால்சமத்துவத்தைக் கொண்டுவந்துவிட முடியாது. இதில், தலைவர் பெரியாரை மட்டுமே நாம் குறிப்பிட முடியும். அவர் மட்டும்தான் தனது உடலைக் கள ஆயுதமாக வைத்து இயங்கியவர். பெரியாருக்கு விளக்கங்கள் அவசியமில்லை.

ஆண்கள், பெண்களின் வாழ்வை எழுத முடியாது. தலித் அல்லாதவர்கள், தலித்துகளின் வாழ்வை எழுத முடியாது போன்ற வாதங்களை எப்படிப் பார்க்கிறீர்கள்?

அது உண்மைதான். ஆனால், எழுதக்கூடாது என்று சொல்லமாட்டேன். சம்பந்தப்பட்டவர்களால் அதை மிகச் சரியாக சிறப்பாக எழுத முடியும் என்கிறேன். அதேசமயம், பெண்களின் தலித்துகளின் வாழ்வை வலிமையைப் புரிந்துகொள்ள முடியாது என்றில்லை, அவர்களுக்காகக் குரல்கொடுக்கக் கூடாது என்றில்லை. பொது மனித உரிமை

சார்ந்து யாரும் எழுத முடியும். ஆனால், இலக்கியம் என்று வரும்போது, அதில் தன் வரலாற்றுச் சித்திரங்களைச் சம்பந்தப்பட்டவர்களால்தான் நுட்பமாகப் பேச முடியும் என்பது என் நம்பிக்கை.

பெண் படைப்பாளிகளின் இயக்கங்கள் குழுக்களாகப் பிரிந்திருப்பதாகக் கருதுகிறீர்களா? அல்லது உயிரோட்டமுள்ள ஒரு நரம்பு உங்களை ஆழத்தில் பிணைத்துதான் வைத்திருக்கிறதா?

இரண்டும்தான்! கடந்த 25 ஆண்டுகளாக இந்தியாவில் ஒரு பெரிய பெண்ணிய இயக்கத்தைக்கூட ஒருங்கிணைக்க முடியவில்லை. என்ன காரணம்? எந்த இரண்டு பெண்களுக்கும் இடையே இருக்கின்ற சாதிய அதிகார இடைவெளி. எழுத்தாளரும் அரசியல் தலைவருமான சிவகாமி தலைமையில் முன்னெடுக்கப்பட்ட அந்த இயக்கத்திலேயே கேள்வி வந்தது. 'நாங்கள் எப்படி ஒரு தலித் தலைவருக்குக் கீழே பணியாற்றுவது?' என்று கேட்டார்கள். இன்றைக்குச் சமூகத்தில் தன்னைப் பெரிதும் முன்னிறுத்திக்கொள்கிற பெண்களேகூட அப்படிக் கேட்டார்கள். குடும்பத்தில் மாமியாருக்கும் மருமகளுக்கும் இடையே நிகழ்கிற அதே அதிகாரப் பகிர்வு குறித்த சண்டைபோலத்தான், சாதி சார்ந்து பொதுவெளியில் பெண்களுக்கிடையேயும் நடக்கிறது. இது கடுமையான பாதுகாப்பின்மை உணர்விலிருந்து உருவாகிற விஷயம். இரண்டாயிரம் ஆண்டுகளாகக் கிடைக்காத சமூகவெளி, ஜனநாயகத்தளம் இதைப் பயன்படுத்துவதில் நிகழும் தடுமாற்றம்...

பெண்கள் மிகுந்த தன்னுணர்வுடன் இதைக் கடந்து வரவேண்டும். கிடைத்த வாய்ப்புகளின் வழியே எல்லாம் இன்னும் நாம் எவ்வளவோ செய்திருக்க முடியும். ஒரு பக்கம் சாதி மறுப்பை முன்வைத்துக் கொண்டே, இன்னொரு பக்கம் சாதியின் அடிப்படை இயங்குமுறையான பிரித்தாளும் சூழ்ச்சியின் முதல் பலிகளாய்ப் பெண்கள் இருந்ததை, இருப்பதைப் பலமுறை நாம் வேடிக்கையாகப் பார்த்திருக்கிறோம். எவ்வளவு ஆபத்தான விசயம். தனக்கு மட்டும் கிடைக்கின்ற சுதந்திரத்தில், வாய்ப்பில், சலுகைகளில் பெண்கள் திருப்தியடையக் கூடாது. தனக்குக் கிடைத்தது எல்லோருக்கும்

கிடைக்கும் போதுதான், எல்லோருக்கும் கிடைக்கும் வழிமுறைகளை நாம் கண்டடையும் போதுதான், நமக்குக் கிடைத்த விடுதலை உணர்வும் நிரந்தரமான உரிமையாக மாறும்.

நவீன இலக்கியத்தில் விமர்சனங்கள் – விமர்சகர்களின் இடம் என்னவாக இருக்கின்றன?

தமிழில் விமர்சனம் என்று, சாதிய மனோபாவம் சார்ந்த மேம்போக்கான நம்பிக்கைகளைத்தான் முன்வைக்கிறார்கள். இன்று எழுதிக்கொண்டிருக்கிற பலரை எழுத்தாளரே இல்லை என்று நாம் பொதுவெளியில் மறுக்க முடியும்; நிறுவ முடியும். ஆனால், அவர்கள் தங்களது சாதிய பலத்தால் தங்களை வலுவாக இலக்கியத்தில் நிறுவிக்கொண்டிருக்கிறார்கள். இவர்களிடமிருந்து வருகிற விமர்சனத்திற்கு என்ன மதிப்பிருக்க முடியும்? என்னைக் கேட்டால், விமர்சனம் என்பதே அவசியமில்லை என்பேன். சமூகத்திற்குத் தன்னை ஒப்படைத்த படைப்பாளிக்குத் தன்னைவிடச் சிறந்த விமர்சகன் இருக்க முடியாது. இன்று எழுத வருகிற புதியவர்கள் மிகுந்த பொறுப்புணர்வோடு வருகிறார்கள். அவர்கள் முடிவுசெய்வார்கள். படைப்புகளை ஏற்பார்கள், விசாரிப்பார்கள், விமர்சிப்பார்கள்; தேவையில்லையெனில், நிராகரிப்பார்கள்.

பெண்களில் பெரும்பாலானோர் கவிதைகளைத் தாண்டி இயங்காதது ஓர் இழப்பில்லையா?

இழப்புதான். ஆனால், எழுத வாய்ப்புள்ளவர்கள் எழுதத்தான் செய்கிறார்கள். திட்டமிட்டு யாரும் எழுதக் கூடாது என்றில்லை. மேலும் எல்லோரும் நினைப்பதுபோல, கவிதை ஒரு சொகுசான விஷயம் இல்லை. எப்போதுமே கவிதையை யாரும் சொகுசாகப் பயன்படுத்தவும் முடியாது. செய்வதைச் சிறப்பாகச் செய்வது விரிவாக இயங்குவதைக் காட்டிலும் முக்கியம் என்று நினைக்கிறேன்.

நீங்கள் பெண்ணியவாதியா? உங்களது அரசியல் நம்பிக்கை குறித்துச் சொல்லுங்கள்...

ஆம். நான் பெண்ணியவாதிதான். 'Metoo'-வை நான் ஆதரிக்கிறேன், உரையாடலைக் கிளறும் இன்றைய நவீன வெளியாகப் பார்க்கிறேன். அதேசமயம், வெளி தேசங்களிலிருந்து

இங்கு வந்துசேர்கிற பெண்ணியக் கோட்பாடுகளை அப்படியே ஏற்றுக்கொண்டு முன்வைப்பவள் அல்லள். நமது இந்தியச் சமூகத்தின் ஏற்றத்தாழ்வான பால் நிலை மிக விசித்திரமானது. ஆண்கள் பெண்கள் என்று இந்தப் பிரச்னையை அணுக முடியாது. எழுத்தாளர் பாமா மிகத் தெளிவாகச் சொல்வார், 'முதலில் மேல்சாதி ஆண், அவனுக்குக் கீழே மேல்சாதிப் பெண், அவளுக்குக் கீழே ஒடுக்கப்பட்ட ஆண், அவனுக்குக் கீழே ஒடுக்கப்பட்ட பெண் என்பதாகத்தான் நமது அடுக்கு உள்ளது.' இது வழக்கமான அடுக்கு அல்ல. நமது அடுக்கு மிக நுட்பமானது. வழக்கமான அடுக்குகள்கொண்ட தேசத்திலிருந்து இங்கு வருகிற கோட்பாடுகளை, நம்பிக்கைகளை, திட்டங்களை அப்படியே பின்பற்ற முடியாது. இதனால் குழப்பங்களும் வன்முறையும்தான் அதிகரிக்கும். முதல் அடுக்கின் இரண்டாவது இடத்திலிருக்கும் பெண்கள், தங்களுக்கு நடந்த பாலியல் வன்முறை குறித்து 'Metoo'-வில் எழுத முடியும். முதல் அடுக்கிலுள்ள பெண்களால் பாதிக்கப்படும் இரண்டாவது அடுக்கு ஆண் எழுத இங்கே 'Metoo' இருக்கிறதா? இரண்டாவது அடுக்கில் உள்ள கடைசிப் பெண்ணையும் நினைவில் கொண்டுதான் இதைச் சொல்கிறேன். இந்த அதிகார அடுக்குகள் குறித்து மிக விரிவாக அம்பேத்கர் தனது 'சாதி ஒழிப்பு' நூலில் குறிப்பிட்டுள்ளார். நமது சமூகம் கறுப்பு - வெள்ளையாக இல்லை. பல கறுப்புகள், பல வெள்ளைகள், இரண்டுக்குமிடையே பல சாம்பல் நிறங்கள். பால் சமத்துவத்தை அனுபவிக்க முடியாத என் சகோதரியைப்போலவே பால் சமத்துவம் பெறாத என் சகோதரனும் எனக்கு முக்கியம். எனது கள அனுபவம் எனக்கு நிறைய கற்றுத் தந்திருக்கிறது. இத்தகைய அரசியல் புரிதலோடுதான் 'பெண்ணியம்' என்பதைப் புரிந்துகொள்கிறேன். நவீன முற்போக்கு வடிவங்களை, நம் சமூகத்தில் பழக, இங்கே நிலவும் சாதிய வடிவங்கள் குறித்து ஆழமான புரிதல் உணர்வு பெண்ணியவாதிகளுக்கு அவசியப்படுகிறது. இங்கே இருக்கும் சாதியச் சிந்தனை நம்மிடையே கிளப்பியிருக்கும் பெண் - ஆண் பால்சார்ந்த நம்பிக்கைகள், உறவின் தன்மைகள், பிற்போக்குத்தனங்கள் எல்லாம் அரைகுறையான விடுதலை உணர்வையே நமக்கிடையே எழுப்பும். இன்னும் எதிரெதிர் பாலினத்தவரை வெறுக்கக்கூடியவர்களாய் நாம் மாறிப்போவோம். 'Metoo'

இங்கு நிலவும், குறிப்பாக, பெண்களுக்கு இடையே நிலவும் சாதிய முரண்பாடுகளைக் கருத்தில் கொண்டு எழுந்தால், வெற்றிகரமான இயக்கம் என்று சந்தேகத்திற்கிடமின்றி நாம் முன்மொழியலாம்.

'நம்பிக்கைக்குரிய பெண் படைப்பாளிகளின் பட்டியலில் எப்போதும் நீங்கள் உள்ளிட்ட ஐந்து பேரின் பெயர்களே எப்போதும் குறிப்பிடப்படுகின்றன...'

(இடைமறிக்கிறார்) இதை நான் வன்மையாகக் கண்டிக்கிறேன். இப்படிச் சொல்வதின் வழியாக எங்களுக்குப் பிறகு எழுதவந்த எல்லோரையும் பொருட்படுத்தாமல் அவமதிக்கிறீர்கள். புதியவர்கள் எவ்வளவோ பேர் வந்துவிட்டார்கள். அப்படிச் சொல்கிறவர்களை தயவுசெய்து தொடர்ந்து வாசிக்கச் சொல்லுங்கள்.

இன்னும் எழுதப்படாமல் இருக்கிற விஷயங்களாக நீங்கள் கருதுகிறவை?

ஆண்கள் உடலரசியலையோ சமூக அரசியலையோ பெண்பாலையும் உள்ளிட்டுத் துல்லியமாக எழுதவில்லை. குறிப்பாகப் பெண்பாலைப் புரிந்துகொண்டு ஆண்கள் எழுதவே இல்லை. உடனே, இதை வெறும் செக்ஸ் சார்ந்த ஒன்றாக மட்டுமே நாம் எடுத்துக் கொள்ளக்கூடாது. அழகிய பெரியவன், ராஜ்கவுதமன் உள்ளிட்ட சிலர் எழுதியிருக்கிறார்கள். ஒடுக்கப்பட்ட சமூகத்திலிருந்து வரும் ஆண்களின் படைப்புகளில் அணுகுமுறைகளில் காணும் வாழ்வியல் அறங்களை, மற்றோரிடம், மற்ற படைப்புகளிடம் சமூகப்புழக்கத்தில்கூட காண முடிந்ததில்லை. சமூகத்தை எழுத எழுத, அரசியலை எழுத எழுத, மொழியின் பரப்பை விரித்துக் கொடுத்துக்கொண்டே இருக்கும் நவீன ஆற்றல் கொண்ட மொழியை நாம் இன்னும் போதுமான அளவு பயன்படுத்திக் கொள்ளவில்லை. கடவுள் மறுப்பு இலக்கியங்களும், சாதி ஒழிப்பு இலக்கியங்களும் மீண்டும் மீண்டும் காலந்தோறும் எழுதப்பட்டுக்கொண்டே இருக்கும் தேவை உள்ள நாடு நம் நாடு. மேலும், பெண்கள் எழுதிய உடலரசியலை போதுமான அளவு படைப்பில் அரசியல் படுத்தவில்லை. முற்போக்கு நாடு என்று சொல்லிக்கொண்டு, மரத்துக்கு மரம் சாதி மீறிக்காதலித்தவர்களைக் கொன்று தொங்கவிட்டுக்கொண்டிருக்கிறோம். நாஜிக்களைவிட மோசமானவர்கள் நாம். இந்த அநாகரிகச் சமூகத்தின் சமகாலம்

எழுதப்பட வேண்டும். தனிப்பட்ட உறவுகளையும் தனிமனித அக உணர்வுகளையும் உறவுமுறிவுகளையும் முதன்மையானவையாக முக்கியமானவையாக எழுதிக்கொண்டிருப்பது போதாது.

பல்வேறு செயல்பாடுகள்கொண்ட குட்டி ரேவதியின் பிரதான அடையாளம் எது?

கவிஞர் என்பதுதான்!

இலக்கியத்திற்குள்ளான உங்களது நுழைவை உங்கள் குடும்பம் எப்படி எதிர்கொண்டது?

அம்மா மிகவும் வருத்தப்பட்டார்கள். ஒரு பெண்பிள்ளை இப்படி இலக்கியம், எழுத்து என்று போகிறதே என்று அவர்களுக்குக் கவலை. 'ஆண் பிள்ளையைப்போல வளர்க்கிறீர்கள்; கதைப் புத்தகங்களை வாங்கிக் கொடுக்காதீர்கள்' என்று என் அப்பாவை எப்போதும் கண்டித்துக் கொண்டே இருப்பார்கள். அப்பா, நான் இப்படித்தான் ஆகவேண்டும் என விரும்பினார். முதல் தொகுப்பு வெளியிடும்போது, அப்பாவிடம் நான் சொல்லவில்லை. ஆனால், எப்படியோ தெரிந்துகொண்டு நிகழ்வுக்கு வந்திருந்தார். மேடையிலிருந்து பார்க்கிறேன், வாசலில் நின்றுகொண்டிருக்கிறார்; அவர் முகத்தில் நிறைய சந்தோசமிருந்தது. இரண்டாவது நூல் வரும் முன் அப்பா மறைந்துவிட்டார். எழுத்தின் தொடக்கக் காலத்தில், அம்மாவுக்கு நான் என்ன செய்துகொண்டிருக்கிறேன் என்று புரியவில்லை. அவர்களுக்கு நான் என் செயல்பாடுகளைத் தெளிவுபடுத்த 20 வருடங்கள் ஆகிவிட்டன. பிறகு நம்பிக்கை வந்து, என் முதன்மையான ஊக்கமாக இன்று உருமாறியிருக்கிறார்கள்.

கவிதை தற்செயலானது, திட்டமிட இயலாதது என்று நம்புகிறீர்களா?

ஆமாம். அது வெளிப்படும்போது அது உங்கள் உடல், பொருள், ஆவியை உறிஞ்சிக்கொண்டு வெளிப்படும். அதற்குத் தயார் நிலையில் நீங்கள் இல்லையென்றால், கவிதை சொத்தையாக வெளிப்படும்.

அப்படியானால், 'இடிந்தகரை' போன்ற ஒரு கவிதைத் தொகுதியை எப்படி எழுதினீர்கள். அதில் திட்டம் ஏதுமில்லையா?

இல்லை. உங்களுக்குத் தோன்றலாம், 'இடிந்தகரை'

போராட்ட சமயத்தில் அந்தத் தலைப்பில் ஒரு தொகுப்பு வெளியிடுவது திட்டமிட்டது என்று. ஆனால், இல்லை. அப்போது நான் அவ்வளவு கொந்தளிப்பான மனநிலையில் இருந்தேன். அந்தக் கவிதைகளை எழுதவில்லையென்றால், நான் நானாக இருந்திருக்க முடியாது எனும் நிலையில் எழுதப்பட்ட தொகுப்பு அது. இடிந்தகரைப் பெண்களின் போராட்ட உணர்வு, நம்பிக்கை நிறைந்த குழந்தைகளின் கண்கள், அலைகளை வீசியடிக்கும் கடல், உப்புக்காற்று என மனம் முழுக்க இடிந்தகரை ஆக்கிரமித்திருந்தது. ஒவ்வொரு நாளும் ஒவ்வொரு விதமான போராட்ட எழுச்சியுடன், வடிவத்துடன் இடிந்தகரை மக்கள் வெகுண்டெழுந்தார்கள். உலகத்திற்கே முன்மாதிரியான ஒரு போராட்டமில்லையா அது! ‘மரியான்’ பட வேலைகளில் இருந்ததால், போராட்டத்தில் அவர்களோடு முழுமையாக உடன் நிற்க முடியவில்லையே என்ற குற்றவுணர்வும் அந்தத் கவிதைகள் எழுதக் காரணமாக இருந்தது.

பெண்கள் பெரிய அளவில் போராட்டக்களத்துக்கு வெளியே வந்துகொண்டிருக்கிறார்கள். இச்சமயம் ‘போராட்டத்திற்குச் செல்வது உயிராபத்தைத் தரவல்லது’ என்று மக்கள் மனதில் பதியவைக்கும் அதிகார அமைப்பின் வன்முறையை, உளவியல் பிரசாரத்தை எப்படி அணுகுகிறீர்கள்?

முன்னைப்போல களிப்பணியாளர்கள் என்று இப்போது தனியே குழுமமாய் யாரும் இல்லை. வழிநடத்தவும் தனியாய்த் தலைவர்கள் அவசியமில்லை. பெண்கள், சிறுவர்கள் உட்பட எல்லோருமே தங்களைச் சமூகச் செயல்பாட்டில் ஈடுபடுத்திக் கொள்கிறார்கள். ஏனெனில், எல்லாமே அவர்கள் கண்முன் நடக்கின்றன. கண்முன் நிகழாதவற்றை, சமூகவலைதளங்கள் கொண்டு சேர்க்கின்றன. அறியாமை என்பது பொதுச்சமூகத்திடம் இருக்கும்வரைதான் அரசு எந்திரம் ஒடுக்க முடியும். தூக்குத் தண்டனைக்கு எதிரான போராட்டம், ‘இடிந்தகரை’ போராட்டம், ஜல்லிக்கட்டுப் போராட்டம், ஈழப்படுகொலைக்கு எதிரான போராட்டம் என மக்கள் அனைத்திலும் திரள்கிறார்கள். சமூகப் போராட்டத்தில் ஈடுபடுத்திக்கொள்வது அடிப்படையான உரிமை என இன்றைய சமூகம் உணர்ந்திருக்கிறது. இவ்வளவு பிரச்சினை நடந்துகொண்டிருக்கும்போது, நாம் எதுவும் செய்யாமல் இருக்கிறோமே என்கிற குற்ற உணர்வை

மக்களிடத்தில் உண்டாக்கியிருக்கிறது. பேரறிவாளன்மீதான தூக்குத் தண்டனையை ரத்துசெய்ய வைத்தது நம் வெற்றிகரமான போராட்டங்களில் ஒன்று. தூத்துக்குடி உயிராபத்து பயங்காட்டுதல்களையும் தாண்டித்தானே 'எட்டுவழிச்சாலை'க்கு எதிராக மக்கள் வீதிக்கு வந்தார்கள். போராடுவதில் நம் மக்களுக்கு எந்தத் தயக்கமும் அவநம்பிக்கையும் இல்லை. இன்னும் சொல்லப்போனால், போராட்டத்தைத் தொடர்வது ஒன்றே நம் முன் இருக்கும் ஒரே வழி; போராடிப் பெறுவதே நம் பாணி.

ஆயுதப் போராட்டத்தின் மீது உங்களுக்கு நம்பிக்கை இருக்கிறதா?

கத்தியும் துப்பாக்கியும் மட்டும்தான் ஆயுதமா? மனிதர்களின் குரல், எழுத்தெல்லாம் ஆயுதமில்லையா? பழைமைவாதச் சொற்பிரயோகங்களையும் நம்பிக்கைகளையும் முதலில் நாம் மாற்ற வேண்டும். அதிகாரத்திற்கு எதிராக ஏந்துவதற்கு மனித உடலைவிடப் பெரிய ஆயுதம் என்ன இருக்கிறது நம்மிடம்?

திருமண உறவு குடும்பம் குறித்து என்ன நினைக்கிறீர்கள்?

இன்றைய திருமண வடிவத்தை நான் கடுமையாக எதிர்க்கிறேன். பொருளாதார ரீதியாக, சிந்தனை ரீதியாக இரண்டு ஆளுமைகள் தங்களைக் கீழ்மைப்படுத்திக் கொள்ளும் ஒரு வடிவமாகத்தான் இன்றைக்குத் திருமணம் இருக்கிறது. இதை இன்னும்தொடர வேண்டுமா? வாழ்க்கைக்கு ஒரு கம்பானியன்ஷிப் தேவைதான். அதை நான் மறுக்கவில்லை. அதைத் திருமணம் தருகிறது என்றால் சரி. ஆனால், அப்படித் தருகிறதா? பெண் ஆண் இருவருக்கும் இடையே பாலியல் சமத்துவமின்மையை நிலைநிறுத்துவதில், தொடர்ந்து அவற்றைச் செயல்படுத்துவதில் திருமணம்தான் முதன்மையான வடிவமாக இருக்கிறது. இது, மறைமுகமாகவும் நேரிடையாகவும் சாதிய ஊக்கத்தைச் சமூகத்துக்குக் கொடுத்துக் கொண்டே இருக்கிறது. ஒரு பக்கம் சாதிய ஒழிப்பை முன்மொழிந்துகொண்டே, இன்னொரு பக்கம் திருமண வடிவத்திற்குத் தன்னை யாரும் ஒப்படைக்க முடியாது. சமூக விமர்சனத்திற்கு பயந்து, திருமண வடிவத்தின் ஒடுக்குமுறை உண்மைகளை எல்லோரும் பேச பயப்படுகிறார்கள். இன்றைய இளைஞர்கள் இதில் கொஞ்சம் தெளிவுக்கு வந்திருக்கிறார்கள். ஆண் பெண் உறவு, காதல் குறித்த பழைய நம்பிக்கைகளிலிருந்து விலகி, தங்களது

சுயமுடிவு நோக்கி நகர்கிறார்கள்.

உங்களுடைய இன்றைய மாபெரும் சமூகக் கவலை என்ன?

இந்து மதம் விளைவித்திருக்கும் சாதியச் சிக்கல்கள்தாம். முடிச்சவிழ்க்க முடியாத நிலையில் அதன் வன்மங்களும் வன்முறை உணர்வுகளும் நிறைந்த ஒரு நிரந்தரக் கொந்தளிப்பிற்கு ஆளாகியிருக்கிறோம். மனிதம் என்பதிலிருந்தும் மனித உரிமைகள் என்பதிலிருந்தும் வெகுதூரத்தில் ஒரு காட்டுமிராண்டி மனநிலையில் எந்த அமைதியையும் இன்பத்தையும் மகிழ்ச்சியையும் அனுபவிக்கத் தகுதியற்றவர்களாகி இருக்கிறோம். கையறு நிலையில் கொண்டுவிடும் சாதியின் கொடுமைகள் குறித்து, எந்தத் துறையிலும் அழகான ஆழமான உரையாடல் நிகழ்த்தக்கூடிய அளவிற்குப் பொறுமையும் சகிப்புத்தன்மையும் அற்றவர்களாய் இருக்கிறோம். வெளிநாடுகளுக்குச் சென்றுவரும் போதெல்லாம் தோன்றும் ஆற்றாமை, நம் நாட்டின் பிரச்சினைகள், பிற்போக்குத்தனங்கள் எல்லாம் தொடங்கும் இடமும் முடியும் இடமுமாய் சாதி ஒன்றே இருக்கிறது என்று அறிய நேரும்போது வந்து கவியும் துக்கத்தினால் வருவது. ஆண்கள், பெண்களிடம் நடந்துகொள்ளும் விதமும் அவர்களை நடத்தும் விதமும் ஆண்களுக்கு இழுக்கானது, அவமதிப்பைக் கொண்டுவருவது என்றுகூட உணராத, உணரக்கூடிய சுயமரியாதை அற்ற ஆண்களை உற்பத்திசெய்துகொண்டே இருக்கின்றன சாதிய வடிவங்கள்.

உங்கள் கவிதைகளில் வரும் சுகுணா யார்?

நீண்ட காலத்திற்கு, ஆண்பால் பெண்பாலின் எல்லைகளை அழித்தொழிக்கும் ஒரு பெயராகவே சுகுணா என்பவர் இருந்து வருகிறார். கவிதை எழுத, கவிதைகளுக்குள் ஒரு முழுமையான ஆளுமையை நிறைத்துவைக்க இந்தப் பெயர் உதவியது. கற்பனை மனிதரின் பெயர், சுகுணா. பல சமயங்களில் திருநங்கையாகவும் இருந்திருக்கிறார். 2003-ல் தொடங்கி, என் எழுத்தை ஆக்கிரமிக்கும் பெயர். என் அளவில் எனக்குள் இருக்கும் பெண் - ஆண் முரண்களைக் கடக்க இந்தப் பெயர் உதவிக்கொண்டே இருக்கிறது. மற்றபடி, இந்தப் பெயர் பின்னணியில் ஏதும் இல்லை. இந்தப் பெயர், ஒரு சிறகு. அவ்வளவே!

உங்களுடைய நூலான 'ஆண்குறி மையப் புனைவைச் சிதைத்த பிரதிகள்' முக்கியமான முயற்சி. பெண் படைப்பாளிகளில் இன்னும் பரவலாக வாசிக்கப்பட வேண்டியவர்கள் என யாரையெல்லாம் சொல்வீர்கள்?

நன்றி. மிகுந்த பேரார்வத்துடன் 'தமிழ் ஸ்டுடியோ' அருண் அமைத்துக்கொடுத்த இணையதளத்தில் எழுதியது. பல்லாயிரம் வாசகர்கள் ஒவ்வொரு கட்டுரையையும் வாசித்துவிட்டு அன்புடன் உரையாடினார்கள். குறிப்பாக, இளைஞர்கள் இந்தத் தொடரில் தம்மை இணைத்துக்கொண்டிருந்தார்கள். மறக்க முடியாத அனுபவம்.

பெண் படைப்பாளிகளில் இன்னும் பரவலாக வாசிக்கப்பட வேண்டியவர்கள் என்று கேட்டு மீண்டும் மீண்டும் என்னை ஒரு பட்டியலைச் சமர்ப்பிக்கச் சொல்கிறீர்கள். என்னால் அது இயலாது. ஆனால், புதிய தலைமுறை என்ன எழுதுகிறது என்று மிகுந்த விழிப்புடன் நான் கூர்ந்து வாசித்துக் கொண்டிருக்கிறேன்.

காலவேக மதயானை நூலில் 'கவிதை நெறியாளர்' என்று கால சுப்பிரமணியம் பெயர் குறிப்பிடப்பட்டிருந்தது. வரவேற்க வேண்டிய விஷயம். அவரின் பணி அந்தத் தொகுப்பில் எப்படியானது?

எப்போதுமே, ஒரு கவிதை நூலை முடித்ததும், யாராவது அதைத் தொகுத்து, அதனைச் சீர்செய்து தரமாட்டார்களா என்ற ஏக்கம் எழும். படிமங்களோ, சொற்கோவைகளோ திரும்பத் திரும்ப நிகழாமல் கவனித்துத் தருவது, எழுதிய படைப்பாளிக்கு ஆற்றலாக இருக்கும். இதை இதற்கு முன்பும் பல கவிஞர்களிடம் தொகுப்பை அனுப்பிப் பெற்றிருக்கிறேன். கவிஞர் தேவதேவன், கவிஞர் சுகுமாரன், ஆர்.ஆர்.சீனிவாசன் ஆகியோர் வாசித்து நேர்செய்து தந்திருக்கின்றனர். 'காலவேக மதயானை' நூலில் கவிதைகளின் இலக்கிய, இலக்கணப் பிழைகளைச் சுட்டிக்காட்டுவதுடன், ஒழுங்குசெய்து தந்திருக்கிறார். தொகுப்பின் ஓட்டத்தில் பொருந்தாத இரண்டு கவிதைகளை நீக்கப் பரிந்துரை சொன்னார். அவர்கள் சில விடயங்களை முன்மொழிந்தாலும், முடிவுகள் எல்லாம் என்னுடையவையே. அதில் எந்தச் சமரசமும் இல்லை. இது ஒரு கண்ணாடியின் முன் நின்று நம்மைச் சீர்செய்துகொள்வது போன்ற ஒரு பணிதான்.

குட்டி ரேவதி என்ற ஆளுமையின் பிம்பம், தமிழ்ச் சூழலில் இலக்கியத்தில் என்னவாக உருவாகியிருக்கிறது என்று தங்களால் அவதானிக்க முடிகிறதா?

என்னைச் சூழ்ந்து என்னைவிட வலுவான, புகழ்மிக்க நிறைய ஆளுமைகளின் இருப்பை உணர்ந்தும் கவனித்தபடியேயும் இருக்கிறேன். ஆனால், 'சமூகச் செல்வாக்கு' என்று வருமிடத்து அவர்களுக்கும், இந்தச் சமூகத்தில் ஒடுக்கப்படுவருக்கும் இடையே எந்த வித்தியாசமும் இருப்பதில்லை. எல்லோரும் ஒரே சுழியமாக மாறிப்போகிறோம். நாம் எல்லோருமே நீக்கமற ஒரே நிலையில்தான் இருக்கிறோம், கையறு நிலையில். ஆனால், அவரவர் சாதி, மத நம்பிக்கைகளின் அணுகுமுறைகளில் இருந்து அவரவர்க்கான வெற்றி பிம்பங்களை அனுசரித்துக்கொள்கிறோம், ஒப்பனை செய்துகொள்கிறோம். சமூகத்தின் முன் தோரணையாக்கிக்கொள்கிறோம். நம் எழுத்தும் சொல்லும் சமூகத்தில் மாற்றங்களை உண்டாக்கும் செல்வாக்கு உடைய கருவிகளாக மாறும்போதுதான், இந்தக் கேள்வியை எழுப்பிக்கொள்ளும் தகுதி உடையவர்களாகிறோம். இங்கே நிலவும் இலக்கிய வெளியில் என்னை ஓர் ஆளுமை என்று சொல்லிக்கொள்வதில் எனக்குப் பெருமையோ மகிழ்ச்சியோ என்றுமே இருந்ததில்லை. எழுதுவதும் எழுத முடிவதும் மட்டுமே எனக்குப் போதுமானவையாக இருந்திருக்கின்றன. பேருவகையைத் தந்திருக்கின்றன. எழுத்தின் தொடர்ச்சியாக ஒரு படைப்பாளிக்கு நிகழும் எதுவுமே பொருளற்றவை. அந்தப் படைப்பாளிக்கு எந்தச் செல்வாக்கையும் ஈட்டித் தராதவை என்பதை என் நெஞ்சம் அறிய உணர்ந்திருக்கிறேன். இந்தக் கேள்விக்கான பதிலை நீங்கள்தான் சொல்ல வேண்டும்!

உங்களுக்குப் பிடித்த கவிதை வரிகள்?

அடிக்கடி மனதில் தோன்றும் வரிகள் இவை. கவிஞர் தேவதேவனின் 'அறுவடை' கவிதை:

நீரில் தெரியும் நெற்கதிர்கள்
சொர்க்கத்தின் விளைச்சல்கள்
நாம் அதனை
நேரடியாய் அறுக்கமுடியாது!"
தங்களைப் பூக்களாகவோ பறவைகளாகவோ

எண்ணிக்கொள்ளும்
பெண்கள் நிறைந்த பாழ்மண்டபத்தில்
கண்மூடி எல்லோரும் உற்று நோக்கும்
ஓர் உருக்கமான மெழுகுவத்தி நான்
மௌனத்தை,
காலத்தின் மௌனத்தை
எனது சம்மட்டியால் ஓங்கி அடிக்கிறேன்
குழந்தையின் குரல்வளை திறந்துகொள்கிறது
விடுதலையின் ரத்தம் எப்பொழுதும்
பூமியை உஷ்ணப்படுத்திக்கொண்டேயிருக்கிறது.
இசைத்திடுங்கள் தோழியரே இசைத்திடுங்கள்
பித்தம் முற்றிய ஒரு மதயானை ஒளிந்திருக்கிறது
நம் ஒவ்வொரு தசை முறுக்கிலும்
கண்ணீரும் முத்தங்களும் உதிரமும்தான் பாடலாக முடியும்
சொற்கள் அல்ல.
நட்சத்திரங்கள் சுடும் உயரத்தில்
ஒரு பறவையாகி உடலை நீட்ட வேண்டும்
ஒவ்வொரு குடிசைக்கும்
ஒரு சூரியன் உண்டல்லவா?
தனிமையின் தருணங்களில்
சூரியன் மொத்தமுமாய்
என் ஒருத்திக்கு ஆகி வளர்கிறது
இவ்வேளையில் நீங்கள் எல்லோரும்
எங்கே சென்றீர்கள்

— *விகடன் தடம் - டிசம்பர் 2018*

என் மொழி என் கள் — குட்டி ரேவதி

என் மொழி என் கள்
என் உடல் பேரியாழ்
இசைத்து இசைத்துப் பெருக்கிக் கொடுக்கும்
முலைகள்
விரல்களின் குழைவுகளுக்குப் பொருந்திப்
பரவும் பண்

ஆறு பருவங்களுக்கும்
ஆறு பொழுதுகளுக்கும் ஐந்திணைகளுக்கும்
முயங்கிக்கொடுக்கும்
என் மொழியே என் பனங்கள்
எனக்குப் பித்தம் முற்றும் நாட்களில்
என் பேரியாழ் அத்தனை நரம்புகளுமதிர
ஏன் அண்டமே அதிரப் பாடுகிறது
முன்னொருகாலத்தில் அவ்வையாகியதும் அப்படியே
நாளமதிர பேரியாழ் வளர்ந்து வளர்ந்து
இரவில் பனைகள் நடுங்க
ஒலிக்கையில் என் மொழியே என் பனங்கள்
எங்கள் இசக்கி சாகாத இளமையுடன்
கனவிற்குள் நுழைந்து
தன் முலைப்பால் தருவாள்
பெண்ணாக அன்றி என் பேரியாழ்
வேறெதுவுமாக இருந்ததே இல்லை
ஓயாத இசைக்குருதி நினைவுகளை
காலக்குறிப்புகளை மீட்டெடுத்தான்
இன்றொருவன் தன் நுனிவிரல்களால்

கவிதை தீப்பந்தம் போன்றது!

உரையாடல் - ஆசை

இருபது ஆண்டுகளுக்கும் மேலாகத் தமிழ்க் கவிதையுலகில் தீவிரமாகச் செயல்பட்டுவருபவர் குட்டி ரேவதி. இதுவரை இவரது 12 கவிதைத் தொகுதிகள் வெளியாகியிருக்கின்றன. தற்போது குட்டி ரேவதியின் ஒட்டுமொத்தக் கவிதைகளின் தொகுதி 'எழுத்து பிரசுரம்' வெளியீடாக வந்திருக்கிறது. கவிஞர், சிறுகதையாசிரியர், பாடலாசிரியர், திரைப்பட இயக்குநர், சித்த மருத்துவர், சமூகச் செயல்பாட்டாளர் என்று பல முகங்களைக் கொண்ட குட்டி ரேவதியுடன் உரையாடியதிலிருந்து...

கவிதைக்குள் எப்படி வந்தீர்கள்?

அப்பா இளம் பருவத்திலேயே தமிழ் மொழி மீது உண்டாக்கிய ஆர்வம்தான் காரணம். நிறைய சங்கப் பாடல்களை மனனமாக அவர் எனக்குச் சொல்லிக் காட்டுவார். இதனால், எனக்குத் தொடர் வாசிப்புப் பழக்கம் ஏற்பட்டது. இதற்குத் தீனிபோடும் வகையில் பழைய புத்தகக் கடைகளிலிருந்து எனக்கான புத்தகங்களை அப்பா தேடித் தேடி வாங்கிவந்து தருவார். நான் படித்த சித்த மருத்துவத்தில் தமிழ்மொழிப் பாடத்திட்டம் ஒரு முக்கியமான காலகட்டத்தின் சொற்களை அள்ளிவந்து எனக்கு வழங்கியது. கூடவே, 90-களில் திருநெல்வேலியில் நிலவிய இலக்கியப் பண்பாடு எனப் பல காரணங்கள் ஒன்றிணைந்துதான் கவிதைக்குள் நுழைந்தேன்.

நீங்கள் எழுதவந்த காலத்தின் பெண் கவிமொழியும் தற்போதைய பெண் கவிமொழியும் மாறியிருக்கிறது என்று நினைக்கிறீர்களா?

பெண் கவிமொழி காலந்தோறும் நிறைய மாறிக்கொண்டே இருக்கிறது. புதிய பரிமாணம் பெறுகிறது. உள்ளடக்கங்களில், கவிதை எழுத வேண்டிய நோக்கங்களில், மொழியின் திறத்தில் என எல்லாவற்றிலும். தற்போதைய பெண் கவிஞர்கள் மொழியை எளிதான ஓர் ஊடகமாகப் பயன்படுத்த முடிகிறது. நாங்கள் எழுத வந்தபோது, அது ஒரு போராட்டத்துக்கான வேகத்துடன் இருந்தது. எழுதுவதே விடுதலையாக இருந்த காலகட்டத்திலிருந்து விடுதலைக்கான குரலாய் கவிதையை ஆக்கும் சவால், இன்றைய பெண் கவிஞர்களின் செயல்பாட்டில் இருக்கிறது.

இருபது ஆண்டுகளுக்கு மேலாகக் கவிதை எழுதிவருகிறீர்கள். இந்தப் பயணத்தில் கவிதை உங்களுக்கு என்ன விதமான சாத்தியங்களை, திறப்புகளைத் தந்திருக்கிறது என்று நீங்கள் நினைக்கிறீர்கள்?

இருபது ஆண்டுகளாகத் தொடர்ந்து எழுதிக்கொண்டிருக்கிறேன். பன்னிரண்டு கவிதைத் தொகுப்புகள் வெளியிட்டிருக்கிறேன். பெருவாரியான ஆண் எழுத்தாளர்களின் எதிர்ப்பைச் சந்தித்த என் கவிதைகள், தற்போது இரு தொகுதிகளாக வெளியிடப்பட்டிருக்கின்றன. இந்தக் கவிதைகளை ஒரு கல்லூரி மாணவன் எந்த மனத்தடையும் சுய இறுக்கமும் இன்றி வாசிக்கத் தொடங்குகிறான்.

தொடங்கிய இடத்திலிருந்து வெகுதூரம் வந்திருக்கிறேன். கவிதைகள் வழியாக, நம் தமிழ்ச் சமூகத்தின் வெவ்வேறு போராட்ட காலகட்டங்களின் ஊடாக நான் என் மொழியின் துணை கொண்டு கடந்து வந்திருக்கிறேன். இயன்றவரை, கவிதை மொழி சார்ந்த அத்தனை சாத்தியங்களையும், விடுதலைக்கான வழிகளையும் தொடர்ந்து கண்டறிந்துகொண்டே இருக்கிறேன்.

புனைவை முயன்று பார்த்தாலும் கவிதை உங்கள் பிரத்யேகத் தேர்வாக இருக்கிறது அல்லவா... அது ஏன்?

ஆமாம்! 'நிறைய அறைகள் உள்ள வீடு', 'விரல்கள்' என்ற இரு சிறுகதைத் தொகுப்புகள் இதுவரை வெளியாகியிருக்கின்றன.

மூன்றாவதாக, புதிய சிறுகதைத் தொகுப்பு 'மீமொழி' வெளிவரவிருக்கிறது.

உயிர் வாழ, தனிமனித மறுமலர்ச்சிக்கு எப்போதும் கவிதையுடன்தான் ஏதேனும் செய்துகொண்டே இருக்கவேண்டியிருக்கிறது. கவிதை, தீப்பந்தம் போன்றது. எனக்கு நானே வழிகாட்டிக்கொள்ளவும், மற்றவர்களுடன் அதைப் பகிர்ந்துகொள்ளவும் கவிதை தரும் ஊக்கம் எல்லா காலங்களிலும் தேவையாக இருக்கிறது. சமூக மாற்றங்களை உணர்ந்துகொள்ள, அநீதிகளை எதிர்க்க, தனிமனித வாழ்வைத் தாண்டிச் சமூக உறவுகளைப் பேண என எல்லாவற்றுக்கும். கவிதைக்குள் ஒரு குரல், தீவிரத்தின் தீவிரமான குரல் ஒன்று தீப்பிழம்புபோல் எரிந்துகொண்டே இருக்க வேண்டும்.

இலக்கிய உலகில் பெண்களுக்கான இடம், அங்கீகாரம் எப்படி இருக்கின்றது?

எப்போதுமே இலக்கிய உலகம் பெண்களுக்கான அங்கீகாரத்தையும் இடத்தையும் கொடுப்பதில் தயக்கத்துடனும் மனத்தடையுடனும்தான் செயல்படுகிறது. ஆனால், அதை எதிர்பார்த்து இன்று எந்தப் பெண் எழுத்தாளரும் செயல்படுவதில்லை. கறாரான சமூக விமர்சனங்களைப் பெண்கள் தங்கள் எழுத்தில் முன்வைத்துக்கொண்டே இருப்பதும், அதற்கான வாய்ப்புகளைத் தம்மளவில் உருவாக்கிக்கொண்டே இருப்பதும், சமூகத்தை அதை நோக்கி இணங்கச் செய்வதும்தான் அங்கீகாரங்களில் சேரும். எனில், பெண் எழுத்து பெருமளவில் இதை வென்றிருக்கிறது.

'முலைகள்' கவிதைத் தொகுப்பு வெளிவந்தபோது கடும் எதிர்ப்பைச் சந்தித்தீர்கள். அதனுடன் ஒப்பிடும்போது இன்றைய சூழல் எப்படி இருக்கிறது?

இருபது ஆண்டுகளில் பொதுச் சமூகம் பெண் எழுத்தை அணுகுவதில் நிறைய மாறியுள்ளது. பெண் எழுத்துதான் இன்று இலக்கியத்தில் முதன்மையானதாக இருக்கிறது. பெண் வாசகர்கள் இந்தப் புத்தகக்காட்சியில் அதிகமாகிவிட்டதாகச் சொல்கிறார்கள். எனில், பெண் எழுத்தின் செயல்பாடும், பெண்கள் மொழியை நோக்கி வேகமாக நகரும் சமூக அசைவும்தான் காரணம்.

இன்று வெகு எளிதாக, ஒரு பெண் தனது கவி ஆளுமையைக் கையாள முடிகிறது. கவிதையில் சமூகக் கட்டமைப்பை

எழுதுவது அன்று கடுமையாக எதிர்க்கப்பட்டது. இன்றைய பெண் கவிதை, சாதி, மதம், கடவுள், திருமணம் என எந்தச் சமூக நிறுவனத்தையும் கவிதையில் விமர்சிக்கும் பொதுவெளியும் பயிற்சியும் அழகு நிலையும் கொண்டிருக்கின்றது. நம்மைச் சுற்றி நிறையப் பெண் கவிஞர்கள் நிலைத்த தீவிரத்துடனும், பொதுப்பொருள் சார்ந்தும் தொடர்ந்து எழுதிக் கொண்டிருக்கிறார்கள். பத்திரிகைகள், பெண் எழுத்தைக் கவனப்படுத்துகின்றன. பதிப்பாளர்கள், பெண் படைப்புகளை முன்னணிப் பணியாகக் கொண்டிருக்கின்றனர். சமூகத்தில் பெண் கவிதை ஒரு முழக்கம்போல், அழியாத பாடல்போல் ஒலிக்கத் தொடங்கியிருப்பது மிகுந்த மகிழ்ச்சியைத் தருகிறது. இன்னும் இன்னும் கவிதை வழியாக நாம் மாற்றியமைக்க வேண்டிய சிந்தனைகளும் போக்குகளும் நிறைய இருக்கின்றன.

உங்கள் திரைப் பயணம் எப்படி இருக்கிறது?

சிறப்பாகத் தொடங்கியிருக்கிறது. ‘சிறகு’ என்ற என் முதல் படத்தை இயக்கிவருகிறேன். எப்போதுமே திரைத்துறையில் நான் இயங்க விரும்பினேன். இசையமைப்பாளர் ஏ.ஆர்.ரஹ்மானிடம் பணியாற்றத் தொடங்கிய பின்பு, அது சீரான தொழில் துறை சார்ந்த பயணமாக மாறியது. எதைச் செய்தாலும் எப்படிச் சிறப்பாக செய்வது என்று கற்றுக்கொடுக்க, அவருக்கு நிகர் அவரே. விரைவில், எனது ‘சிறகு’ திரையைத் தொடவிருக்கிறது.

உங்கள் ஆதர்ச எழுத்தாளர்கள் யார்? சமகாலத்தில் நம்பிக்கை தருபவர்கள் யார்?

என் ஆதர்ச எழுத்தாளர் கவிஞர் பிரமிள்தான். காரணங்கள், நான் எழுத வந்தபோது சந்தித்த எதிர்ப்பின் அரசியலை, சாதிய ஒடுக்குமுறை அரசியலை அவர் எழுத்து வழியாகவே தெளிந்தேன். கவிதை மொழியை அவர் அளவுக்குக் கூர்மையான சமூக ஆயுதமாக மாற்றியவர் எவரும் இல்லை. கவிஞர் தேவதேவனின் சமரசமின்மை, அரிய ஒரு சமூக விழுமியம். எவரிடமும் காணக் கிடைக்காதது. நான் என்றென்றும் அவரிடமிருந்து கற்றுக்கொள்ளும் ஒன்று.

என்னுடன் எழுத வந்தவர்களை, இன்றைய இளங்கவிஞர்களைத் தொடர்ந்து நான் வாசித்துக் கொண்டிருக்கிறேன். கவிதையின்

திசையும் மொழியின் போக்கும் எங்கே மாறுகின்றன என்பதை உணர்த்த வல்ல அரிய உரைகற்களாக தற்காலக் கவிஞர்கள் இருக்கிறார்கள் என்று நம்புகிறேன். பெண் கவிஞர்களில், சஹானா, மனுஷி, முபீன் சாதிகா, தனசக்தி, யாழினி ஸ்ரீ, தீபு ஹரி, தென்றல் சிவக்குமார், கயல், சிங்கப்பூர் கனகலதா என்று நிறைய பெண் கவிஞர்களைப் பின்தொடர்கிறேன். சமீபத்தில் சிங்கப்பூரிலிருந்து கவிஞராக உருவெடுத்திருக்கும் சுபா செந்தில்குமாரின் கவிதைகள் நவீனக் கவிதையின் அடுத்த தளத்துக்கு நம்மை அழைத்துச் செல்கின்றன. புதிய தலைமுறையினர் ஒவ்வொருவரின் கவிதை வெளிக்குள்ளும் பயணிப்பது, நான் மேற்சென்று எழுதிச்செல்ல உதவுகிறது.

– இந்து தமிழ் திசை 18-01-2020

காதல் என்பது நட்சத்திரச்சாம்பல்

சரியாக 35000 ஆண்டுகளுக்கு முன்பிருந்து
நாம் ஒருவரையொருவர் தொடர்கிறோம்
நட்சத்திரச்சாம்பலிலிருந்து உயிர்த்தோம்
மானுட இறுக்கங்களைத் தளர்த்த பிறந்தாற்போல்
கலைகளினூடே விடைத்தோம்
எப்பொழுதோ நாம் இரண்டாகப் பிளந்துவிட்டோம்
ஒன்றாக இணைவதற்காய்த் துயிலைக்
கலைத்துக் கலைத்து விழித்தோம்
ஒரு நூற்றாண்டு கூடத் தூங்கவிடாத கண்ணீரை
யார் நம்மீது தெளித்தார் என்று நினைவில்லை
கண்கள் விழித்தால் விரியும் முதல் முகம் உனது
ஒவ்வொரு புல்வெளி நடையும் தீ மிதியும் உனை நோக்கி
அலகால் அழகாய்க் கோதும் பெருவாழ்வாய்
ஒவ்வொரு முறையும் இப்புவியில் ஒரு நடை
ஆற்றலாய் நடந்துவிட்டுப்போகிறோம் துல்லியமாய்
உனதிரு பாதங்கள் என்னிடம்
எனதிரு பாதங்கள் உன்னிடம்
அல்லது இரு பாதங்கள் மட்டும் என்னிடம்

“பெண்ணிய உரையாடல்கள் என்னும் மானுட உரிமைகள் வழியாகவே மாண்பற்று இருந்த ஆண்களின் உடல்களுக்கும் மாண்புகளை ஈன்றளித்திருக்கிறோம்..”

உரையாடல் - வீரசோழன் க.சோ.திருமாவளவன்

ஒரு மாபெரும் விடுதலைக்கான திறப்பைத் தம் கையில் கொண்டுள்ளவை கவிஞர் குட்டிரேவதியின் கவிதைகள். எந்த வரம்பையும் கேள்விக்குட்படுத்தும் வீரிய வார்த்தைகள் அவரது கவிதைகளாய் உருக்கொண்டிருக்கின்றன. கவிதைகள் மட்டுமின்றிப் புனைவு, உரைநடை, பதிப்பு, திரை என நீண்டதொரு பயணத்தை மேற்கொண்டிருக்கிறார். தமிழ்ச் சமூகத்தில் பெண் குறித்தும் பெண் உடல் பற்றிய எழுத்து குறித்தும் சமகாலத்தில் நிகழ்ந்துவரும் தீவிர உரையாடலின் முக்கிய கண்ணி இவரைக் கடந்தே செல்கிறது. தமிழின் முக்கியமான பெண்ணியக் கவிஞரும் செயல்பாட்டாளருமான கவிஞர் குட்டி ரேவதியுடனான சிறு நேர்காணல்...

எவரொருவருக்கும் பால்யத்தின் நினைவுகள் மனதின் அடிஆழத்தில் உறைந்துகிடக்கவே செய்யும். படைப்புகள் வெளி எழுகின்ற கணங்களில் அந்த உறைதல்களின் தாக்கங்கள் தன்னையறியாமல் படரும். உங்கள் பால்யங்களை திருவெறும்பூர், திரு எறும்பீஸ்வரர் கோயில், கல்லணை போன்றன எப்படி ஆக்கிரமித்திருக்கின்றன?

என்னுடைய பால்யத்தை இன்றைய நாளின் மீது நின்றுகொண்டு பார்க்கையில், விசித்திரமானதொரு தேவதையின் கதை போல் இருக்கிறது. அந்த அளவிற்கு விரிவான மகிழ்ச்சியும், திணைகளை வேட்கையுடன் தன்னந்தனியே தேடித்திரிந்த ஒரு

சிறுமியின் எழுச்சியும் நிறைந்திருந்தன. முக்கியமான காரணம், என் தந்தை எனக்கு அறிமுகப்படுத்திய நூல்கள், என்னில் ஏற்படுத்தித்தந்த வாசிப்புப்பழக்கம். தந்தை, வீட்டை மீறிய மனிதராக இருந்தார். குடும்பத்தை அவர் அக்கறையுடன், அன்புடன் கவனித்துக்கொண்டாலும் உலகவாழ்வுடன், சமூகவாழ்வுடன் ஒன்றிப்போன பார்வையுடன் வாழ்ந்தவர். அந்தத் தனித்தன்மையே அன்று என்னையும் பீடித்திருந்தது. நீங்கள் குறிப்பிட்டிருக்கும் திருவெறும்பீசுவர் மலைக்கோவில் அடிவாரம்தான் என் பால்யத்தின் விதை நிலம். கல்லணை, உய்யக்கொண்டான் கால்வாய், முக்கொம்பு, மலைக்கோட்டை, கோட்டையைச் சுற்றியுள்ள பெருவீதிகள் எனத் திருச்சியின் நகரவாழ்வும் நகரத்தை ஒட்டிய சிறு வாழ்வும்தாம் என்னை வளர்த்தெடுத்தவை. இன்றைய என்னிலிருந்து என் பால்யம் வெகுதூரத்தில், என் இதயத்தின் மையத்தில் இருக்கிறது. அவ்வப்பொழுது அதைக் கையை நீட்டித் தொட்டுவிட முயன்றிருக்கிறேன். அவள் என்னுள்ளே ஒரு சிற்பத்தின் புடைப்புகளுடன் நிமிர்ந்து நின்றுகொண்டிருக்கிறாள்.

நீங்கள் குறிப்பிட்டிருப்பது போல், அல்லது எல்லோரும் சொல்வது போல் படைப்புகளின் வெளியில் அந்தப் பால்யம் அவ்வளவு எளிதாக என்னிலிருந்து வெளிப்படுவதில்லை என்பதை உணர்கிறேன். படைப்புகளின் வெளி, கடுமையான அனுபவங்களால், உக்கிரமான நிகழ்கணத்தாக்கங்களாலும், தான் தன்னைப் பற்றிக் கட்டியெழுப்பும் சிற்பங்களைத் தகர்த்து எழுவதினாலும் உருவாவதாய் இருக்கிறது. என் பால்யத்தை என்னால் சார்ந்திருக்க முடிந்ததில்லை. அதாவது, இறந்த காலத்தை என்னால் ஒருபோதும் சார்ந்திருக்க முடிந்ததில்லை. அதற்கு நிறைய காரணங்கள் இருக்கின்றன. என் சிறகுகளை நான் விரித்துக்கொண்டே இருந்திருக்கிறேன். அடுத்தடுத்த வெளி நோக்கித் தொடர்ந்து இயங்கிக்கொண்டே இருந்திருக்கிறேன். கருத்தியல் ரீதியாகவும் அழகியல் ரீதியாகவும் என்னை நானே கலைத்து அடுக்கிக்கொள்ளும் வாய்ப்புகளை என்னுடைய இந்த இயல்பு கொடுத்திருக்கிறது. ஆக, என் பால்யத்தின் வழியாக என்னில் உறைந்திருக்கும் கட்டுக்கதைகளை எல்லாம் அழித்துவிடும் வாய்ப்பை நான் ஒருபொழுதும் மறுத்ததில்லை.

திருச்சியின், திருவெறும்பூரின் திணைவெளிகளும், உறவுக்கிளைகளும் இன்றும் நம்முள் காட்சிகளாய் விரிந்திருந்தாலும், அவற்றை இன்றைய நோக்கில் அணுகும் மனப்பயிற்சி இருக்கிறது. பழைமையை அப்படியே கொண்டாட ஒன்றும் இல்லை. திருவெறும்பூரிலிருந்து இன்று உலகின் எந்த மூலையெல்லாமோ சென்று அங்கங்கு உள்ள நிலக்காட்சிகளூடேயும் வான் காட்சிகளூடேயும் என் கவிதைகளை, மொழியைப் பகிர்ந்து அவற்றின் அங்கமாகிவிட்டபின், என் நிலம் மிகவும் விரிந்ததாக ஆகியிருக்கிறது. இன்றைய சென்னையின் நகர வாழ்வைப் புரிந்துகொண்டு என் உடலையும் வாழ்வியல் முறையையும் செதுக்கிக்கொள்ள நான் என்னைப் பலமுறை குலைத்துக்கொள்ள வேண்டியிருந்திருக்கிறது. அந்த அளவிற்கு நவீன வாழ்வு தன்னைப் புதுப்பித்துக்கொண்டே இருக்கிறது... என் பங்குகளை, ஒருங்கிணைவைக் கடுமையாகக் கோருகிறது. ஒவ்வொரு நாளும் சென்னை வாழ்வு என்பது புதியவாழ்வு. பாம்பு சட்டையை உரித்துக்கொள்வது போலவே இந்த நகரம் தன் சட்டையைப் பலமுறை உரித்து உரித்து எழுந்து பால்யத்தின் விசித்திரத்தைப் போலவே புதிய விசித்திரத்தை, தன்னிகரில்லா புதிய ஆட்சியைக் காட்டியிருக்கிறது.

தமிழகத்தில் பெண்ணியம் சார்ந்த ஒரு பெரும் சக்தியாக வளர்ந்திருக்கிறீர்கள். கடும் விமர்சனங்களோடு எதிர்கொள்ளப்பட்டும் இருக்கிறீர்கள். இந்த ஆழமான இயங்குதளத்திற்குப் பின் உள்ள வாசிப்புகள் மற்றும் ஆளுமைகளை அறிய ஆவலாக இருக்கிறோம்...

இதற்கு நீளமாகப் பதில் அளிக்கவேண்டும். ஏனெனில், பயணம் மிக மிக நீளமானது. மலையின் ஓர் உச்சியில் தோன்றி அங்கும் இங்கும் தடைகள் தாண்டி ஓடிப் பெருக்கெடுத்து சமவெளி கண்டு பரவசித்து நீண்ட தூரம் பாய்ந்து கடலில் சங்கமிக்கும் வேட்கையைத் தன்னகத்தே கொண்டிருப்பது போன்ற பயணம். என்றாலும் சுருங்கச் சொல்லி முடிக்கிறேன்.

வாழ்க்கைதான் சிறந்த பாடம். நான் எழுதத்தொடங்கிய காலத்தில் பெண்ணெழுத்தைக் கடுமையாக எதிர்த்தார்கள். ஏனெனில், ஒரே சமயத்தில் சமூகத்தின் மையமாய் ‘உடலரசியல்’, ஒரு பாடுபொருளாய் எழுந்தது. அது ஒரு தன்னெழுச்சியான

இயக்கம். சாதிய சமூகத்தில் காலங்காலமான உடல் அழுத்தம் கொண்டிருந்து ஒடுக்கப்பட்டு, வஞ்சிக்கப்பட்டிருந்த சமூகம் மொழி தன் கையில் கிடைத்ததும் என்ன செய்யுமோ அதுவே நிகழ்ந்தது. அந்த எதிர்ப்பை, சர்ச்சையைக் கையாள, எனக்கு அதன் பின் புதிய வாசிப்பைத் தொடங்க அழைத்தது. பிரமிளைக் கையிலெடுத்தேன். அங்கிருந்து செவ்விலக்கியம், உலக நவீன இலக்கியம், பெண்ணிய இலக்கியம் என ஒரு சுற்றிற்குப் பின், நான் புரிந்துகொண்டது, இந்தியச் சமூகத்தில் புரையோடியிருக்கும் சாதி, மதத் தன்மைகளே பெண்களின் நாவுகளை ஒட்ட நறுக்குவதில் முனைப்போடு இருந்திருக்கின்றன என்பதும், இந்தச் சூழலை உலகப் பெண்ணியம் கொண்டெல்லாம் எதிர்கொண்டு மாற்றிவிட முடியாது என்பதும்தான். அப்பொழுதுதான் பெரியாரும், அண்ணல் அம்பேத்கரும் வாசிப்புத் தளங்களாக மாறினர். அண்ணலின் சமூகப் பார்வைகள், பெண்ணுரிமைப் புத்தெழுச்சி தரக்கூடியவை. இங்கே அடிப்படையான சமூகக்கட்டுமானத்தை, ஒடுக்குமுறையைப் புரிந்துகொள்ள அண்ணல்தான் உதவினார். என் பெண்ணிய இயங்குதளத்திற்கு அண்ணலின் எழுத்துகள் உதவின.

அதுமட்டுமல்லாது, இந்தியா முழுவதும் கட்டமைக்கப் பட்டிருந்த சாதிக்கு எதிரான இயக்கங்களின் வரலாறு பற்றிய ஆவணப்படம் ஒன்றிற்கான பயணத்தின்போது, இன்றைய நவீன இந்தியா எம்மாதிரியான எழுச்சியின் உரிமைகளின் செங்கற்கள் மீது எழுந்திருக்கிறது என்பதையும், அதில் தமிழர்கள் யார், என்ன மாதிரியான குவிப்பு, கலைதல் நிகழ்ந்திருக்கிறது என்பதன் பருந்து பார்வை கிட்டியது. என்னை நானே ஒரு சூழலிலிருந்து இன்னொரு சூழலுக்கு, அதாவது அவசியமான இயங்குதளச்சூழலுக்கு உந்தித்தள்ளிச் சென்றிருக்கிறேன். இதனால், நெருக்கமான கருத்தியல் சூழலில் முரண்பாடுகளை, சச்சரவை எதிர்கொண்டாலும், பயண அனுபவமும், களப்பணி அனுபவங்களும், வாசிப்பு அனுபவமும் பெரிய அளவில் என் சிந்தனையை, கருத்தியலை, படைப்புகளை வடிவமைக்க உதவிக் கொண்டிருக்கின்றன.

பெண் பற்றிப் பேசுவதென்பது சமூகத்திற்கு உவப்பானதொன்றுதான். பெண்கள் பற்றியும், பெண்ணியம் சார்ந்தும் தமிழில் ஏகப்பட்ட

உரையாடல்கள் நிகழ்ந்துள்ளன. அந்த உரையாடல்களால் என்னதான் நிகழ்ந்திருக்கிறது?

பெண்ணிய உரையாடல்கள் வழியாக, எல்லைகளைப் பெருவாரியாக விரித்திருக்கிறோம். ஆண் பெண் தடுப்புச்சுவர்களைத் தகர்த்திருக்கிறோம். மொழிகளைப் புதுப்பித்திருக்கிறோம். மொழிகளின் அர்த்தங்களை மாற்றியிருக்கிறோம். பெருவெளியின் மையமாகியிருக்கிறோம். சலுகைகளை மறுத்திருக்கிறோம். ஆளுமைகளாய் வளர்ந்திருக்கிறோம். நிறைய வன்மங்களைக் கடந்திருக்கிறோம். வன்முறைகளை எதிர்கொண்டிருக்கிறோம். குழப்பங்கள் தெளிய அமைதியுற்றிருக்கிறோம். அதிக மகிழ்வை ஈன்றிருக்கிறோம். பெண் உடலைப் போற்றியிருக்கிறோம். தலைமுறை இடைவெளிகளால் நிகழ்ந்த பெண்ணுரிமை தேக்கங்களைக் களைந்திருக்கிறோம். ஒரே உடலாய் மாறியிருக்கிறோம். ஆண் பெண் பாலியல் இரு துருவங்களை, வானவில்லைப் போன்ற அடர்த்தியான கற்றைகளாக ஆக்கியிருக்கிறோம். ஆண்களின் சாதிய வன்மங்களைச் சவைத்துத் துப்பியிருக்கிறோம். ஆதிக்க சாதிப் பெண்களின் மூர்க்கமான வன்மங்களை, தாக்குதல்களை இன்னும் அழகாகக் கடந்திருக்கிறோம்.

அவ்வாறே, ஆண்களுக்கு விடுதலையை ஏற்படுத்திக் கொடுத்திருக்கிறோம். மாண்பற்று இருந்த ஆண்களின் உடல்களுக்கு எங்கள் உரையாடல்களில் நாங்கள் கலந்து அளித்த மானுட உரிமைகள் வழியாக மாண்புகளை ஈன்றளித்திருக்கிறோம். ஆதிக்க சாதி ஆண்கள் மறைமுகமாகவும் நேரடியாகவும் ஒடுக்கப்பட்ட ஆண்கள் மீது ஏவும் பொருளாதார ஒடுக்குமுறைகளையும், அந்த ஆண்களைத் தமக்கான அடிமை கருவிகளாக மாற்றியமைத்திருப்பதை எதிர்த்திருக்கிறோம். குடும்பத்தின் சவால்களை எளிதாக்கியிருக்கிறோம், பெண்களின் பொருளாதார ஆளுமைகளால்.

என்றாலும், இங்கே ஒருங்கிணைந்த பெண்ணிய இயக்கம் சாத்தியப்படவே இல்லை. வேறு எந்த நாட்டிலும் நிகழ்ந்த பெண்ணிய இயக்க வரலாற்றை இங்கே படைத்தளிக்கவே முடியவில்லை. இதற்குப் பெண்களிடையே நிகழ முடியாமல் போன ஒற்றுமை உணர்வு காரணம் இல்லை. பெண்களைப் பிரிவினைப்படுத்தி வைக்கும் சமூகக்கட்டமைப்புகளின்

அழுத்தமான விரிசல்களும் பிளவுகளும் இன்னும் தொடர்ந்துகொண்டே இருக்கின்றன. ஒரே வீட்டில் வாழும் பெண்கள் என்றாலும் ஒரே சாதியைச் சேர்ந்த பெண்கள் என்றாலும் ஒரே மதத்தைச் சேர்ந்த பெண்கள் என்றாலும் பிரச்சனைகளின் உருவங்கள் வைரஸ் கிருமிகள் போல மாறிய வண்ணமே இருக்கின்றன. இந்நிலையில் எந்த இரண்டு பெண்களும் ஒரே குடையின் கீழ் வாழமுடியாது. அந்த அளவிற்குச் சிக்கலான இயங்கியலையும் விளைவுகளையும் குழப்பமான நடவடிக்கைகளையும் கொண்டதாகப் பிரிவினைகள் இருக்கையில், பெண்ணிய இயக்கம் தோன்றாமல் போவதும், பெண்ணிய உரிமைகளை வடிவமைத்து அவற்றை நோக்கிப் போராட்ட நடைபோடுவதும் சாத்தியமாகாமல் போகின்றன.

பெண்ணிய உரையாடல்கள் வழியாக அடைய வேண்டிய இலட்சியங்கள் என்பவை அண்ணலின் இலட்சியங்களுக்கும் நெருக்கமானவை, நிகரானவை. எல்லா தளத்திலுள்ள பெண்களும் அடிப்படையான புரிதல்களை அடையவில்லையென்றால், சமூகத்தில் பெண்ணிய உரையாடல்களின் தொடர்ச்சி சாத்தியமில்லை. இதில் ஆண் செயல்பாட்டாளர்களின் பங்கும் பெரிதாகத் தேவைப்படுகிறது. இங்கே 'பெண்' என்ற தனித்த அடையாளம் இல்லை என்பதை உணர்ந்து கொண்டால்தான் அத்தகைய பெண்ணிய இயக்கம், உரையாடல்களே சாத்தியம். இல்லையென்றால் இது ஒருவகையான இழுபறியான உரையாடல்களாகவே நீண்டுகொண்டிருக்கிறது என்று சொல்லலாம். எந்தப் புதிய ஊருக்கும், எல்லைக்கும், இலட்சியத்திற்கும் இவை அழைத்துச் செல்லாத நிலையில் உரையாடல்களை மாற்றியமைப்பதற்கான முனைப்பையும் தொடர்ந்து கொண்டிருக்கவேண்டியிருக்கிறது.

நவீன தமிழ்க்கவிதை வெளியில் பெண் குரல், பெண் உடல், உடலரசியல் போன்ற தளங்களில் ஒரு குரலாய் உங்கள் கவிதைகள் ஒலிக்கின்றன. அதனால் சமகாலத்தில் பெரும் மாற்றமும் ஏற்பட்டுள்ளன. இலக்கை எட்டிவிட்டீர்களா?

என் நவீன தமிழ்க்கவிதை பயணத்தில் இலக்கென்று எதுவுமில்லை. அன்றாட வாழ்வில் நான் நவீனப் பரிமாணம் பெறும் ஒரு கருவியாகவே நான் அதை வைத்திருக்கிறேன்.

இது எல்லாக் கவிஞர்களுக்கும் அந்தரங்கமான ஒரு விடயமாகவே இருக்கும் என்றும் நம்புகிறேன். ‘பூனையைப் போல அலையும் வெளிச்சம்’, தொடங்கி இன்று ‘பெண்ணுடலென்னும் தொன்மம் / திராவிட அரசி’, என்பது என்னுடைய பதினைந்தாவது கவிதைத் தொகுப்பு. எழுதத் தொடங்கியது முதல் இன்று வரை எந்தத் தொய்வுமின்றி ஓய்வின்றி சலுப்பின்றி களைப்பின்றி ஓடிக்கொண்டே இருக்கிறேன். ஒவ்வொரு தொகுப்பின் வழியாகவும் எந்தன் அடுத்தக்கட்ட, நவீன பரிமாணத்தைத்தான் வடிவமைத்திருக்கிறேன். என்னை ஒரு புதிய மனிதராகக் கண்டடைந்து இங்கே சமூகப் பயன்பாட்டிற்கு உரியவளாக மாற்ற முடிந்திருக்கிறதா என்று அளவிட்டுப் பாத்திருக்கிறேன். ‘பூனையைப் போல் அலையும் வெளிச்சம்’, இயற்கையின் தகைமைகளைக்கவிதைகளின் குறியீடுகளாகவும் படிமங்களாகவும் எழுதினேன். பின் ‘முலைகள்’, தொகுப்பு பெண்ணுடலைப் பொருள்நிலைப்படுத்துதலைப் படிமங்களாக்கிய தொகுப்பு. ‘தனிமையின் ஆயிரம் இறக்கைகள்’, தொகுப்பில், எப்படி ‘தனிமை’, என்பது என் முழுநீள நிலவெளியாக இருந்திருக்கிறது; ‘உடலின் கதவு’, முழுக்க முழுக்க உடலை ஆட்சி செய்யும் மொழி வெளி; ‘மாமத யானை’, உடலின் அங்கங்கள் குறியீடுகளாகிக் கலைந்துகிடக்கும் தனி பெண்ணின் வாழ்வு; ‘யானுமிட்ட தீ’, ஈழப்போராட்டத்தின் படிமங்களாலும் கதை உரையாடல்களாலும் நம் பெருவீதிகளில் மையங்கொண்டிருந்த கூக்குரல், பேரறிவாளன் நடந்து செல்லாத நிலவெளி, அவர் காணா முப்பதாண்டுகளின் நிலா; ‘இடிந்த கரை’, மீனவர் பெண்கள் போராட்டத்தால் உலகை உலுக்கிய பேரியக்க அலை; ‘அக முகம்’, தன் முகத்தின் அகப்பக்கத்தை முகமாக்கும் மொழி முயற்சி; ‘மீண்டும் கண்டெடுக்கப்படும்’, ஆழவெளியில் தொலைந்துபோன எல்லாமும் தொல்லியல் அடையாளங்களாய்க் கண்டெடுக்கப்படும் கடலெனும் மானுட வாழ்வு, இதில் காலம் என்பதே கடல்; ‘அகவன் மகள்’, சங்க கால மகளாகும் ஓர் எத்தனம்; ‘கால வேக மதயானை’ - மனித வாழ்வு கால வேகத்தில் என்ன பொருளில் இயங்குகிறது; ‘மூவா மருந்து’, சொற்கள் கவிதைகளில் மூலிகைகளாகும் வித்தை; ‘ஹீராக்ளீட்டஸின் நதி’ - ஹீராக்ளீட்டஸின் தத்துவம் பற்றிய நீள் மொழிக்கவிதை; ‘புலியும் புலிபோலாகி புலியும்’ - ‘புலி’,

என்னும் படிமம் வழியாக மெய்ம்மையும் போலிமையும் ஓரிடம் வேறிடம் மாற்றும் கவிதைகள்; ‘நுழைவாயிலென்னும் நிலைக்கண்ணாடி’, - தன் பிம்பம் வழியாக தனக்குள் நுழைதல்; ‘பெண்ணுடலென்னும் தொன்மம் / திராவிட அரசி’ - என் சமீபத்திய தொகுப்பு. பெண் மூதாய்ப் படிமங்களைச் சொற்களால் தொட்டிருக்கிறேன். பதினைந்து தொகுப்புகள்.

இலக்கை எட்டுவதற்காக இல்லாமல் மொழியின் இயங்குசக்தியாக நான் பரிமாணம் கொள்வதற்கான தொடர்ச்சியை எந்த அரசியல் தொய்வும் இல்லாமல், சமூகத் தேக்கநிலை கொள்ளாமல், பெண்ணிய உணர்வெழுச்சி மங்காமல் மொழியைக் கையாள்வதுதான் இலக்கு என்று நினைக்கிறேன்.

ஆணாதிக்கச் சமூகத்துக்கெதிரான ஒரு பெண் மனத்தின் சீற்றத்தோடு, காமம், புணர்ச்சி, கருவுறுதல் என்று விரியும் குறியீடுகள் இந்தப் பிரபஞ்சத்தையே ஒரு பெண்ணின் உடலாகவும், ஒரு பெண்ணின் உடலையே பிரபஞ்சமாகவும் உருவகித்துக் காட்டி ‘உடலின் கதவு‘ எனும் கவிதைத் தொகுப்பை உருவாக்க முடிந்ததற்கு வாழ்த்துகள். எப்படி சாத்தியமானது இது?

“உடலின் கதவு” - சித்தர் மருத்துவம் கற்று அங்கே எனக்குக் கிடைத்த சொற்களஞ்சியம் வழியாக, காலங்காலமாக உடலையே கருத்துருவாக்கமாகக் கொண்டிருந்த தமிழர் மருத்துவ தத்துவத்தின் வழியாக உடலைக் கண்டடைந்ததன் வழி சாத்தியமானது என்று நினைக்கிறேன். எனக்கு எப்பொழுதுமே மனித உடலே அறிவியல்பூர்வமாக ஆர்வமூட்டுவதாக இருந்திருக்கிறது. அதன் மீது அடுக்கடுக்கான கருத்தியல் அடுக்குகள் எழுந்துகொண்டே இருப்பதும் எழுச்சியைத் தருவது. உடலியங்கியல், உடற்கூறியல், மன உளவியல், இனவியல், ஆன்மீகவியல், உடலரசியல், பாலியல், மானுடவியல், உடல் தொன்மவியல், சமூக அறிவியல், மருத்துவம் என இன்ன பிற தளங்களிலான ஒவ்வொரு அறிவியல் பரப்பிலும் மானுடச் சிந்தனை வளர்ந்தெழுந்து இன்று உடலே பேரண்டத்தின் சாட்சியாகவும் மையமானதாகவும் இருந்திருக்கிறது.

சித்தர்கள் அண்டத்தையும் பிண்டத்தையும் இணைத்த

ஐம்பூதக்கோட்பாடு இன்னும் உவகையானது. உடலை நுணுகி நுணுகி அறிய அறிய அதிலும் ஒரு பெண்ணுடலில் குடிகொண்டு நவீன வாழ்வின் இயக்கங்களையும் இன்பங்களையும் இன்னல்களையும் அசை போடுதல் ஆகக்கிடைத்த ஒரு மொழி விரிவறிவாக இருக்கிறது.

உடலரசியல் மீதான சர்ச்சை இலக்கிய வெளியிலும் ஊடகத்தளங்களிலும் ஓங்கியிருந்த நேரம். சார்பு அரசியல் கொண்டே இயங்குவோர் மத்தியில் இன்று வரை, 'பெண் கவிதை', மொழியை அறிவதற்கான முழு ஊக்கத்தையும் நான் கண்டதேயில்லை. பெண்மொழியைப் புரிந்துகொள்வதன் ஒவ்வாமை அவர்களுக்கு இருக்கிறது என்பதினும் போதாமை இருப்பதைத்தான் ஒவ்வாமையாகக் காட்டுகிறார்கள் என்பதை நான் உணரவேண்டியிருந்தது. பெண் உடல் பற்றிய எல்லா சலிப்பான படிமங்களையும் அழித்து நவீன, ஊக்கமான படிமங்களை எழுத வேண்டிய கிளர்ச்சி எனக்குள் நிகழ்ந்துகொண்டிருந்ததால்தான், உடலின் கதவு சாத்தியமானது. இன்றும், 'உடலின் கதவு', தனியுடல் பல உடல் பெருக்கம் கொள்ளும் மொழி வெளி என்று நினைக்கிறேன். என் உடலுடன் நானே கொள்ளும் மொழி உரையாடலின் அதிதீவிர வடிவமாய் அந்நூல் உருவானது. எப்பொழுதும் நான் என்னை இந்தப் பேரண்டத்துடன் இணைத்துப் புரிந்துகொள்ளும் அதையே மொழியாக்கும் தொடர்ப்பயணத்திலேயே தக்கவைத்துக் கொள்கிறேன். ஒரு கால இயந்திரத்தில் ஏற்றிவிடும் வேலையைத் தமிழ்க்கவிதை மொழியின் மீநவீன வடிவம் சாத்தியப்படுத்திவிடும் அளவிற்கு நுண்ணலகுகளால் ஆனது.

பெண் விடுதலையைப் பற்றியும், தொடர்ந்து அனுபவித்துக் கொண்டிருக்கும் பலவகை வன்முறைகளின் தாக்கத்தினைப் பற்றியும் உங்கள் கவிதைகள் நேருக்கு நேராய் நின்று பேசுகின்றன. கவிதையை ஆயுதமாகப் பயன்படுத்த நேர்ந்தது எப்படி?

எந்தக் காலத்திலும் கவிதையே ஆயுதமாக இருந்திருக்கிறது. உலகின் எந்த மொழியிலும், எந்த நாட்டிலும் எந்தக் காலத்திலும் கவிதை ஓர் இலக்கிய சொகுசாக இருந்திருக்கவே முடியாது. நேரடியான பொருளாயுத வன்முறை, உடல் சார்ந்த தாக்கத்தைக்காட்டினும் அகவயமான தாக்கமும் எழுச்சியும்

நிகழ்த்தக்கூடிய ஆயுதம் மனித குலத்திற்குத் தேவைப்பட்டுக் கொண்டே இருந்திருக்கிறது. மனிதனின் கவித்துவக்குரல் மொழி ஓர் ஆயுதமாகும் விந்தை என்பதே மானுடத்தின் மீது கொண்டிருக்கும் பெரிய கருணையான செயல் என்பேன். ஒரு வாளை வடிவமைக்கும்போது கொள்ளவேண்டிய அத்தனைத் தீவிர உள்நோக்கங்களுடனேதான் கவிதையும் எழுகிறது. ஆகவேதான் அது போராட்டத்திற்கானதாக இருக்கிறது. இயக்கத்திற்கானதாக இருக்கிறது.

நம் மரபில் கவிதையை ஆயுதமாகப் பயன்படுத்துவதில் வென்றவர்களில் பெரும்பாலோர் பெண் கவிஞர்களே. ஔவையாராகட்டும், காரைக்கால் அம்மையாராகட்டும், ஆண்டாளாகட்டும் மொழியினை அதன் உச்சகதி தீவிரத்தில் பயன்படுத்தும் ஆளுமையையும், ஞானத்தையும், வலிமையையும், செழுமையையும் கொண்டிருந்தனர். இதை எந்தக் காலத்திலும் பெண்கள் தொடர்ந்திட முடியும்.

பெண்கள் இப்போது எழுதும் இதே வீச்சுடனும், ஆளுமையுடனும் எழுதினால் குறிப்பிடத்தக்க மாற்றங்கள் நிகழ்ந்துவிடுமா?

பெண் எழுத்தே பெரிய மாற்றங்களைக் கொண்டு வந்துவிடும் என்று நம்பவில்லை. சமூக அறிவியலையும் சமூக வரலாற்றையும் அறியாத எழுத்தை எவர் எழுதினாலும் அதனால் எதுவும் நிகழ்ந்துவிடாது. அது போட்ட இடத்திலேயே கிடக்கும். இந்தியாவெங்கும் பெண்களின் எழுத்து சமூக உணர்வின் கனலும் நெருப்புடன் துலங்கப்போய் நிகழ்ந்த மாற்றமே பெருத்த அளவினது. ஒரு மண்வெட்டியைப் போல், மொழியால் இந்த நிலத்தினைப் பெண்கள் உழுதிருக்கின்றனர் என்று நேரடியாகச் சொல்லலாம்.

அங்கீகாரத்திற்கானதாகவோ, அதிகாரத்திற்கானதாகவோ செயல்பட்டதில்லை பெண் எழுத்து. மாறாக, அங்கீகாரத்தை மறுத்தும், அதிகாரத்தை எதிர்த்தும்தான் உருவாகியிருக்கிறது. ஆனால், அங்கீகாரத்திற்காக எழுதுகிறார்கள் என்ற கூக்குரல் ஆண்களிடமிருந்து மட்டுமன்று, பெண்களிடமிருந்தும் கூட எழுதுவதுண்டு. அதிகாரத்தைப் பகிர்ந்துகொள்பவர்களால், சொகுசை மறுக்கமுடியாதவர்களால் இந்தக் கூக்குரலை அடக்கமுடியாது.

பெண் எழுத்து என்பது சமூகச்சிந்தனையைச் சீர்திருத்தும் அறிவுதளச் செயல்பாடு. குறுக்கும் நெடுக்குமாக மொழியை வைத்து சமூகக்கட்டுமானத்தை நேர் செய்யும் ஓர் அகண்ட நோக்கம் கொண்டது. பெண் உடலின் குரலாய் இருப்பது என்பதே கூட கொடுக்கப்பட்ட மொழியைப் பகிர்ந்துகொள்வதும், அதைப் பயன்படுத்துவதும் அல்ல. காலத்தின் நோக்கு கருதி, புதிய உரையாடல்களுக்கானதாக, அர்த்தங்களுக்கானதாக மொழியை வடிவமைப்பது.

பெண் எழுத்து தொடர் வீச்சுடனும் ஆளுமையுடனும் எழுதப்படுகையில் சமூகத்தில் பெருத்த மாற்றங்களைக் கொண்டுவந்துவிடமுடியும். ஆனால், பெரிய சமூக மாற்றங்கள் பற்றிப் பேசுவோர் கூட பல சமயங்களில் சார்புநிலைப்பாடுகள் கொண்டுவிடாத தெளிவு வேண்டும். 'தீண்டாமைச் சுவர்', விவகாரம் பற்றி எரிகையில், இது எங்கள் வீடுகளுக்கு இடையே உள்ள சுவர்தான் என்ற பிரிவினைவாத ஆதரிப்பு நிலையிலிருந்து பெண்கள் முழு தெளிவுடன் வெளியேறவேண்டும். வெளிப்படையாகத் தீண்டாமையை ஆதரிப்பதிலேயே நம் மனித மாண்பு அடிபட்டுப் போய்விடுகிறது இல்லையா? தொடர் சுயக்கருத்தழிப்பு ஓர் உத்தி போல வெளிப்படவேண்டும்.

'பூனையைப் போல அலையும் வெளிச்சம்' தொகுப்பு வெளிவந்ததும் நீங்கள் நேர்கொண்ட முதல் விமர்சனம் ?

வெகுவான பாராட்டுதான் கிடைத்தது. உண்மையில், 'பூனையைப் போல அலையும் வெளிச்சம்', நூலுக்குப் பின்பான காலம் கவிஞராக இயங்கியதற்குரிய மகிழ்வை முழுமையாக நுகர்ந்த காலம் எனலாம். "முலைகள்", தொகுப்பிற்கு முந்தைய காலமல்லவா. பெரிய அளவில் பாராட்டும் புதிய பெண் கவிஞர் மலர்ந்துவிட்டார் என்பதான கொண்டாட்டமுமே நிறைந்திருந்தது. நான் அப்படியே இருந்திருக்கவேண்டும் என்பதைப் போலவே அதற்குப் பின்பு என்னுடன் பேசாத நிறைய படைப்பாளிகள் இன்னும் உண்டு.

ஆனால், 'முலைகள்', வெளிவரவில்லையென்றால் நான் அறியாத சிந்தனைகளும் அனுபவங்களும் நிறைய இருந்திருக்கும். அறியாமைக் கலையும் வேலையை விமர்சனங்களும் எதிர்ப்புகளுமே செய்யும். சமூக அடக்கங்களுடன்

முரண்படும்போது சமூக நீதி தன்னை இரைச்சல்களுடன் மலர்த்திக்கொண்டிருப்பதை 'பூனையைப் போல அலையும் வெளிச்சம்', நூலுக்குப் பின்பான காலங்களில் நான் உணர்ந்துகொண்டே இருக்கிறேன்.

கவிதைப் புலத்தில் தனித்தடத்தில் பயணப்பட்டு ஓங்கி ஒலித்த குரல் நீங்கள். திடீரென 'அழியாச்சொல்' எப்படி எழுந்தது?

சிறுகதைகள் எப்பொழுதும் எழுதிக்கொண்டிருக்கிறேன். புனைவு ஓர் உற்சாகமான அனுபவம். அனுபவங்களைப் புனைவின் மந்திரத்திற்குள் அடக்கிவைப்பது ஒரு சாகசம். பரவசமும் உற்சாகமும் தரும்படியான அனுபவத்தைத் தொடர்ந்துகொண்டிருக்கிறேன். இதுவரை, ஐந்து சிறுகதை நூல்கள் வெளியிட்டிருக்கிறேன். பொதுவாகவே, என் ஒவ்வொரு நாளும் ஒவ்வொரு மாதிரியான அலைவரிசையில் அன்றாடங்களில் நிகழக்கூடியது. நிறுவனங்களில் பணி செய்யவில்லையென்பதால் இப்படி கட்டுக்கடங்காத வாழ்முறையைக் கொண்டிருக்கும் வாழ்க்கை. இந்த உலகடங்கல் காலத்தில் ஒரு நீண்ட தனிமையும் தொடர் ஓய்வும் கிட்டியது. இந்தத் தொடர் தனிமை, நாவலை எழுத உந்தியது. அப்படியே என் முதல் நாவல், 'அழியாச்சொல்', உருவானது.

புனைவுக்கும் கவிதைக்கும் ஒரே மனநிலை தான் தேவைப்படுகிறதா?

கண்டிப்பாக, இல்லை என்றே நினைக்கிறேன். பொதுவாக, கவிஞர்களின் மனநிலை அல்லது கவிதைக்கான மனநிலை, மனிதனின் பொதுவான மனநிலைகளிலிருந்து விலகியது என்று நினைக்கிறேன். நுட்பமானது. உருப்பெருக்கி வைத்து நோக்கும் இயல்புடையது. வெளிச்சத்திலிருந்து விலகி இருட்டுக்குள் நின்று வெளிச்சத்தில் நிகழ்வதைப் பார்ப்பது. இருளுக்குள் தன்னை வைத்திருப்பதைக் காட்டிக்கொள்ள விரும்பாததும் கூட. கவிதை மனநிலை கொஞ்சம் கட்டறுந்த மனநிலையும் கூட. மொழியையும் கருத்தியலையும் மூர்க்கமான ரசக்கலவைக்கு உட்படுத்தும் ஒரு விதமான பித்த நிலையும் கூட. மேலும், இப்படியான தறிஅறுந்த நிலைகளின் வழியே கவிஞன் போய்க்கொண்டே இருப்பதைத்தான் நான் ஆதரிக்கிறேன். வந்த வழியைத் திரும்பிப்பார்ப்பதோ, தன்னுடன் யார் வந்தார், யார் வருகிறார் என்று ஆராய்வதோ எங்கே போகவேண்டும்

என்ற இலக்கு வைத்துக்கொள்வதோ கவிஞனின் மென்பொருள் கிடங்கில் கிடையாது. கூட்டத்தில், ஒரு மாயக்காரரைப் போல நுழைந்து வெளிவரத்தெரியவேண்டும். அவ்வளவே.

பனிக்குடம்....

எழுத வந்த காலங்களில், இப்பொழுது மாதிரியான சமூக ஊடக வசதி இல்லை. இப்பொழுது எதையும் நினைத்த மாத்திரத்தில் கட்டுரையாக, கவிதையாக எழுதிப் பதிவிட்டுவிட முடிகிறது. அப்பொழுது சர்ச்சைகளைத் தொடர்ந்த காலங்களில், எழுதுவதற்கான தளம் கிட்டுவது சவாலானதாக இருந்தது. பெண்களுக்கு என்று வெளியும் இல்லை. பத்திரிகை, பெண் எழுத்தை அங்கீகரிக்க ஒரு பத்தாண்டுகளை எடுத்துக்கொண்டது. அப்பொழுதுதான் “பனிக்குடம்”, என்ற தமிழ்நாட்டின் முதல் பெண்ணிய தமிழ் இதழைத் தொடங்கினேன். இன்று தமிழின் முக்கியமான முதன்மையான கவிஞர்களாக இருப்பவர்கள் எல்லோரும் அன்று அதைத் தம் வெளியாக ஆக்கிப் பெண்ணிய படைப்புகளில் மிளிர்ந்தார்கள். பெண்ணிய இலக்கியத்திற்கான சரியான அடையாளங்களைக் கண்டுபிடிப்பதற்கான உழைப்பைச் செயல்படுத்த ‘பனிக்குடம்’ ஒரு சரியான வாய்ப்பாக இருந்தது.

அதுமட்டுமல்லாது, ‘பனிக்குடம்’, பதிப்பகம் வழியாக, வேணுகோபால் அவர்களுடன் இணைந்து நிறைய பெண் படைப்பாளிகளின் நூல்களையும் கொண்டு வந்தோம், தமிழ்நதியின் ‘சூரியன் தனித்தலையும் பகல்’, கு.உமாதேவியின் ‘திசைகளைப் பருகியவள்’, ஃபஹீமா ஜஹான் என்ற ஈழத்துக் கவிஞரின் ‘ஒரு கடல் நீரூற்றி’, நர்மதா நவநீதத்தின் ‘அறத்தொடு நிற்றல்’, கவிஞர் வத்சலாவின் முழு கவிதைத் தொகுப்பு, தமிழகத்திலேயே இளங்கவிஞரான சஹானாவின் ‘கண் அறியாக் காற்று’ மிதிலா மொழியாக்கம் செய்த எமிலி டிக்கின்சன் கவிதைகள் ஆகிய நூல்களைக் கொண்டு வந்தோம்.

இன்று ஒரு மின்னிதழாகக் கொண்டு வரும் திட்டமும் இருக்கிறது.

இலக்கியத்தில், பெண்ணிய உரையாடல்களில் அதிகம் உச்சரிக்கப்பட்ட பெயர் நீங்கள்தான். அதோடு மட்டுமல்லாது, காட்சிக்கலை ஊடக வெளியிலும் சமூக அரசியல் களத்திலும் தொடர்ச்சியாக இயங்கிக்கொண்டே இருக்கிறீர்கள். இந்தத் தொடர் இயக்கம் குறித்துப் பகிர்ந்துகொள்ளுங்களேன்.

'சிறகு', என்ற முழு நீளப்படத்தை இயக்கியிருக்கிறேன். வெளியீட்டிற்குக் காத்திருக்கிறது. திரைக்கலை மிகுந்த ஆர்வம் கொண்டே தொடர்ந்து இருபது ஆண்டுகளாக இயங்கிக்கொண்டிருக்கிறேன். தொழில்முறையாக பல திரைப்படங்களில் பணியாற்றிக்கொண்டிருந்தேன். சினிமா சமூக அசைவை நிகழ்த்துவதில் மிகவும் கனிந்த ஒரு கலையாக இருக்கிறது. கூட்டுக்கலை. இதைக்கொண்டு சமூகத்துடன் உரையாடும் வாய்ப்பை எடுத்துக்கொள்கிறேன்.

மேலும், காட்சி மொழி, பெரும்பாலும் ஆணின் பார்வை ஊன்றிய மொழியாகவே இருந்து கொண்டிருக்கிறது. இதை மாற்றியமைக்க நிறைய பெண் திரை இயக்குநர்கள் தேவைப்படுவதைத் திரைத்துறையின் மையக்களத்தில் உணர்கிறேன்.

பெண்கள் மேல் நடத்தப்படும் குற்றங்கள் அதிகரித்திருக்கின்றதா? இல்லை ஊடகங்கள் அப்படியானதொரு மாயையைத் தருகின்றதா? எந்த ஊடகத்தைத் திறந்தாலும் தினம் ஒரு பாலியல் குற்றம் அதற்கெதிரான போராட்டம் என்று தொடர்கிறதே?

இந்திய வரலாற்றில் எப்பொழுதுமே பெண்கள் பயங்கரமாகக் கொல்லப்பட்டிருக்கிறார்கள். ஈசல்கள் போல செத்து மடிந்திருக்கிறார்கள். ஆண்களின் வன்முறையினால் இறுக்கமான தனிமைப்பட்ட வாழ்வினால் வேறு வேறு மனிதர்களோடு உரையாட முடியாத, அவர்களைச் சந்திக்கக் கூட முடியாத சூழல்களில் செத்து மடிந்திருக்கிறார்கள். இப்பொழுதுதான் அதிகப்பட்டிருக்கிற மாதிரி காட்டுவதையும் சாதிமயமாக்கப்பட்டிருக்கிறது என்றுதான் நான் பார்க்கிறேன். 'யார் செத்து மடிகிறார்கள்?' என்று அவர்கள் காட்டுபவர்கள் ஆதிக்க சமூகத்தைச் சார்ந்தவர்கள். ஆதிக்க சமூகமாக இருக்கும்பொழுது அது ஊடகங்களின் வெளிச்சத்துக்கு வருகிறது.

ஒடுக்கப்பட்ட சமூகத்தில் பெண் கொல்லப்படுவதென்பது காட்சியாக மாறுகிறது. கொண்டாட்டமாக (celebration) மாறுகிறது. கொல்லும்போது கிடைக்கிற காட்சியை ஆனந்திக்கிற காட்டுமிராண்டி சமூகத்துடைய அடிப்படையான குணாம்சத்தை பார்க்கிறோம். சமீபத்தில் உத்தரப்பிரதேசத்தில் இருபெண்களை கட்டித் தொங்கவிட்டதும் சரி, ஆடை வெளித்தெரிய காண்கிற

இன்பமும் சரி, மனிதனின் நாகரிகமற்ற தன்மையை வெளிப்படுத்துகிறது. பாலியல் குற்றத்தை வைத்தே இந்தச் சமூகத்தை நாம் விரிவாகப் புரிந்துகொள்ளலாம். டெல்லி பாலியல் வன்புணர்வு விடயம் போன்ற ஆதிக்க சமூகத்தில் இருக்கும் பெண் பாதிக்கப்படும்போது, அவர் மேல் வன்முறை செலுத்திய ஒடுக்கப்பட்ட ஆண்களாக இருக்கும் பட்சத்தில் உடனுக்குடன் தண்டிக்கப்படுவார்கள், குற்றவாளிகள் இவர்கள் என்று சுட்டிக்காட்டப்பட்டுக் கொண்டே இருப்பார், ஊடக வெளிச்சத்தில். ஆனால் இன்றும் மேல்சாதிகளில் பாலியல் வன்முறையைத் தொடர்ந்து மறைமுகமாகவும் பழக்கமாகவும் தினப்படி செலுத்திக் கொண்டிருப்பவர்கள், எந்த வகையான குற்றங்களுக்கும் தண்டனைச் சட்டங்களுக்கும் ஆளாவதில்லை. எளிதாகத் தப்பிக்கிறார்கள். இன்னும் சொல்லப்போனால் அதுவொரு சலுகையாகவோ உரிமையாகவோ மாற்றப் பட்டிருக்கிறது.

இன்று வேலூர் சிறைக்கு சென்றால் முழுக்க ஒடுக்கப்பட்ட ஆண்கள்தான் இருக்கிறார்கள். 1100 பேருக்கு மேல் இருக்கிறார்கள். அவ்வளவு பேரும் அடித்தட்டு சமூகத்தில் இருந்து வந்தவர்களாக இருக்கிறார்கள். எப்படி ஒரு சமூகத்தில் ஓர் அடித்தட்டு சமூகம்தான் குற்றம் செய்யுமா? சிறைகள் என்பது அவர்களுக்கானதா? உண்மையில் வெளியில் குற்றங்கள் செய்து வீடுகளிலும் அலுவலகங்களிலும் பெரிய நிறுவனங்களிலும் இருப்பவர்கள் தப்பவில்லையா? அவர்கள் இருக்கும் இடம் மட்டும்தான் நல்ல மனிதர்கள் வாழும் இடமா? என்று குழப்பமான விடயம் வருகிறது. சமீபத்தில் கேரள வரலாறுகள் குறித்து நிறைய நூல்களைப் படித்தேன். அதில் மேல்சாதிய பார்ப்பனிய பெண்கள் திருமணத்திற்குப் பின் இருள் அறைகளில் அடைத்து வைக்கப்பட்டு, சாகும் வரையில் கடுமையான பாதுகாப்பில் வைக்கப்பட்டிருக்கிறார்கள். ஒரே காரணம் 'அவர்களின் யோனியைப் பிற ஆண்களின் விந்துகள் வாங்கி சாதிக்கலப்பு நேர்ந்துவிடக்கூடாது' எனக் கடுமையான கண்காணிப்பிலும் இறுக்கத்துக்குள்ளும் வைத்திருக்கிறார்கள். இங்கே, ஒரு கேள்வி. அப்படி உருவாக்கப்பட்ட மரபணுக்கள் எப்படி நல்ல மரபணுக்களாக இருக்க முடியும்?

இரண்டாவது கேள்வி: அப்படியெல்லாம் பாதிக்கப்பட்ட

பார்ப்பனியப் பெண்கள் ஏன் தங்கள் உரிமைகளைக் கோரும்போது பொதுச்சமூகத்தின் பிரச்சனையாகப் பார்க்காமல் தங்கள் சமூகத்து ஆண்களைக் கூட பிரச்சனையாக பார்க்காமல் பிற சமூகத்து ஆண்களைத்தான் எதிரிகளாகச் சொல்கிறார்கள்? வரலாறு நெடுக அவர்கள் பாதிக்கப்பட்டிருக்கிறார்கள். இன்று அதைப் புரிந்துகொள்கிறார்களா இல்லை புரிந்துகொள்ள மறுக்கிறார்களா? அது தயக்கமா? இல்லை 'வரலாற்றை மறக்க வைக்கிறார்களா?' என்ற கேள்வி எழுகிறது. மூன்றாவது கேள்வி இவர்கள் தங்களின் பிரச்சனைகளைச் சொல்லும்போது, 'இந்தியாவின் பிரச்சனை, சமூகத்தின் பிரச்சனை' என்று சொல்கிறார்கள். அவர்கள் தங்களின் தனி மனித பிரச்சனையைக் குறிப்பிடும்போது நாட்டின் பிரச்சனையாக மாற்றுகிறார்கள். ஏன் தலித் சமூக பிரச்சனை மட்டும் நாட்டின் பிரச்சனையாக மாறவில்லை? அது தனிப்பட்ட பிரச்சனையாக மட்டும் பார்க்கப்படுகிறது. 'ஏன் இந்த தந்திரங்கள் தொடர்ந்து குறிப்பாக பெண்களின் வன்முறை என்ற வடிவத்தில் அறுவடை செய்யப்படுகிறது?' என்று உண்மையில் ஆய்வு செய்தவர் அம்பேத்கர். இதிலிருந்து வெளியேறுவதற்கான எளிய வழிமுறைகளைத் தமிழ்நாட்டில் வகுத்தவர் பெரியார் என்று சொல்லலாம்.

தீவிர இலக்கியம் வெகுசன இலக்கியம் என்று இலக்கியத்தை இரு வகைமைகளாகப் பிரிக்கலாமா?

நாம் விரும்பவில்லையென்றாலும் அப்படித்தான் அது பிரிந்து செயல்பட்டிருக்கிறது. இந்த வகைமை, ஒரு படைப்பிற்குக் கிடைக்கும் அங்கீகாரம், புகழ் வெளிச்சத்தை அடிப்படையாக வைத்தும் உண்டாவதில்லை. நம் இலக்கியத்தளத்தில் விமர்சனப்பண்பாடு, விமர்சகர், விமர்சன முறை என்று தனியாகத் தோன்றி உருவாகவில்லை. ஒரு படைப்பாளியே இன்னொரு படைப்பை விமர்சிக்கும் அல்லது மதிப்பாய்வு செய்வதைத் தொடர்ந்து கொண்டிருக்றோம். அம்மாதிரியான மதிப்பாய்வுகளில் இன்னும் கடைந்தெடுத்த பழைய சனாதன பார்ப்பனக் கோரிக்கைகளையே வைத்துக்கொண்டிருக்கிறோம். எவ்வளவோ மாற்றங்கள் கடந்த இருபது ஆண்டுகளில் நிகழ்ந்துவிட்ட பின்னும் அது பற்றிய அறியாமையுடனேயே இயங்கும் படைப்பாளிகளைக்

காணமுடிகிறது. ஒடுக்கப்பட்டோரின் உரிமை இலக்கியம் பெருமளவு படைப்பிலக்கியங்களை இந்தக் கடந்த ஆண்டுகளில் முன்பெப்போதையும் விட தந்துள்ளது. மொழிப்புலம் பெரிய அளவில் வேறு திசைக்கு நகர்ந்திருக்கிறது. இதையெல்லாம் ஆழமாக உள்வாங்கி உணர்ந்து, விலகி நிற்கும் ஒருவரே இலக்கியத்தை அலசமுடியும்.

அதுமட்டுமல்லாது, நூல்கள் வாசிப்பவர்களின் பதிவு எல்லாம், 'தொடக்கம் முதல் முடிவு வரை விறுவிறுப்பாகச் செல்கிறது', என்று ஒரு ஹாலிவுட்டின் திரைப்படத்தைச் சொல்வது போன்ற குரலில் தொனிக்கிறது. இது வெகுசன இலக்கியப் பார்வையின் ஆதிக்கத்தால் வருவது. எல்லாப் படைப்புகளையும் இப்படி ஒற்றைக்குரலுக்கு மாற்றிவிட்டது, இலக்கியத்தகைமைகளில் சமூகச் செறிவை உணராத தன்மை. ஓர் இலக்கியத்தின் சாரம் பற்றிய எந்தக் கருதுகோளும் இல்லாமல் இயங்கும் இந்த வெகுசன வாசிப்பு மனநிலையும் வாசகர்களும் ஆபத்தானவர்கள். இது வெகுவாய், இலக்கியத்தை அதன் தீவிரத்தின் திசையிலிருந்து சமூகப் பயன்பாடற்ற நிலைக்குத் தள்ளியிருக்கிறது. 'எழுதிப் பிழைக்க முடியாது', என்ற பொது மனநிலையை இது ஊக்குவிக்கிறது. எழுத்தை அப்படிப் பொருள்முதலீடாகப் பார்க்கும் மனநிலை கூட, ஒரு சரியான விமர்சனப் பண்பாடு இல்லாமையால் வந்த விளைவே.

இன்றைய இலக்கியவாதிகளுக்கு என்ன வேண்டுகோள்களை வைப்பீர்கள்...

புதிய படைப்பாளிகள், முந்தைய தலைமுறை படைப்பாளிகளை விட இயல்பாகவே வெகு தீவிரமாக இயங்குவதால் வேண்டுகோள் என்று ஏதுமில்லை. 'இத்தனைப் பிரதிகள் விற்றன' என்று சொல்லிக்கொள்வது தன் பணியை மலினப்படுத்துவதாக இருக்கிறது. இயன்றவரை, கவிதை நூல்களை உரைநடை, புனைவு ஆசிரியர்களின் மதிப்பாய்வுகளுக்கு இணங்கும் வகையில் வைத்துக்கொள்ளாமல் இருப்பது தம் கவிதைப்பார்வையை இன்னும் செழுமைப்படுத்தும். 'இவ்வளவு உலக இலக்கியங்கள் வாசித்தோர்', 'இவ்வளவு உலகத் திரைப்படங்கள் பார்த்தோர்' என்பது மட்டுமே நம் சமகாலப் படைப்புகளைச் சீர்தூக்க உதவிடாது. நம் நிலத்தின் கலை, இலக்கிய மாண்புகளை அளந்தறிய உதவிடும் அளவீடுகள்

வேறு. தினந்தினம் கொலைகளால் தீண்டாமைச் செயல்பாடுகளால் வஞ்சிக்கப்படும் சமூகத்தினிடையே வாழும் நாம், மார்தட்டிக்கொள்ளும் ஓர் அகம்பாவத்துடன் கலை இலக்கியப் படைப்புகளை வாசித்து உணரவே முடியாது. வன்மமும் வன்முறைகளும் சமூக உறவுகளிடையே அன்றாட அலைகளாகி இருப்பதை வெகுவாக எதிர்க்கவேண்டியிருக்கிறது. 'எது இலக்கியம்', என்பதன் வரையறைகளும், 'எதற்கு இலக்கியம்', என்பதன் உள்நோக்கங்களும் வெகுவாக மாறியிருக்கின்றன, பரிணாமம் பெற்றிருக்கின்றன. படைப்பும் ஆளுமையும் நோக்கமும் சேர்ந்த ஓர் இடம்தான் இலக்கியமாய், இலக்கியவாதிக்கான அடையாளமாய் ஆகியிருக்கிறது. எந்தக் குழுவுடனும் சேராமல் தனித்து இயங்குவது, மந்தை மனநிலையிலிருந்தும் கும்பல் கோட்பாடுப் பயணத்திலிருந்தும் காப்பாற்றும். இது நீண்ட வழி இலக்கியப் பயணத்திற்குத் துணை புரியும். சமூகத்தின் இன்றைய, தற்கால உந்துதல் எதைச் சார்ந்து இருக்கிறதோ, அதை நோக்கி மொழியை இயக்க முடிபவரே ஓர் இலக்கியவாதியாகிறார். இன்றைய தீவிரம் என்பது நிறைய படைப்புகள், தொடர் இயக்கம் என்பதாக வடிவம் பெற்றிருக்கிறது. ஒரே தளத்தில் நிறைய படைப்புகள் வழியாக ஒரு பெரிய சாரத்தை, கருத்துருவை அளிக்கும் பணி நியமிக்கப்பட்டிருக்கிறது ஒவ்வோர் இலக்கியவாதிக்கும்.

– படைப்பு தகவு, மார்ச் – 2021

மாயக்குதிரை

நண்பனுக்கு உடல் என்பது காட்சிப்பொருள்
தொடரும் ஒரு புதிர் தங்கைக்கு
அம்மாவுக்கு அது நிரந்தரப் புனிதம், கடவுளின் அழுக்கு
அப்பாவுக்கு பாதுகாத்து சேமிக்க வேண்டிய நாணயம்
ஊர்க்குளத்தில் உடலைக் கொத்தும் மீன்களிடம்
சிக்கிக் கொண்டபோது திறந்து கொண்டது என் உடல்
உறுப்பை அவை திருடிச் சென்று தாமரையின் இலைகளில்
உருட்டி உருட்டி விளையாடின வைரக்குமிழ் என்றன
பாட்டி சொல்லியிருக்கிறாள் உடல் அவளுக்கு அணிகலன்

புலிக்கு அதன் உடலே கானகம்
என்னுடைய மழலைக்கு அது ஓர் அணையாத சூரியன்
காதலனுக்கு தாமரைகள் பூக்கும் தடாகம்
எனக்கு என் யாக்கை நான் ஏறிக் கொண்ட மாயக்குதிரை
எந்த உறுப்பிலும் என் சுயம் இறுக்கிப் பூட்டப்படாமல்
நிதம் தோன்றும் உணர்வுப் புரவியேறி விடுதலை காணும்
எனக்கு என் யாக்கை நான் ஏறிக் கொண்ட மாயக்குதிரை
பறந்து போன உறுப்புகளை பறந்து கொணர
எனக்கு என் யாக்கை நான் ஏறிக் கொண்ட மாயக்குதிரை
பெண்ணுமில்லை ஆணுமில்லை பெண்ணிலுமில்லை
ஆணுமில்லை நான் வளர்க்கும் மாயக்குதிரை

பெண் எழுத்து என்பது தமிழ்மொழியின் பெருவெடிப்பு

உரையாடல்
ச.ப்ரியா, ஜோதிலட்சுமி லோ, வீ.ரமேஷ்குமார், பீட்டர் பால் லா, மு.சுதா, கவிதா மணாளன்

'பாஞ்சஜன்யம் திரைப்படவிழாவிற்குத் தான் இயக்கிய கோடை இருள் படம் திரையிடச் சித்தூர் வருகிறார் குட்டி ரேவதி என்றறிந்ததும் பொற்றாமரை இதழுக்கு நேர்காண வேண்டுமென ஆசிரியர் குழுவில் ஒருமனதாக முடிவெடுத்தோம். கவிஞரைத் தொடர்புகொண்டு நேர்காணலுக்கு ஏற்பாடு செய்தார் ஜோதிலட்சுமி. ஓ.வி.விஜயன் நினைவகத்தில் நடந்த இந்த நேர்காணலில் பொற்றாமரை வினாக்குழுவினர் தொடுத்த வினாக்களுக்கு கவிஞர் குட்டி ரேவதி பொறுமையாக, விரிவாகப் பதிலளித்தார். கவிஞர் குட்டி ரேவதியுடனான இந்த நேர்காணலைப் படித்து முடிக்கும்போது அவர், கவிஞர் என்னும் நிலையிலிருந்து பன்மடங்குயர்ந்த பேருருவாய்ப் பன்முக ஆளுமையாய்ப் பரிணமித்து நிற்பதை உணர்வீர். அப்பேருருவின் உள்ளார்ந்த கருவாய் இன்றைக்கும் அவர்தம் கவியுள்ளம் இயங்குதலையும் உணர்வீர். வாருங்கள். குட்டி ரேவதியுடன் உரையாடுவோம்.

ச.ப்ரியா: பெண் எழுத்து என்பது சுயபுலம்பலாக உள்ளது. இன்னும் பெண்ணியம் பேசிக்கொண்டே இருக்கிறார்கள் என்றெல்லாம் பெண்ணியம் சார்ந்த கவிதைகள் எழுதப்படுவதை எதிர்த்து பொதுப்புத்தியில் விமர்சனம் வைக்கப்படுகிறதல்லவா. அதைப்பற்றி என்ன நினைக்கிறீர்கள்?

நான் எழுத வந்த பொழுது இவ்வாறு இருந்தது. சுயபுலம்பல் என்ற வார்த்தையைக் கேட்டே 20 ஆண்டுகள் ஆகிவிட்டன. இப்போது அது கேட்பதில்லை. நான் எழுத வரும்போது நேரடியான விமர்சனத்தை வைப்பதற்கோ, பெண்ணெழுத்தின் மீது இருந்த ஒவ்வாமையோ அல்லது தொடர்ந்து எழுத விடக்கூடாது என்ற எண்ணத்தில் வைக்கப்பட்ட விமர்சனமாகவோ இதனை நான் இன்று பார்க்கிறேன். ஆனால் அந்த விமர்சனங்கள் எல்லாம் எழுத வந்த பெண்களால் சீர்திருத்தப்பட்டது. சுயபுலம்பல் என்பதைத் தாண்டி, எழுத எழுத்து கிடைத்தவுடனேயே பெண்கள், வெடித்து எழுத ஆரம்பித்தார்கள். அந்த வெடிப்பு என்பது மொழி வெடிப்பு. அது கவிதை வழியாக பெரிய அளவில் நிகழ்ந்தது என்று நினைக்கிறேன். அந்த எழுத்தை ஆண் பார்வையில் பார்த்தவர்கள் அதை அவ்வாறு எடுத்துக் கொண்டார்கள். பெண்கள் எந்தத் தளத்திலிருந்து எழுதுகிறார்கள் என்று ஆய்ந்து அறிவதற்கான பார்வை இல்லாமல் உடனடியாக வைக்கப்பட்ட வார்த்தை இது. பெண்களை அவ்வாறு தானே பார்த்திருக்கிறார்கள். பெண்கள் சும்மா அழுது கொண்டே இருப்பார்கள், பேசிக் கொண்டே இருப்பார்கள் என்று. அப்படி இருக்கும்போது, பெண்கள் எழுத வரும்போது, பொதுவாழ்வில் ஆண்கள் எவ்வாறு பெண்களைப் பார்த்திருக்கிறார்களோ அவ்வாறுதான் எழுத்து வாழ்க்கையிலும் பார்த்திருக்கிறார்கள் அதனால் இப்படி விமர்சனம் வைக்கப்பட்டுள்ளது என்று எண்ணுகிறேன்.

ச.பிரியா: பழங்குடிகளுடன் பயணிக்கும் அனுபவம் உங்களுக்கு நிறைய அமைந்துள்ளது. பழங்குடியினப் பெண்கள் அவர்கள் வாழ்வை எவ்வாறு எதிர்கொள்கிறார்கள்? அவர்களின் தைரியம் எப்படி உள்ளது? அவர்கள் காட்டுக்குள் வாழ்ந்தாலும் அவர்களுக்கான நிலம் மீட்பதற்காகப் போராடுவது போன்ற நிறைய விஷயங்கள் உள்ளன. அதை அவர்கள் எப்படி எதிர்கொள்கிறார்கள் என்பதை உங்கள் அனுபவத்திலிருந்து சொல்லுங்கள்.

இது ஒரு பெரிய சப்ஜெக்ட். முதல் கேள்விக்கும் இதற்கும் தொடர்பு இல்லை. இது என் வாழ்வில் தற்செயலாக நிகழ்ந்தது என்று நினைக்கிறேன். 20 ஆண்டுகளாக நான் இருளர்களுடன் பயணம் செய்து வருகிறேன். அவர்களை அரசியல் படுத்துவது அவர்களைப் பார்க்கும் பார்வை எல்லாமே எதிர்மறையாக உள்ளது என்று நினைக்கிறேன். நாம் அவர்களைப் பற்றிப்

பேசுவதும், எழுதுவதும் அவர்களை வெகுவாகப் பாதிக்கிறது என்பதை உணர்கிறேன். பொதுவாக இந்திய அளவில் மகாஸ்வேதா தேவி அவர்கள் பழங்குடிகள்பால் மிகுந்த கனிவுடனும் அக்கறையுடனும் அவர்களுடன் இணைந்து பணிகளைச் செய்து எழுதி உள்ளார்கள். முதல்முறையாக அவர்தாம் பழங்குடியினர் வாழ்வைக் கதைகளாக மாற்றினார். அதில் கடுமையான நேர்மை இருந்தது. முன்பெல்லாம் சமூகக் களப்பணி ஆய்வு செய்து புனைவிற்குக் கொண்டு வரும்போது அதனை இலக்கியமாகப் பார்க்கும் பண்பு தமிழில் இல்லை. என்னையும் அவ்வாறுதான் கூறுகிறார்கள், நான் ஆய்வு செய்து கவிதை எழுதுவதால். இவ்வாறு எழுதுபவர்களை இலக்கியவாதிகளாகப் பார்ப்பதில்லை. கற்பனையில் தானே உதயமாகி எழுதும் சுயதரிசன எழுத்தாளர்களை மட்டுமே இலக்கியவாதிகளாகப் பார்க்கிறோம் என்கிறார்கள். ஆனால் உண்மையில் அவ்வாறு கிடையாது. நமக்கும் இந்தச் சமூக அரசியலுக்கும் தொடர்பும் பின்னல்களும் உள்ளன. அவ்வாறு பார்க்கும் போது பழங்குடியினர் வாழ்வை நான் வெகுவாக அறிந்திருந்தாலும் கருத்து சொல்லும் வாய்ப்பை நாம் எடுத்துக் கொள்ளக் கூடாது என்று நினைக்கிறேன். உண்மையிலேயே இந்த இந்திய மண்ணில் அதிகமாக நம்மாலும், அரசாலும் நசுக்கப்பட்டவர்களும் நசுக்கப்படுபவர்களும் பழங்குடியினர்கள்தாம். உண்மையிலேயே அவர்களைப் பற்றிப் பேசாமல் விட்டாலே போதும் என்று பல நேரங்களில் எனக்குத் தோன்றும். ஏனென்றால் நாம் தவறாக அவர்களைப் பற்றிப் பொருள் விளக்கம் கொடுத்துக் கொண்டே இருக்கிறோம். அது இன்னும் அவர்களை ஒடுக்குவதற்கான ஒரு முறையாக உள்ளது.

குறிப்பாக நான் இருளர், காணி பழங்குடியினர்களுடன் நெருக்கமாகத் தொடர்பு வைத்துள்ளேன். அதை எழுதுவதற்குத்தான் என்று சொல்ல முடியாது. குறிப்பாக சினிமாப் பணியின் காரணமாக நான் அவர்கள் வாழ்வியலை மிகவும் கூர்ந்து நீண்ட காலம் கவனித்தபோது, அவர்களுடைய வாழ்வியல் அறம் சார்ந்த வாழ்வியல். முற்றிலும் புதிதாகவும், எழுச்சியாகவும் இருக்கிறது. அது நமது வாழ்விலேயே இல்லை. நம் பொதுச் சமூகத்தில் அவ்வாறு காண்பது அரிது. நாம் குடும்பத்தில்

கணவன் மனைவி, தாய் மகள் போன்று உறவில் இருந்தாலும் அவர்கள் பயில்கிற அறம் அல்லது அவர்கள் பாராட்டுகிற அறம் என்பது நம் வாழ்வில் வைத்துக்கொள்ளவே இல்லை. நம் வாழ்வு என்பது பொருள்மயமானவை, பயன்பாட்டு ரீதியானவை எல்லாவற்றிற்கும் ஒரு விலைமதிப்பு இருந்தால் மட்டும்தான் நாம் உற்று நோக்குவோம். இதனால் இப்ப என்ன பயன்? என்று கூறுங்கள் என்று வினவும் நிலையில்தான் நாம் உள்ளோம். ஆனால் அவர்களுடைய வாழ்வு அவ்வாறு கிடையாது. அவர்களுடைய வாழ்க்கை பெரிய வாழ்வனுபவத்தை பின் வைத்துள்ளது. அவர்கள் பல்லாயிரம் ஆண்டுகள் வாழ்ந்து வருவதன் தொடர்ச்சியாகப் பார்க்கிறார்கள். அவர்கள் தங்களைத் தனியாகப் பார்ப்பதே இல்லை. இந்தப் பேரண்டத்துடனான அவர்களுடைய இணக்கம், இந்த வானம், பூமி இவையெல்லாம் அவர்களுக்கு எந்த மாதிரியான அர்த்தத்தைக் கொடுத்துள்ளது என்பதை வைத்துத்தான் அவர்கள் வாழ்கிறார்கள். அப்படி இருக்கும்போது நாம் அவர்களுடைய வாழ்வைப் பற்றிச் சொன்னால் அது எவ்வளவு தவறானது என்று நான் சமீபத்தில் உணர்கிறேன். அவர்களைப் பற்றிய கருத்துக்களை கூறாமலிருந்து அவர்கள் வாழ்வைக் கூர்ந்து கவனித்து அதில் நாம் ஏதாவது புரிந்து கொண்டாலே போதுமானது என்று எனக்குத் தோன்றுகிறது.

குறிப்பாகப் பழங்குடிப் பெண்கள் போல நாம் வாழத்துவங்கினால்... இன்று காலை அவ்வையிடம் கூட கூறினேன். அவர்கள் குறுகிய காலத்தில் நீண்டகால வாழ்க்கையை வாழ்கிறார்கள். நாம் 70 வயதோ 90 வயதோ குறுகிய கால வாழ்வை வாழ்கிறோம். ஆனால் அவர்கள் அவ்வாறு கிடையாது. ஏடுகளில் அடக்க முடியாத சொற்களால் விளக்க முடியாத மிக நீண்ட கால வாழ்வை வாழ்கிறார்கள். அதற்கான காரணம் இந்த இயற்கை, வாழ்க்கைப் பற்றிய புரிதல், மனித வாழ்விற்கு என்ன தேவை உள்ளது இந்த பூமியில் என்று பார்த்து, சுற்றி உள்ள உயிரினங்களுடன் தங்களை இணைத்து, அதில் ஒன்றாகத்தான் அவர்கள் வாழ்கிறார்கள். மிருகங்களை விட மனிதர்கள் உயர்ந்தவர்கள் என்று அவர்கள் எண்ணுவதில்லை. அவர்களை ஒரு புகைப்படம் பிடித்தால் கூட அதில் ஆடு, நாய், கோழி, பாம்பு, உடும்பு, குழந்தைகள் போன்றவை

இணைந்துதான் இருக்கும். அவர்கள் குழந்தைகளைப் பள்ளிக்கு அனுப்ப முடியாததற்கான காரணம் என்னவென்று அவர்கள் கூறுகையில், பிள்ளைகளைப் பிரிந்து அவர்களால் அந்த நேரத்தில் இருக்க முடியாது. ஒரு கல்வி முறையை அவர்களுக்குக் கொண்டு வர வேண்டும் என்றால் எப்படி இருக்க வேண்டும், பெற்றோர்களுடன் சூழ்ந்த ஒரு பள்ளி என்றுதான் இருக்க வேண்டும். அப்படி இருந்தால் தான் கல்வியை அவர்களுக்கு கொண்டு சேர்க்க முடியும். இந்த அறிவே நமக்கு வருவதில்லை. நாம் நமது குழந்தைகள் மேலேயே ஒரு முழுமையான அன்பு பாராட்டுவதில்லை. ஸ்கூல் போயே ஆக வேண்டும். என்ன மாதிரி டீச்சர் என்றாலும் போய்ப் படிச்சுத் தொலையனும், அது இவ்வளவு மார்க் வாங்கியே ஆகணும், தன்னோட பண்புகளை எல்லாம் இழக்கணும், முதல் மதிப்பெண் வாங்கணும், இதுல டிகிரி வாங்கணும், ஏதோ ஒன்று ஆகியே ஆகணும். ஆனால் அவர்கள் அப்படி நினைப்பதில்லை.

ச.ப்ரியா: மிகவும் அற்புதமான பதில். பழங்குடிப் பெண்களிடம் இருந்து நிறைய கத்துக்கணும். என்னுடைய கவிதையில் கூட எழுதி இருப்பேன். 'வன யட்சி' என்று. தானியங்களை உலர்த்தும் போது, நாம் மொட்டை மாடியில் உணத்தினால் எல்லா தானியங்களையும் மாலை நேரத்தில் வாரி எடுத்து வந்துவிடுவோம். ஆனால் அவர்கள் பாதி எடுத்துக்கொண்டு பாதி விட்டு விடுவார்கள். அது பறவைகளுக்கானது என்று அவர்கள் சொல்வதை வைத்துத்தான் அந்த வரிகளை எழுதினேன். அவர்களிடம் இருந்து கற்றுக்கொள்ள நிறைய உள்ளது.

நமது நாகரிகம் என்ன சொல்லிக் கொடுக்கிறது என்றால் நான்தான் நான்தான் அப்படிங்கிறதை எவ்வளவு தூரம் திரும்பத் திரும்ப வலியுறுத்துகிறோமோ அவர்கள்தான் உயர்ந்தவர்கள். எழுத்தாளர்களைக் கூட நாம் அப்படித்தான் பார்த்திருக்கிறோம். யார் வந்து தன்னைத்தானே உயர்த்தி வைத்துக் கொள்ள முடிகிறதோ, அவர்கள்தான் சிறந்த எழுத்தாளர் என்று பார்க்கிறோம்.

வீ.ரமேஷ்குமார்: பெண் எழுத்து, பெண் மொழி, அதனுடைய தொடக்கம் பற்றி தமிழ் இலக்கியப் பரப்பில் பல்வேறு விவாதங்கள் உள்ளன. கவிஞர் ராஜமார்த்தாண்டன் காலச்சுவடு இதழில் எழுதிய கட்டுரையொன்றில், தமிழீழத்தில் விடுதலைப் போர், அதில் பெண் உறுப்பினர்களாக இருந்த

சமயத்தில் ஒரு வெடிப்பு ஏற்படுகிறது. அதிலிருந்து எழுத்து பெண்கள் எழுதத் தொடங்குகிறார்கள். குறிப்பாக 'மரணத்துள் வாழ்வோம் சொல்லாத சேதிகள்' என்ற தொகுப்பு பெண்ணெழுத்து தமிழகத்தில் உருவாவதற்குத் தொடக்கமாக இருந்தது என்று அவர் குறிப்பிடுகிறார். அதை எப்படிப் பார்க்கிறீர்கள்? அதைத் தாண்டிப் பெண் எழுத்து என்பது அப்பொழுதுதான் உருவானதா? இல்லை அதற்கு முன்னாடியே இருக்கா? என்று தெரிஞ்சுக்கணும்.

சமீபத்தில், கடந்த 30, 40 ஆண்டுகளில் பெண் எழுத்து தமிழீழப் பெண்களால்தான் தொடங்குகிறது. அவர்களிடமிருந்து தான் தொடங்குகிறது. மரணத்துள் வாழ்வோம், சொல்லாத சேதிகள், செல்வி சிவரமணிகவிதைகள், இதைச்சொல்லும்போதே எனக்கு மெய்சிலிர்க்கிறது. அவர்கள் மாதிரி மொழியை உரிமைக்காகப் பயன்படுத்தியவர்கள் இன்றும் தமிழில் இல்லை என்றுதான் சொல்ல வேண்டும். பெண்கள் மட்டுமல்ல ஆண்களிலும். மொழி நாகரிகத்தின் உச்சத்தை கடுமையாக கவிதைகளில் பயன்படுத்தினார்கள். கண்டிப்பாக அவர்(ராஜமார்த்தாண்டன்) அதைச் சரியாகச் சொல்லியிருக்கிறார். இதற்காக நாங்கள் சாகித்ய அகாதெமியில் கூட ஒரு சிறிய தொகுப்பு பண்ணினோம். பெண் கவிதைகள் அதாவது என்னுடைய தமிழீழக் கவிதைகள் என்று ஒட்டுமொத்தத் தொகுப்பு கூட பண்ணினோம். ஒவ்வொரு கவிதையும் ஒரு பெருவெடிப்பாக இருக்கும். ஒரு கவிதையை நீங்கள் வாசித்து விட்டு வேறு கவிதைக்குப் போகவே முடியாது. அது மனதில் கிளை கிளையாக விரிந்து நமக்கு நிறைய சிந்தனைகளையும் நமக்கு நிறைய தூண்டுதல்களையும் கொடுக்கும். நாம் இன்று ரொம்ப சொகுசாகி விட்டோம். மொழியைக் கூட ஒரு சொகுசான பகுதியில்தான் வைத்துக்கொள்ள விரும்புகிறோம். அதைக்கூட நாம் திருகி அந்த மொழியை ஒரு விடுதலை மொழியாகவோ, உரிமை மொழியாகவோ அப்படியான ஒரு பண்பாட்டு மொழியாக மாற்றிக் கொள்வதில் நமக்கு தயக்கம் இருக்கு, கூச்சமிருக்கு, அச்சம் இருக்கு, அவமானம் கூட இருக்கு. நம்முடைய மொழி இறுகிக் கரடு தட்டிப் போய் இருந்தால்தான் நாம் சரி என்று நினைக்கிறோம். ஆனால் தமிழீழப் பெண்கள் எப்படி என்றால் அவர்களுடைய நிலம், வாழ்வியல், இன ஒடுக்குமுறைக்கு மொழியை ரொம்ப

உச்சபட்சமாக, எவ்வளவு பயன்படுத்த முடியுமோ அவ்வளவு பயன்படுத்துகிறார்கள். அது ஒரு வேராக இருந்தது.

நான் எழுத வரும்பொழுது அதை வாசித்ததாக நினைவு இல்லை. எனக்குச் சித்தர் மொழிகள் ரொம்ப பயன்பட்டன. அதாவது நான் சித்த மருத்துவராகப் பயின்று வந்ததினால் அந்தச் சொற்களஞ்சியம் எனக்கு கவிதை எழுத பெருவாரியாக உதவியது. ஆனால் இங்கு பெரிய சர்ச்சையாகிப் பெண் எழுத்தை எல்லோரும் விமர்சிக்கத் தொடங்கிய பிறகு பரவலாக வாசிக்கும்போது இந்த மரணத்துள் வாழ்வோம் கவிதைகள் எல்லாம் வாசித்துக் கலங்கல் தெளிவாகி விட்டது. சர்ச்சையினால் உண்டான கலங்கல், கலக்கம் எல்லாம் போய்விட்டது. நாம் செய்வதற்கு ஒன்றுமே இல்லை. இதற்கே இப்படி துள்ளுகிறார்கள் எல்லாரும். தனது உயிரைப் பணயம் வைத்து மொழியைப் படைத்திருக்கிறார்கள் அந்தக் கவிஞர்கள். அந்த மாதிரி சுய தெளிவிற்குத் தமிழில் பெண் கவிதைகளின் தொகுப்புதான் இருந்தது.

நான் இதை இணையத்தில் தமிழ் ஸ்டூடியோவிற்கு ஒரு தொடராக எழுதினேன். முடிந்தால் எப்போதாவது படியுங்கள். ‘ஆண்குறி மையப்புனைவை சிதைத்த பிரதிகள்’ என்று எழுதியுள்ளேன். மொழியை ஆண்குறி மையமாக வைத்து அல்லது ஆண் சிந்தனையை மையமாக வைத்து ஒரு விஷயமாக பார்த்துக் கொண்டிருக்கும்போது எப்படி அந்தக் கவிதையைச் சிதைத்தார்கள், கவிதை வழியாக இந்தப் பெண் கவிஞர்கள் என்று ஒரு தொடர் எழுதினேன். அதில் எல்லா ஈழப் பெண் கவிஞர்களையும் குறிப்பிட்டு நான் எழுதியிருப்பேன். புதிய தலைமுறையும் அதில் உள்ளனர். ஃபஹீமா ஜஹான், அனார் என்ற புதிய கவிஞர்களும் உள்ளனர். அந்தத் தொடருக்கு கடுமையான வரவேற்பும் உற்சாகமும் ஆதரவும் இருந்தது. ஏனென்றால் அது இணையம்.

10 ஆண்டுகளுக்கு மேலாக இருக்கும் அந்தத் தொடர் வந்து என்று நினைக்கிறேன். ஆண் வாசகர்கள் அப்படியே உற்சாகப்பட்டு எழுதுவார்கள். ஒவ்வொரு தொடராக. தொடரை நான் எனக்கே உரிய மொழியில் எழுதுவேன். ரொம்ப ஒரு கடினமான, கடுமையான மொழியில் எழுதுவேன். இன்றுமே

எனக்கு இது உண்டு. கவித்துவ மொழியில் உச்சத்தில் எழுதுவேன் நான். ஒரு மூர்க்கம் இருக்கும். நம்பவே முடியாது அபுதாபி, துபாய் போன்ற இடங்களில் உள்ள தொழிலாளர்கள் அவர்களுக்கு மொழியுடன் இணைந்து கொள்ள ஏதாவது வாய்ப்பு தேவைப்படும். ஆகவே அவர்கள் வாசிப்பார்கள். வேர்வை சிந்தி உழைத்து வந்து ஒரு சிறிய குறுகிய பகுதியில் ஃபோனில் வாசித்து விட்டு பதில் டைப் பண்ணி அனுப்புவார்கள். இதுபோன்று அந்த ஆதரவை நான் வேறு எங்கேயும் எப்போதும் உணர்ந்ததில்லை. இப்பொழுதுமே அந்தத் தொடர் இணையத்தில் உள்ளது.

நான் முதலில் எழுதத்தொடங்கும் போது தமிழ் ஸ்டுடியோ அருணுடன் ஓர் உரையாடலாக இருந்தது, எப்படி கொண்டு போகலாம் என்று. பின் எனக்கு அந்த இடம் வெறுமையாக இருந்தது. பெண் கவிஞர்களின் கவித்துவம், அதனுடைய மூலம் என்னவாக இருக்கும் அதனுடைய விதைகள் எவை, எது அவர்களுக்கு கவிதை எழுதுவதற்கான மூலமாக இருக்கும் என்பதை யாருமே புரிந்து கொள்ளவில்லை என்று எனக்கு ஒன்று இருந்தது. அதை மட்டும் ஒட்டுமொத்த கவிதை என்று எல்லா நூலையும் வாசித்திருக்கோம். இப்போ ப்ரியா இருக்காங்கண்ணா அவர்களுடையவையாக10 கவிதைத் தொகுப்பு இருந்தால் அவற்றை முழுமையாக வாசித்து அதில் கவிதைகளை தேர்ந்தெடுத்து அதில் என்னென்ன கூறுகள், மூலம் எது அவர்களுக்கு... நானும் இவரும் கவிஞர்களாக இருந்தாலும் ஒரே மாதிரியான கவிதைகள் எழுத வேண்டும் என்பது அவசியம் இல்லை. அவர்களுடைய வாழ்வில் இருக்கின்ற விடயங்கள் அவர்களை எழுதத் தூண்டுகிறது. என்னுடைய கவிதை என்னுடையதில் இருக்கிறது அப்போது அவர்களுடைய வாழ்க்கையை அந்தப் பொன் துகள்களைச் சலித்து எடுத்து அதைப் பற்றியெடுத்து முன் வைக்கும் போது அது எல்லாருடைய வாழ்க்கைக்கும் ஒளி வீசுவதாக இருக்கிறது. அப்படித்தான் அவர்களும் பார்க்கிறார்கள், வெளிநாட்டில் உள்ளவர்கள். அது ரொம்பவும் பெரிய அனுபவமாக இருந்தது. அப்போது என்னை உயிருடன் வைத்துக் கொள்வதற்கு அது பேருதவியாக இருந்தது.

ஜோதி: *நீங்கள் கூறிய பதிலில் இருந்துதான் கேள்வியும். அதாவது உங்களுடைய கவிதைகள் எல்லாமே ரொம்பவும் அடர்த்தியானது,*

தரமானது ரொம்பவும் கடுமையானதும் கூட, வாசிக்கும் போது கொஞ்சம் கடினமானதாக இருக்கிறது. உங்களுடைய கவிதையைத் தொடர்ந்து படித்து, எழுதி வரும் இளம் கவிஞர்களுக்கு நீங்கள் உங்கள் கவிதைகளை எப்படிப் புரிந்து கொள்ளலாம் என்று சொல்ல விரும்புகிறீர்கள்.

நான் இந்தக் காலத்திற்குச் சம்பந்தப்பட்ட ஒரு ஆளே இல்லை என்று தோன்றுகிறது. எனக்கும் இந்தக் காலத்திற்கும் தொடர்பு இல்லை. இதை நான் சில ஆண்டுகளாகவே உணர ஆரம்பித்து விட்டேன். அதனால் நான் கவிதைகளைப் பற்றிப் பேசுவதை விட்டுவிட்டேன். ஆனால் முன்பை விட இப்போது நிறைய கவிதைகள் எழுதுகிறேன். ட்ரெயின்ல வரும்போது இரண்டு கவிதை எழுதுகிறேன். எங்காவது தனியா ஒரு இடத்தில யாருக்காவது காத்திருக்கணும், வாகனத்திற்காகக் காத்திருக்கும் நேரத்தில் ஒரு கவிதை எழுதுகிறேன். அப்படியாக, கவிதை முன் எப்போதையும் விட, எனக்குள் இன்னும் அடர்த்தி ஆயிட்டே இருக்கு. இன்னும் ஆழமாகிட்டே இருக்கிறதுன்னு நினைக்கிறேன். ஆனா முன்பிருந்தது போல இப்போ இந்த நேர்காணலை வைத்திருக்கிறதே ரொம்ப ஆச்சரியமாக உள்ளது. ஏனென்றால் இந்தக் காலத்திற்கும் எனக்கும் எந்த சம்பந்தமும் இல்லை. அதாவது என்னுடைய கவிதைக்கும், எனக்கும் நினைக்கல, என்னோட கவிதைகளுக்கு. நவீன கவிதைக்கும் சரி என்னை விடுங்கள், பெண்கள் எழுதுகிற நவீன கவிதைகளுக்கும் தற்காலச் சமூகத்திற்கும் எந்தத் தொடர்பும் இல்லை. கடுமையாக நீர்த்துப் போய்விட்டது. நான் முதலில் கவிதை வடிவத்தைப் பற்றிச் சொல்லுகிறேன். கவிதை மொழி நீர்த்துப் போன ஒரு வடிவம் ஆகிவிட்டது. அப்புறம் சின்ன சிறுகதை, சம்பவம் அல்லது நிகழ்வை அடுத்தடுத்த வரியில் மடித்து எழுதுவதை கவிதை என்று சொல்கிறார்கள். அந்த லைனை நீங்க நீளமாக எழுதினால் பத்தியாகப் போகிறது அவ்வளவுதான். ஆனால் நாங்கள் எழுந்து வந்த இடம் அந்த மாதிரி கிடையாது. உண்மையிலேயே மொழிநடை நான் இந்த வார்த்தையை இங்கு பயன்படுத்துகிறேன். ஒரு பெருவெடிப்பு, ஒரு எரிமலை மாதிரி வெடிப்பில் அந்தக் குழம்பு எப்படி நெருப்பாகவும் ஒளியாகவும் வெளிவரும். அந்த மாதிரி ஒரு இடத்தில் இருந்து வந்தது கவிதை. அப்ப நிறைய விடயங்களைப் பேசணும் ஒன்று பேராசிரியர்கள்.

அந்தக் கவிதை என்னவென்று சொல்லக்கூடிய அளவிற்கு ஆளுமைகளாக இருக்க வேண்டும். இரண்டாவது இலக்கிய வரலாற்றில் இந்தக் கவிதை வரலாறு என்ன என்று நன்றாக புரிந்து அவதானிக்க கூடிய பெண் பேராசிரியர்களும் வேண்டும், ஆண் பேராசிரியர்களும் வேண்டும். கடந்த ஆயிரம் ஆண்டுகளில் தமிழில், வெவ்வேறு மொழி வந்துள்ளது. இன்று சங்க இலக்கியத்தைப் படிக்கும் போது நமக்கு புரியுமா உடனே. அப்படியே நாம விட்டு கிழிச்சி எறிஞ்சிட்டு போறோமா. தொல்காப்பியத்தில். மொழியைப் போய் அப்படியே கொஞ்சம் கொஞ்சமாக நெல்லை அவித்து, இடித்து, பொடித்துச் சலித்து எல்லாம் பண்ணி அப்பறமா நாம அரிசியை எடுக்கிறோம். நம்ம வாழ்க்கையும் அப்படித்தான் என்று நினைக்கிறேன். கவிதையும் அதுதான். புனைவு, நாவல் மற்ற விடயங்கள் எல்லாம் பேசச் சொன்னால் அது வேற இன்னொரு இடத்தில் போய் உட்கார்ந்து பேச வேண்டும்.

கவிதை எனப் பேச வரும்போது அது நேரடியாக மொழியுடன் போய் உரையாடுவது. அப்போது அதை பேசுவதற்கான சமூக அமைப்பு இல்லை என்று நினைக்கிறேன். ஆனால் instagram-ல் நான் இப்ப ரொம்ப தீவிரமா இருக்கிறேன். அதுல ஃபுல்லா 20 முதல் 25 வயது உடைய இளைஞர்கள்தான் இருக்கிறார்கள். நண்பர்களே, டெய்லி ஒரு மெசேஜ் ஆவது வந்துவிடும். எங்கள் கல்லூரியில் உங்களுடைய இந்தக் கவிதை இருக்கிறது, இல்லை உங்கள் கவிதையைப் பேசச் சொல்லி இருக்கிறார்கள். இதை எப்படிப் புரிந்து கொள்வது என்று. என்னைக் கேட்கவா வேண்டும். நான் ரொம்ப உற்சாகமாக, எவ்வளவு நீளமா ஒரு மெசேஜ் ஒரு கவிதையைப் புரிந்து கொள்வதற்கு நான் உட்கார்ந்து அனுப்புவேன். அதாவது அப்ப என்னவென்றால் நான் எப்படிப் பார்க்கிறேன் என்றால், நான் ரொம்ப தனிமைப்பட்டுவிட்டேன். தனிமை என்றால் எதிர்மறையான அர்த்தத்தில் இல்லை. அது இன்னும் கவிதைக்குள் ஆழமாகப் பயணிக்க ரொம்ப உதவியாக இருக்கிறது. இன்னும் சொல்லப்போனால் நான் எழுவது, எண்பது வயதுகள் ஆகும் போது நல்லா இன்னும் கவிதை எழுதுவேன் போல் உள்ளது. அப்படி ஒரு இடத்திற்கு வந்துவிட்டேன். இன்னும் ஒன்று ரொம்ப தனித்துவம் அடைஞ்சிட்டேன்னு நினைக்கிறேன்.

இது கவிதைக்கு ரொம்ப ரொம்ப அவசியம் என்பது. இல்லை என்றால் இந்த பரபரப்பான விடயங்களுக்குள் போகும்போது... காலையில் ஒன்று மனதில் அடிபட்ட கரு / கவிச்சொல் ஒன்று, அது காற்றில் போய் விட்டதே என்று மாலை வரை குடைந்து கொண்டே இருக்கும். அதைக் கையில் பிடிக்க முடியாத ஒரு வேதனை தவிப்பு இருந்துட்டே இருக்கும். இப்போ அப்படி இல்லை நல்லா ஒரு மரத்தில் அமர்ந்துவிட்ட இளைப்பாறல் மனநிலை, ஆசுவாசம் இருக்கு. அதனால் யாராவது இந்தக் கவிதை இப்படி இருக்கு, இதுல இந்த வரி புரியவில்லை என்று சொன்னால் போதும், நல்லா அழகா அந்தக் கவிதையைத் திரும்ப வாசித்து அன்றைய மனநிலையில் நான் எப்படி எழுதினேன் என்று. அதைப் பார்க்கும்போது எப்படி உள்ளது, நீங்கள் என்ன பார்க்கிறீர்கள், என்று அதாவது அப்படிக் கேட்பவர்களுக்கும் இருக்கிறார்கள். நான் என்ன புரிந்து கொள்கிறேன் என்றால், எல்லாருமே தனிமைப்பட்டு விட்டோம். தனிமைக்கு ரொம்ப ஊன்று கோலாக இருப்பது கவிதை மட்டுமே. அதிலும் கவிதைகளில் நவீனக் கவிதை, நவீனக்கவிதையிலிருந்து அதிநவீனக் கவிதை என்ற ஒன்று பிறந்திருக்க வேண்டும். அது பிறக்காமல் நாம் பார்த்துக் கொண்டோம் என்று சொல்லலாம்.

ஏனென்றால், நண்பர்களே ரொம்ப வேதனைப்பட்டார் மணிவண்ணன் கூட, பாருங்கள் ஒரு எழுத்தாளரைக் கேரளத்தில் எப்படிக் கொண்டாடுகிறார்கள் என்று. நான் கேரளாவை எப்படிப் பார்க்கிறேன் என்றால் சாதிய அதிகாரப் படிநிலைக்கு உட்படுத்தப்பட்ட சமூகம். அங்கே அப்படித்தான் யாராவது ஒருவரைத்தான் எழுத விடுவார்கள். அவர்களைத்தான் கொண்டாடுவார்கள். புரிந்து கொண்டீர்கள் என்று நினைக்கிறேன். இங்கு தமிழ்நாட்டில் அப்படி இல்லை நாம் எல்லோரும் எழுத்தாளர்கள். நம்மிடம் ஒரு மொழி நாகரிகம் இருக்கிறது. நமக்கு எழுத வாசிக்கத் தெரிந்திருந்தால் நம்மால் எழுதாமல் இருக்க முடியாது. யாராக இருந்தாலும் இங்குள்ள ஒரு செக்யூரிட்டியப் போய் பார்த்தீர்கள் என்றால் தமிழ்நாட்டில், அவர் எழுத வாசிக்கத் தெரிந்திருந்தால் ஒரு கவிதை எழுதுவார், ஆட்டோவில் நாலு வரி எழுதிப் போடுவார். சோசியல் மீடியாவில் எழுதுவார். இந்த மாதிரி நம்மிடம் தமிழர்களிடம்

என்னவென்றால் நமது ரத்தம், சதை, சிந்தனை எல்லாமே நமக்கு மரபு மூதாதையர்கள் என்று நாம் வைத்துள்ளது தமிழ் மொழிதான். அதில் இவருக்கு உயர்ந்த பதவி, இவருக்கு இன்னது என்பதெல்லாம் கிடையாது.

ஓ.வி.விஜயன் கொண்டாடப்படும் எழுத்தாளராக ஆகிறார் என்றால், அதற்குச் சமூகத்தில் நிறைய நசிவுகள் இருந்திருக்கும். அப்போதுதான் இப்படி வர முடியும். நான் இதை மதிக்கிறேன். ஓர் எழுத்தாளனை இப்படித்தான் கொண்டாட வேண்டும். அதில் சந்தேகமே இல்லை. ஆனால் இதற்கெல்லாம் அப்பாற்பட்ட ஒருவர் இருக்கிறார். வைக்கம் முகமது பஷீர். அவர் இதையெல்லாம் தூக்கி எறிந்து விடுவார். அவரெல்லாம் விருது வாங்கின கேடயத்தையே விட்டு எறிந்தவர் என்றெல்லாம் சொல்வார்கள். அப்படி இருக்க நமக்கு மொழி அப்படி கிடையாது. எல்லோருக்கும் மடைதிறந்த வெள்ளம் போல, எல்லோரும் பீறிட்டு எழுதக்கூடிய விடயங்கள் அவ்வளவு உள்ளன. நான் மட்டும்தான் எழுத்தாளன், நான்தான் உச்சத்தில் இருக்கிறேன், என்னைத்தான் உச்சத்தில் வைத்துக் கொண்டாட வேண்டும் என்று இருக்கவே முடியாது. சமத்துவம் நமது மொழியில் அப்படியே அடிப்படையிலேயே உருவானது. தோற்றுவாயிலிருந்து இருக்கிறது. அதை அப்படியே ஆழமான தீவிரமான கருப்பர்கள் மண்ணில் நிறம் கொண்டாடுவார்கள். நமக்கு மொழியை மொழியால் பாட வேண்டும். மொழியால் எழுத வேண்டும். மொழியால் முழக்கம் போட வேண்டும். மொழியால் எல்லாமே செய்ய வேண்டும். அப்போதுதான் நாம் இங்கு வாழ்ந்து விட்டு போவதில் ஒரு நிறைவு இருக்கும் என்று எண்ணுகிற சமூகம். நம்மை நாம் கேரளச் சமூகத்துடன் ஒப்பிட முடியாது என்று நான் நினைக்கிறேன். ஓ.வி விஜயன் கோவித்துக் கொள்ள மாட்டார். ஒருவேளை அவர் எழுந்து வந்தால் அவர் ஒத்துக் கொள்வார். ஆனால் இந்தச் சிந்தனை அளவிற்கு மொழியை புதுப்பித்துக் கொள்ளவில்லை. பயன்படுத்திக் கொள்ளவில்லை.

பல விதமான மொழியை தமிழுக்குள் கொண்டு வந்திருக்க முடியும். கவிதைக்குள் அப்படி ஓர் அடர்த்தியான மொழி இருந்திருந்தால் தான் என்ன. இப்போது பொறியியல் இருக்கிறது, அதற்கு ஒரு புத்தகம் இருக்கிறது. அதற்கென்று கலைச்சொற்கள்

இருக்கத்தானே செய்கின்றன. இன்றைக்கு எல்லாம் தமிழில் கொண்டு வந்திருக்கிறார்கள். மருத்துவம் இருக்கிறது. எல்லாமே இருக்கிறது. ஒவ்வொன்றிற்கும் வேறு வேறு கலைச் சொற்கள். அப்படி கவிதையில் அதிநவீனக் கவிதைகள் என்று உருவாகி, அதைப் பெண்கள், ஆண்கள் எல்லாம் பயன்படுத்தி, அது நிறைய குறியீடுகள், உவமைகள், உருவகங்கள் இன்றைய நவீன உலகத்தின் சிக்கல்களைத் தீர்த்து வைக்கின்ற குறியீடுகளைப் பயன்படுத்துகின்ற ஒரு ஸ்பேசாக ஏன் கவிதைகள் இருக்கக் கூடாது.

ஏன்னா மொழி நமக்கு ஆயுதம், மொழி தண்ணீர், இரத்தம், மூச்சு. நம்முடைய மூதாதையர்களுக்குக் கிடைக்காமல் வைத்திருந்தார்கள். இன்று நமக்குக் கிடைத்தது, நாம் என்ன வேண்டுமானாலும் செய்யலாம் மொழியை வைத்து. நாம் 2000 வருடங்களாக நம்முடைய ஆட்களை நாக்கு இல்லாமல் வைத்து விட்டோம். விரல் இல்லாமல் வைத்திருந்தார்கள். இன்று நமக்கு விரல் இருக்கிறது எழுதுவோம். என்ன வேண்டுமானாலும் எழுதலாம். எப்படி வேண்டுமானாலும் எழுதுவோம். அது நம்முடைய மூதாதையர்கள் எத்தனை நாட்களுக்கு நாக்கை பொத்திப் பொத்தி வைத்திருப்பார்கள் பேசாமல். நீங்கள் நினைத்துப் பாருங்கள் நம் பெற்றோர்கள், மூதாதையர்கள் எவ்வளவு பேரிடம் இப்படி ஒடுங்கிப்போய் நின்றிருப்பார்கள். ஏனென்றால் அவர்கள் நாக்கிற்குப் பேச்சுத் திறம்படவில்லை. எழுதுவதற்கு, ஆவணத்திற்கு என்றும் எதுவுமே அவர்களுக்குத் தரப்படவில்லை.

நாம் முதல் தலைமுறையாகப் பெரியாரின் போராட்டத்திற்கு பிறகு, அண்ணல் அம்பேத்கரின் பெரிய declaration-க்கு அப்புறம் இது இந்திய அளவிலான டிக்ளரேஷனுக்கு அப்புறம் இது நமக்கு வந்திருக்கிறது. சாவதிற்குள் மொழியை உச்சப்பட்சமாக ஒவ்வொருவரும் பயன்படுத்திவிட்டுப் போகணுமோ, அதனால் பயனை உண்டாக்கி விட்டுப் போகணுமோ, அது அவரவர் ஆளுமையைச் சார்ந்தது என்று நினைக்கிறேன். நான் என்னுடைய ஆளுமையை எனது மொழி வாயிலாகதான் உணர்கிறேன். என்னுடைய சொத்து வாயிலாகவோ, என்னுடைய கணவர் வழியாகவோ, என்னுடைய குழந்தைகளின் பெயர் புகழ் வைத்தோ நான் வைத்துக்

கொள்ளவில்லை. எனக்கு என்னுடைய மொழியை நான் எவ்வளவு என் வழியாக எடுத்துக் கொள்கிறேனோ நான், எனக்கு மட்டும் இல்லை. எல்லோருக்கும் நீங்கள் உங்கள் பெற்றோரிடம் போய்க் கேளுங்கள். உங்கள் பெற்றோர்கள் எத்தனை பேர் படித்தவர்கள் என்று சொல்லுங்கள். அப்போ 2000 வருடங்களுக்கு அப்புறம் நமக்கு அகர முதல எழுத்தெல்லாம் தெரிகிறது என்றால் வெடி போட வேண்டும் நாம். ஏனென்றால் இவர்கள் கூட நீ எப்படி இப்படி எழுதலாம் என்று நமக்கு ஒரு கதை உண்டாக்குகிறார்கள் என்றால் அவர்களுக்கு அந்தத் தயக்கம் இருப்பதால்தான். அவர்களுக்கு அந்த விமர்சனம் ஏன் உருவாகிறது என்றால் அந்தத் தயக்கம், கூச்சம் அது அவர்களுக்கு உள்ளே இருக்கிறது. அவர்களுக்கு நான் தான், நான் தான், நான் தான் அவர்கள். அப்போது என்ன ஆகும் என்றால் அவர்களையும் கன்வின்ஸ் பண்ண வேண்டிய பொறுப்பு இருக்கிறது. இந்த மொழி இதுக்குத்தான் என்று.

பல நாள் சொல்லுவார்கள், அப்புறம் ஒரு நாள் அடங்கி விடுவார்கள். நான் பார்த்து விட்டேன். என்னவெல்லாம் சொல்லி இருக்கிறார்கள், இன்று அவரவர் மனைவி, மகன்களை எல்லாம் எழுதக் கூட்டிக்கொண்டு வருகிறார்கள். புரிகிறதா. என்னை, ஒரு பெண் எழுதக்கூடாது என்று சொன்னவர்கள் 25 ஆண்டுகளுக்குப் பின்பு வீட்டில் வெறுமனே சமையல் செய்து கொண்டு இவர்களை வெறும் எழுத்தாளர்கள் என்று போற்றிக் கொண்டு இருந்த மனைவியையும், மகள்களையும் எழுதக் கொண்டு வந்து சமூகத்தில் முன்னிறுத்தி இருக்கிறார்கள். இதுதானே இதற்குத்தானே நாம் எல்லோரும் ஆசைப்பட்டோம். இல்லையா. அப்போது நான் என்னவென்றால் 25 ஆண்டுகள் பிடிவாதம் ரொம்ப முக்கியம்.

விழிப்புணர்வு ரொம்ப முக்கியம். இல்லையென்றால் எழுதுவதை நான் அன்றே முடித்து இருப்பேன். ஏன் எழுத வேண்டும் என்ற விழிப்புணர்வு இல்லை என்றால் தவறானதை எழுதுவோம். தவறான இடத்தில் நின்று போய்விடுவோம்.

நண்பர்களே அண்ணல் அம்பேத்கர் இரண்டு விஷயங்களை கூறுகிறார். ரொம்ப கான்ஷியஸ்சா இருக்க வேண்டும் என்கிறார் எப்பவும். ஏன் இதைச் செய்கிறோம் எப்படிச் செய்கிறோம்

என்ற கடுமையான விழிப்புணர்வு. இந்த நேர்காணலை நாம் ஏன் செய்கிறோம், எதற்கு நாம் எல்லோரும் உரையாடுகிறோம் என்கிற விழிப்புணர்வு வேண்டும். டிடர்மைண்டாக இருக்க வேண்டும். ஒரு தீர்மானம் இருக்க வேண்டும். மன உறுதியுடன் இருக்க வேண்டும். அந்த மன உறுதியை நீங்கள் எப்போதும் இழக்கக்கூடாது. விழிப்புணர்வால் நமக்குக் கிடைத்த தெளிவு, அறிவு, சிந்தனை குறித்துச் சாகும் நொடியில் கூட விடக்கூடாது. அந்தத் தீர்மானம், உறுதியை விடக்கூடாது. இந்த இரண்டு வழியாகத்தான் நம்மை ஒடுக்குபவர்களை, ஒடுக்கும் முறைகளை அல்லது பிறரை ஒடுக்கும் போதும் நாம் எதிர்வினை ஆற்றுவதை நாம் செய்ய முடியும். இல்லையென்றால் மற்றவர்கள் அடி வாங்கும்போது பார்த்துக் கொண்டு இருப்பவர்களாகத்தான் நாம் இருக்க முடியும். ஆனால் நமது மொழி அதைச் சொல்லிக் கொடுக்கவில்லை. நமது மொழிக்கு அந்தப் பண்பு கிடையாது. மற்றவர்களை அடி என்று சொல்வதோ, மற்றவர்களை அடிக்கும் போது நீ பார்த்துக் கொண்டு இரு என்று சொல்வதோ இல்லை. நம்மை அடிப்பதை நாம் தாங்கிக் கொள்வோம் என்றோ நமது மொழியில் இல்லவே இல்லை. எங்கேயுமே இல்லை.

பீட்டர்: இதனுடன் தொடர்புடைய ஒரு கேள்வி. முலைகள் என்ற கவிதை நூலின் அட்டைப்படம் இரு பெண்கள் முத்தமிடுவது போன்று உள்ளது. அந்த நூலுக்கு நிறைய எதிர்ப்புகள் வந்தது. உங்கள் கவிதைகளைச் சுற்றியுள்ள சர்ச்சைகளை எப்படி பார்க்கிறீர்கள்? அன்றிருந்த மனநிலையும் இன்றைய மன நிலையும் எப்படி இருக்கிறது.

இல்லை, அட்டைப்படம் அப்படி இல்லை. ஒரு கரிக்கட்டையால் வரைந்த ஓவியம் போல், ஒரு தாயும் குழந்தையும் இருப்பது போல் தான் இருக்கும். கவிதைகள் இரு பெண்கள் முத்தமிட்டு கொள்வதுபோல் எழுதியுள்ளேன். சர்ச்சை என்பது பெருநீண்ட இடைவெளி அல்லது வெறுமை. பெண்கள் எழுதாமல் இருந்து எழுத வருகிறோம் என்று உருவான சர்ச்சை ஒன்று. இரண்டாவது உடல் உறுப்புகளை மையமாக வைத்து எழுதியது என்ற ஒன்று. எனக்கு எழுத வரும் போது சர்ச்சையாகும் என்று நான் உணரவில்லை. ஏனென்றால் நான் ஒரு மருத்துவர். சித்தமருத்துவர் வேற. முலைகளை முலைகள் என்றே சொல்வோம். நமக்கு வேற வார்த்தைகள் எல்லாம் கிடையாது அங்கு. அதனால் அது ஒரு

தூண்டுவிக்கப்பட்ட சர்ச்சைதான். இன்றும் அதற்கான நிழல் அடையாளங்களும் இருந்து கொண்டேதான் இருக்கிறது சமூகத்தில். இப்போது பாடல் எழுதுகிறோம், சினிமாத் துறையில் இயங்கிக் கொண்டு இருக்கிறோம். பரவலாக இயங்கிக் கொண்டிருக்கும்போது எல்லா இடங்களிலும் நம் மீதான முத்திரையைக் குத்தி வைத்து இப்போது அப்படி இருக்கிறது என்றால் முன்பெல்லாம் எப்படி இருந்திருக்கும் என்று நீங்கள் பார்த்துக் கொள்ளுங்கள். இதெல்லாம் ஒன்னும் ஒன்றுமே இல்லை. நான் கடந்து வர முடிந்தது என்று நினைக்கிறேன். அதற்குரிய நீண்ட நெடிய போராட்டம் என்று பல தளங்களில். நீங்கள் குட்டி ரேவதியாக இருக்கும்போது தெரியும். உங்களுக்கு அந்த இடத்தில் உங்களை எப்படி நடத்துகிறார்கள் என்ன செய்கிறார்கள் என்று. நான் ஒரு கவிதை எழுதி உள்ளேன். அவள் ஒரு தாமரைக்குளம் என்று அது பெண்கள் இருவர் முத்தமிடுவதாக உள்ளது. நான் சர்ச்சையைக் கடந்து வருவதற்கு கடுமையான முயற்சி தேவைப்பட்டது.

தற்செயலாக இசையமைப்பாளர் ஏ.ஆர்.ரகுமான் அவர்களுடைய அறிமுகம் கிடைத்தது. அப்படி ஒரு பெருந்துறையில் போய் இயங்க முடிந்ததால் என்னை குறுக்குவதை முலைகள் என்று அடையாளத்தை மையமிட்டு வைத்து ஒரு சர்ச்சைக்குரிய எழுத்தாளர் என்று குறுக்குவதை நான் கடுமையாக போராடிக் கடந்துவந்துள்ளேன். அது பல இடங்களில் பெரிய சவாலான விடயமாகத்தான் இருந்திருக்கிறது. என் வாழ்க்கையில் இப்பொழுது அதொரு பெரிய விடயமாக இல்லை. ஆனால் கடுமையான சவால்கள். நிறைய இடங்களில் நான் கடந்து வந்துள்ளேன். அதெல்லாம் நினைவு வைத்து ஒரு புத்தகம் எழுதலாம். ஒவ்வொரு எழுத்தாளனும் என்ன பண்ணினார்கள். பேராசிரியர்கள் என்ன செய்தார்கள். சமூகத்தில், குடும்பங்களில், திரைத்துறையில் எவ்வாறு இருந்து என்று ஒரு புத்தகம் எழுதலாம். ஆனால் இப்போது நினைவூட்டிப் பார்த்து எழுத முடியுமா என்று எனக்கு தெரியவில்லை. ஏனென்றால் அப்போது எப்படி இருக்கும் என்றால் போர்க்களத்தில் இருக்கும் போது போரை வெல்வதில் மட்டும்தான் கவனம் இருக்கும். அதனால் இன்று அதைப் பார்த்து அதை எழுதிச் செய்ய முடியுமா என்று தெரியவில்லை. ஆனால் அது நடக்கும்போது எனக்குத் தோன்றும், நானே

சில நேரங்களில் தோள்தட்டிக் கொடுத்துள்ளேன். அது நான், எனக்குத் தட்டிக் கொடுத்துக் கொண்டதில்லை. அப்போது என்னவாகும் என்றால் நீங்கள் அல்லது மகள்கள் எழுத வரும்போது இப்படி எல்லாம் கடந்து வந்துவிட முடியும் என்று என்னைப் பார்த்து தெரிந்து கொள்ள வேண்டிய விடயம்.

ஆண்களே இந்தியாவில் எப்படி என்றால் பெண்களைப் போலத்தான் போராடி இருக்கிறார்கள். நீங்கள் ஒடுக்கப்பட்ட சமூகத்தில் இருந்து அல்லது தாழ்த்தப்பட்ட சமூகத்தில் இருந்து வரும் ஆண்களை, பெண்களைப் போலத்தான் நடத்தி இருக்கிறார்கள். அவர்களும் பெண்களைப் போலத்தான் போராடி வந்திருக்கிறார்கள். பெண்களுக்காகப் போராடியவர்களும் இந்த ஆண்கள்தான். முதல் பெண் போராட்டத்தை இந்தியாவில் யார் ஒருங்கிணைத்தார். அம்பேத்கர். இங்குள்ள ஆண்களுக்கான புரிதல் இந்த மண்ணில் தோன்றிய ஆண்களுக்கான புரிதல் என்னவாக இருக்க வேண்டும் என்றால், ஆணும் பெண்ணும் வேறில்லை என்று நீங்கள் புரிந்து கொள்ள வேண்டும். பெண்ணியம் என்பதுகூட நான் எப்படிச் சொல்கிறேன் என்றால், போராட முடியாத ஆண்களுக்காகவும் சேர்த்து முன் வைக்கிற, மனித மாண்புகளை முன் வைக்கிறதுதான் பெண்ணியம். அப்படித்தான் போராட்டம் என்பது மற்ற நாடுகளைப் போல அல்லது மற்ற மேல் சாதியினரைப் போல ஆதிக்கச் சாதியினரைப் போல இங்கும் ஆணும் பெண்ணும் வேறு கிடையாது என்பதைப் புரிந்து கொண்டால் தான் நம்ம தலைவர்களை புரிந்து கொள்ள முடியும். நாம் என்ன எழுத முடியுமோ அதை எழுத முடியும். இல்லை என்றால் நீங்கள் மற்றவர்கள் எழுதுவதை காப்பி அடித்துதான் எழுத வேண்டும். அப்பொழுது நான் என்ன எழுத நினைக்கிறேன் என்பதற்கு இவ்வளவு ஒரு நீண்ட நெடிய பரவலான சிந்தனை தேவைப்படுகிறது. அதனால் சர்ச்சையைச் சர்ச்சையாகப் பார்ப்போம். என்னைச் சர்ச்சை பாதிக்கவில்லை.

ச.ப்ரியா: எழுத்து என்ற ஊடகத்திலிருந்துகொண்டு உங்கள் மன ஓட்டங்களை நீங்கள் எந்த அளவிற்கு கவிதை, சிறுகதை, நாவல் என்று பயணித்துக் கொண்டிருக்கிறீர்கள்? அப்படியே நீங்கள் காட்சி ஊடகத்திற்குள் போகும் போது உங்கள் மன ஓட்டங்களை முன்வைத்தல் எப்படி உள்ளது? இரண்டுக்குமான வேறுபாடு என்னவாக உள்ளது?

தெரியவில்லை. நாம் ரொம்ப வெர்ஸ்சடைல் ஆக இருக்கிறோம். ரொம்ப முழுமையும் பல பரிமாணங்களாகத்தான் இருக்கிறோம். தெரியவில்லை, இதனை ஒரு தனிப்பட்ட விடயமாகப் பார்க்க முடியுமா என்று எனக்கு தெரியவில்லை. ஆனால் 24 வயதில் திருநெல்வேலியில் நான் சித்த மருத்துவம் படிக்கும்போது காஞ்சனைத் திரைப்பட இயக்கம் என்ற திரைப்பட இயக்கத்தில், ரொம்ப தீவிரமாக ஈடுபட ஆரம்பித்தேன். அப்போது இந்த மாதிரியான வசதிகள் கிடையாது. படங்கள் பார்க்க ட்ரெயின்ல அந்த கேன் வரும். அதை எடுத்துக்கொண்டு போய் இருட்டிய பிறகு எங்கேயாவது லோக்கலாக ஸ்கிரீன் பண்ணுவார்கள். நான் ஹாஸ்டலில் இருந்தேன். 7:00மணி வரைதான் ஹாஸ்டலுக்கு வெளியே இருக்கலாம். இதில் ஹாஸ்டல் செயலாளராக வேற இருந்தேன் நான். பொறுப்பில் இருந்தேன். காம்பௌண்ட் வால் எல்லாம் ஏறிக் குதித்துப் போயிருக்கேன். அப்படி நிறைய திருட்டுத்தனம் பண்ணித்தான் என்னோட சர்வைவல் பண்ணி இருக்கேன். அதாவது ஒரு பெண்ணாக இருக்க, ஒரு பெண்ணிற்கு எவ்வளவு சவால்கள் எல்லாம் இருக்கோ அவ்வளவு சவால்களையும் நான் எல்லாத் தளங்களிலும் சந்தித்திருக்கிறேன். சொல்ல நிறைய இருக்கு. வெளியில் சொல்ல முடியாது. அது பெரிய பிழை என்று சொல்ல முடியாது. ஆனால் நிறைய தவறுகள் செய்வேன் நான். அப்போ சண்டை போடுவது. என் மீது மெமோ வரும். எல்லா விஷயத்தையும் நேரடியா மோதுவது. உற்சாகமெல்லாம் கிடையாது, பயமாகத்தான் இருக்கும். ஆனால் அந்தப் படம் பார்ப்பது அதில் ஈடுபடுவது என்பதில் இருக்கும் ஆர்வம் அதை வென்றுவிடும். அதை நோக்கி நாம் போவோம். பிரின்ஸ்பால் முன்னாடி போய் நின்று, மெமோ வாங்கி என்று நிறைய சவால்களைச் சந்தித்தேன்.

ஆனால் என் வாழ்வில் லட்சியம் என்பது இரண்டாக இருந்தது, காலேஜ் படிக்கும் போது. நான் கூட இதையெல்லாம் எழுதனும்னு நினைத்தேன். டீனேஜ் அந்த வயதில் இருக்கும்போது ரொம்ப லட்சியவாதியாக இருப்போம். இப்ப ரொம்ப கூச்சமாக இருக்கு. நம்முடைய லட்சியம் எல்லாம் எங்க இருக்கு இந்த உடம்புல என்று தேடித்தேடிப் பார்ப்பேன்.

நான் ஒரு பெண் சித்தராக வேண்டும் என்று நினைத்தேன்.

இப்பொழுது திருநீறு கொடுப்பதெல்லாம் ரொம்ப அசிங்கமாகி விட்டது. இப்ப ஒருவருக்கு நோய் இருக்கிறது என்றால் நாம் அவர்களுக்கு அந்த நோயைத் தீர்த்துக் கொடுக்கிற ஆற்றல் எனக்கு வரவேண்டும் என்று. அதற்கு என்னவெல்லாம் தியானம் செய்ய வேண்டும் என்னவெல்லாம் மருந்து வேண்டும். எனக்கு ஒரு நல்ல பெண் பேராசிரியர் இருந்தார்கள் சொர்ண மாரியம்மாள் என்று. கிளம்பிக் கிளம்பி போய்விடுவோம். காலையிலேயே மலைக்கு, வனத்திற்கு மருந்து சேகரிப்பதற்கு. அவர்கள் பின்னாடியே போவேன் நான். அதற்காக, காலேஜிலேயே என்னை பயங்கரமாகக் கிண்டல் அடிப்பார்கள். பயங்கர ஸ்ட்ரிக்ட்டாக இருப்பார், அந்தப் பேராசிரியார். பெரிய பேராசிரியர், தாதுப் பொருட்களிலிருந்து நம்முடைய சித்தர்கள் எப்படி மருந்து செய்து, குறிப்பாக பாதரசத்தை நோய் தீர்க்கும் மருந்துகளில் எப்படிப் பயன்படுத்தினார்கள் என்று பார்ப்பதில் பெரிய வல்லுனர் அவர்கள். அவர்கள் இந்த மாதிரி நிறைய விடயங்களைச் சொல்லிக் கொடுத்தார்கள். அப்போது எனக்கு ஆசிரியர் மாதிரி, ஒரு பெண் சித்தர் ஆகணும் என்று இருந்தேன். அந்த டீனேஜில் கல்யாணம் எல்லாம் பண்ணிக் கொள்ளக் கூடாது. குறிப்பாக ஆண்களுடன் உறவே வைத்துக்கொள்ளக்கூடாது என்று இருந்தேன்.

பின் காஞ்சனை திரைப்பட இயக்கத்தில் சேரும்போது நல்ல தரமாகச் சினிமாவைப் படித்துக்கொண்டேன் நான். சினிமா என்றால் உலக அளவில் எல்லா மாஸ்டரையும் தெரியும் அப்போ. நான் சொல்வது 1993 முதல் 1998. எல்லா பெரிய உலக அளாவிய இயக்குநர்களை எல்லாம் பார்த்து மொத்த மொத்தமாகப் பார்த்து பாடம் படித்த மாதிரி எல்லாம் ஒரு பிஎச்டி பண்ணின மாதிரி ஆயிட்டேன்.

அப்புறம் சென்னைக்கு வந்து நான் பயிற்சி மருத்துவம் பண்ண வந்தேன். அப்போது நான் சும்மா கவிதை எழுதிக் கொண்டே இருந்தேன் நோட்டில். ஏனென்றால் நண்பர்களே, திருநெல்வேலியில் கல்லூரி படித்துக் கொண்டிருந்த காலத்தில் டெய்லி ஈவினிங் ஏதாவது ஒரு நூல் வெளியீடு, நூல் விமர்சனம், திறனாய்வு என்று டெய்லி ஈவினிங் ஏதாவது ஒன்று நடக்கும். தேவதேவன் கவிதை நூல்கள் எல்லாம் அப்போதுதான் வெளியிடுவார்கள். நான் பெரிய இலக்கிய விடயத்திற்காகப்

போகமாட்டேன். நான் மதிக்கவே மாட்டேன் இலக்கியவாதிகளை.

ஆனால் என்னுடைய சிறுவயதில் இருந்து நான் வாசித்த நூலளவு யாரும் வாசித்திருக்க மாட்டார்கள். அப்பா ரொம்ப வறுமையான பின்னணியில் இருந்து வந்தவர். அவருக்குப் படிப்பதற்கு வாய்ப்புகள் இல்லை. அதனால் அவர் என்ன பண்ணுவார் என்றால், மூத்த மகள் நான். ரோட்டில் தெருவில் ஏதாவது 50 பைசா ஒரு ரூபாய்க்கு ஏதாவது ஒரு பழைய நூல் கிடைத்தால் வாங்கிட்டு வந்து கொடுப்பார். எங்க அம்மாவே சொல்லுவார்கள் பொம்பளப் புள்ளைகளைக் கதைப் புத்தகம், கவிதைப் புத்தகம் படிக்க வைத்து கெடுக்கிறார் என்று. அப்போது நூல்களை வாசிப்பதனால் என்னவாகும் என்றால், இன்றைக்குச் சொல்கிறார்கள் நான் ஒரு எழுத்தாளன் ஆகனும்னு நினைக்கிறீர்கள் என்றால், ஒரே வழி தான் இருக்கிறது புத்தகங்களை வாசித்துக் கொண்டே இருக்க வேண்டும். 100 புத்தகத்தில் நீங்கள் எழுத்தாளர் ஆகிவிடுவீர்கள், 500 புத்தகம் படிக்கும் போது எழுத்தாளர் ஆகிவிடுவீர்கள், அல்லது ஆயிரம் புத்தகங்கள் படிக்கும்போது எழுத்தாளர் ஆகிவிடுவீர்கள். அப்படித்தான் நடந்தது.

நான் நல்ல கவிதை எழுத ஆரம்பிக்கும் போது, நான் டெய்லி டைரி எழுதுவேன். அப்படியே கவிதை எழுதினேன். அப்படித்தான் பூனையைப் போல் அலையும் வெளிச்சம் உருவானது. இப்ப என்னுடைய இணையராக இருக்கிறார், ஆர்.ஆர். சீனிவாசன் என்பவர். அவர்தான் அதை வாசித்து விட்டு அதை நூல் ஆக்கலாம் என்று சொன்னார். அப்பொழுதும் கூட நான் ஒரு எழுத்தாளன் ஆகிறது எல்லாம் சாதாரண விஷயமாகத்தான் நான் நினைத்திருந்தேன்.

சித்த மருத்துவம்தான் எனக்கு எல்லாமாக இருந்தது. அப்புறம் எப்பவாவது ஒரு திரை இயக்குநராக ஆகிவிடலாம் என்று இருந்தது. டக்குனு கவிதை நூல்கள் வெளியில் வந்து, அந்தப் பயணம் எழுத்துப்பயணம் ரொம்ப தீவிரமானது. சினிமாவில் போனேன் அப்புறம் இயக்க முடியாமல் ரொம்ப போராடினேன். என்னுடைய முதல் படம் வெளியில் வரவில்லை. 'சிறகு' என்று ஒரு படம் எடுத்திருக்கிறேன். இரண்டாவது படம்தான் 'கோடை இருள்'. இதைக் காஞ்சனை

சீனிவாசன்தான் தயாரித்து உள்ளார். இது இருளர்கள் பற்றிய ஒரு எளிமையான, ரொம்ப கலைபூர்வமான ஒரு படம். இது எல்லாமே சேர்ந்துதான் நான்.

சித்த மருத்துவம் நான், திரை இயக்குநரும் நான், கவிஞரும் நான், ஒரு பெண்ணும் நான், எல்லாம் சேர்ந்துதான். ஒன்றில் வெளிப்படுத்த முடியாததை இன்னொன்றில் செய்கிறேன்.

ஆனால் சமீபத்தில் நல்லா சிறுகதை எழுதுகிற ஆர்வம். நிறைய எழுத வேண்டும் எழுதிக் கொண்டே இருப்பேன். சில பெண்களைப் போய் பார்ப்பேன். வயல்களில் சும்மா போய் உட்கார்ந்து இருப்பேன். அவர்களுடன் சும்மா பேசும் போது வாழ்க்கையில் ஆழமாகப் போய்விடுவார்கள். அவர்கள் வாழ்வில் யாரிடமும் சொல்லாத ஒரு விடயத்தை நம்மிடம் சொல்லி மனம் கரைவார்கள். அது அவர்களுக்கும் தெரியாது. அதை எங்காவது ஒரு சிறுகதையில் வைத்துக்கொள்ள முடியும். அதில் ஒரு பெரிய அரசியல் இருக்கும். உடல் அரசியல், சமூக அரசியல். ஓர் உளவியல் கலந்து இருக்கும். அவர்கள் எப்படிக் காலத்தைக் கடந்து வந்தார்கள் என்று சொல்வார்கள். அதை நேரடியான ஆவணமாக இல்லாமல் எனக்குத் தெரிந்த அரசியல் வரலாறாகக் குழைத்து ஒரு சிறுகதை ஆக்குவது எனக்கு ரொம்ப நல்லா விளையாட்டாக உள்ளது.

கவிதா மணாளன்: *நீங்கள் இருளர்களுடன் பழகுகிறீர்கள். ஒரு சித்தமருத்துவர் என்கிற முகத்தோடு இருக்கிறீர்கள். அவர்களுடைய மருத்துவம் பற்றி உங்களுடைய கருத்து என்ன? ஆயுர்வேதத்தையும் சித்த மருத்துவத்தையும் போட்டுக் குழப்பி, சித்த மருத்துவக் கூறுகளை எல்லாம் ஆயுர்வேதக் கூறுகளாக வெளிப்படுத்திக் கொண்டு, ஆயுர்வேதத்தை உயர்த்திப் பிடிக்கின்ற போக்கை நான் பார்க்கிறேன். அவர் சித்த மருத்துவர் என்று சொல்லுவார் ஆனால் கொடுப்பது எல்லாம் ஆயுர்வேத மருந்தாகத்தான் உள்ளது. ஆயுர்வேதத்திற்குள் இருந்துகொண்டு நம்முடைய சித்த மருந்துகளை அவர்கள் பாணியில் மாற்றிக் கொடுக்கிறார்கள். அதைப்பற்றி நீங்கள் என்ன நினைக்கிறீர்கள்?*

இருளர்களை நான் சந்திக்கப் போனதே அவர்களுடைய மருத்துவ முறைகளைப் பற்றி தெரிந்து கொள்ளத்தான். அப்படித்தான் என்னுடைய பயணம் இருந்தது. அப்புறம்தான் எனக்குத் தெரிய வந்தது மருத்துவத்துறைக்கே அவர்கள் பெரிய

சேவையைச் செய்து கொண்டிருக்கிறார்கள். என்னவென்றால் பாம்புகளைப் பிடித்து விஷத்தை இறக்கிவிட்டு, பாம்புகளை அப்படியே உயிரோட காட்டுக்குள் விடுகிறார்கள். அதற்கு அவர்களுக்கு லைசென்ஸ் வழங்கப்படுகிறது. அதற்கு ரொம்ப பெரிய பணி தேவையா இருக்கிறது. ரோமலஸ் விட்டேகர்-னு ஒரு ஹெர்பட்டாலஜிஸ்ட் அவர் ஒரு அமெரிக்கர். ஊர்வன பற்றின பெரிய ஆய்வறிஞர் அவர். அவர் உலகம் முழுவதும் பயணம் செய்து விட்டு என்ன சொல்கிறார் என்றால், இந்த உலகத்திலேயே மிகச்சிறந்த பழங்குடிகள் இருளர்கள்தான் என்கிறார். அவர்கள் பாம்பை ரொம்ப அனாயசமாகப் பிடிப்பார்கள். அதிலும் பெண்கள். அவர்களுக்குத் தெரியும், கூர்மையான பார்வைத்திறன் கொண்டவர்கள். எந்தத் துளைக்குள் எந்தப் பாம்பு இருக்குன்னு. ரொம்ப வேகமாக இயங்குவார்கள், அவர்களுக்கு என்று ஒரு சொசைட்டி வைத்துக் கொடுத்துள்ளார்கள் முட்டுக்காட்டில் சென்னையில். அதுல அவர்களுக்கு லைசன்ஸ் வைத்து கொடுத்திருக்கிறார்கள். அவர்கள் பாம்பு பிடிச்சுட்டு வந்து விஷத்தை இறக்கி கொஞ்ச நாள் பராமரித்து விட்டு திரும்ப எங்க பிடித்தார்களோ அங்க கொண்டு போய் விட்டு விடுவார்கள். அந்த விஷத்தில் இருந்து பாம்பு கடிக்கான மருந்தைத் தயாரிக்கிறார்கள். இன்று உலக அளவில் மருந்து தயாரிப்பதற்கு இவர்கள்தான் எல்லாமே. அவர்களுடைய இந்தத் தொடர்ச்சி மருத்துவத்தின் தொடர்ச்சிதான். அவர்களுடைய கொடை இந்த உலகத்திற்கு பெரிய அளவிலானது. அவர்களுக்கு நாம் எவ்வளவு செய்தாலும் நன்றிக் கடனை தீர்க்க முடியாது. அப்படியான மக்கள் அவர்கள். ஆனால் அவர்களை நாம் ரொம்ப இழிவான நிலையில் வைத்திருக்கிறோம். இந்த படம், கோடை இருளைப் பார்த்துவிட்டு ஒருவர், பயங்கரமாகக் கதறி அழுது விட்டுப் போனார். அவர்களை நாம் எப்படி வைத்திருக்கிறோம், அவர்களுக்கு சாப்பாட்டிற்கு கூட ஒரு வேலை உணவெல்லாம் கிடையாது. ரொம்ப கொடுமையான நிலையில் இருக்கிறார்கள். பேராசிரியர் கல்யாணிதான் ரொம்ப உணர்ச்சிகரமாக அவர்களுக்காகப் போராடி இன்றைக்கு அவர்கள் எல்லாம் ஒரு 200 பேர் படிக்க வந்து விட்டார்கள் . படிக்க வந்துவிட்டாலும் நமக்கென்று ஒரு பொது சமூகம் இருக்கிறதோ, அந்தச் சமூகத்தில் தான் இருளர்களும் போய்

கலக்கணும் என்பது தான் வேதனை. அது எவ்வளவு கேடான சமூகம் என்று நமக்குத் தெரியும். அந்த மாதிரி நிறைய விஷயங்கள் உள்ளன. அவர்கள் சமூகத்திலிருந்தே அம்பேத்கர் மாதிரி ஹியூமன் ரைட்ஸ் ஆக்டிவிட்டீஸ் வந்தார்கள் என்றால் தான் அவர்களின் சமூக இழிவை மாற்றுவதற்கு வாய்ப்பு உண்டு.

இரண்டாவது ரொம்ப முக்கியமான கேள்வி ஆயுர்வேதம். ஆயுர்வேதம் ஒரு புரட்டு. சித்த மருத்துவத்தில் இருந்து திருடினது. இன்றைக்கும் நீங்க ஆயுர்வேத மருந்து என்று போய்ப் பார்த்தால் சித்தமருத்துவ செய்முறை எல்லாமே என்னென்ன பொருட்களோ அது எல்லாமே அப்படியே தான் இருக்கும். அப்புறம் ஆயுர்வேதத்திற்கு பெரிய பெரிய மார்க்கெட்டிங் முதலாளிகள், முதலீட்டாளர்கள் இருக்கிறார்கள். அது எப்போதுமே பார்ப்பனர்கள். நம்முடைய அதாவது நீங்க சிறந்தது ஒன்று செய்தீர்கள் என்றால் அதை அபகரித்து, தன் வயமாக்கிக் கொள்வது என்று சொல்வார்கள். அதைத் தன்னுடையதாக ஆக்கிக் கொள்கிற வல்லமை உண்டு அவர்களுக்கு. அவர்கள் அப்படித்தானே வந்து இங்கே நிலைபெற்றிருக்கிறார்கள். அதனால் நீங்க ஒரு கடவுளை உருவாக்குங்கள், புத்தர் என்ற கடவுளை உருவாக்குங்கள், ஏதோ ஒரு கடவுளை உருவாக்கினீர்கள் என்றால், ஒரு குறிப்பிட்ட நாளில் அந்த கடவுளை அவர்களுடைய கடவுளாக மாற்றிக் கொள்கிற எல்லா வலிமையும் அவர்களுக்கு உள்ளது. *That is called manipulation*. அது அவர்களிடம் இருப்பதால்தான் நாம் எல்லாம் இப்படி இருக்கிறோம். அதை நாம புரிந்து கொள்ளாமல் இருப்பதும் கூட ஒரு காரணம். அந்த விழிப்புணர்வு ரொம்ப அவசியம். அப்படித்தான் அவர்கள் சித்த மருத்துவத்தை தங்களுடையதாக ஆக்கிக் கொண்டிருக்கிறார்கள்.. எல்லாமே பிலாசபி வாதம், பித்தம், கபம் எனப்படுவது எல்லாமே அவர்கள் வேதம் என்று சொல்லிக் கொள்வார்கள். ஆயுர்.... வேதம்.... என்று அவர்கள் வேதம் சார்ந்ததாக அதை மாற்றிக் கொள்கிறார்கள். ஆனால் சித்த மருத்துவம் நம்முடைய சொத்து, செல்வம். நம்முடைய பெரிய செல்வம், அரிய செல்வம். நம்முடைய மூதாதையர் நமது உடல் எவ்வளவு முக்கியமானது இதை போற்றுவது, பேணுவது, இதை எப்படி நீண்ட காலத்திற்கு

நோய் நொடி இல்லாமல் வைத்துக் கொள்வது என்ற மரபார்ந்த ஒரு தொழில்நுட்ப அறிவை வைத்திருந்தார்கள். இன்று அவ்வளவு பாடத்திட்டம் கிடைப்பதில்லை. ஆனால் எனக்கு இன்னும் ஒரு நம்பிக்கை உள்ளது. இந்த அரசு என்ன செய்து கொண்டிருக்கிறார்கள் என்றால், எங்கெல்லாம் ஓலைச்சுவடிகள் கிடைக்கிறதோ அதெல்லாம் எடுத்துப் பிரதிகள் ஆக்குகிறார்கள். அதில் நிறைய மருத்துவச் சுவடிகள் கிடைத்துள்ளதாக சொல்கிறார்கள். ஜோதிடச் சுவடிகள் கிடைத்துள்ளதாகச் சொல்கிறார்கள். அதில் ஒருவேளை சித்த மருத்துவச் சுவடிகள் இருந்தது என்றால், நமக்கு இன்னும் நிறையப் பாட்டுகளைப் புத்தகமாக ஆக்குவதற்கு வாய்ப்பு உள்ளது. ஏற்கனவே உள்ள பாடப்புத்தகங்கள் கொஞ்சம் அதில் முக்கியமான விடயங்கள் எல்லாம் உள்ளன. ஆனால் என்னவென்றால் அதிலும் 17, 18 ஆம் நூற்றாண்டில் நிறைய வைதீகக் கலப்பாகி விட்டது. நிறைய சைவம், வைணவம் தொடர்பான பாடல்கள் எல்லாம் கலந்து விட்டார்கள். அப்பப் படிக்கும்போது எனக்கு அது புரியவில்லை. ஆனால் இப்ப நான் வாசித்தால் எனக்கு புரிந்து விடுகிறது. கலப்பு உள்ளதா, கலப்பு அற்றதா அந்தச் செய்யுள். அது உண்மையிலேயே சித்தர்கள் உடையதா என்று. ஆனால் பெரும் கடும் போராட்டத்தையும் உழைப்பையும் சித்தர்கள் முதலீடு ஆக்கி இருக்கிறார்கள். சித்தர்கள் என்பது வேறு யாருமில்லை. நம்மை மாதிரி ஒரு 500, 600 வருடங்களுக்கு முன் வாழ்ந்து, எப்போதெல்லாம் மனிதர்களுக்கு இடையில் பேதம் இருக்கோ, பிரிவுகள் இருக்கோ, ஒடுக்குமுறை இருக்கோ அதையெல்லாம் எதிர்த்துக் கடுமையாகப் போராடியவர்கள்.

கவிதா மணாளன்: உங்களுடைய பார்வை என்பது எப்பொழுதும் ஒடுக்கப்பட்டவர்கள் பக்கமாகவே நிற்பதாய் உள்ளது. பெண்ணியம் பேசுவதாகட்டும், இசைக்குள் நீங்கள் போகும் போது, ஆப்ரஹாம் பண்டிதர் மீது கவனம் செலுத்துவதாகட்டும், நீங்கள் சிந்தித்து இப்படித்தான் செய்ய வேண்டும் என்று முடிவு செய்து கொண்டு போகிறீர்களா? இல்லை தன்னியல்பாகவே அந்தப் பக்கம்தான் உங்களால் போக முடிகிறதா?

நானே இதை இப்படி நினைத்து இருக்கிறேன். எப்படி இப்படி உருமாற்றம் பெற்றோம் என்று. வாழ்வின் நல்வாய்ப்புத்தான் அது. தொ.பரமசிவம் ஒரு தடவை, ஓர் உரையாடலின் போது சொல்கிறார், அவரைச் சந்தித்தபோது,

அவருக்கு ஒரு கால் எடுத்திருந்தார்கள் ஒரு சிகிச்சைக்குப் பிறகு, அப்ப போனப்பச் சொன்னார், தமிழ் இசையும் சித்த மருத்துவமும் தமிழர்களின் இரு கண்கள் என்று சொல்கிறார்.

அதாவது வாழ்க்கை கொடுத்த கொடை என்றுதான் சொல்ல வேண்டும். நான் உண்மையிலேயே என் வாழ்வின்பாதையை நானே தீர்மானிக்கவே இல்லை.

'நெஞ்சே எழு' பாட்டை எழுதும்போது ஏ.ஆர்.ரகுமானுக்கு ஏதாவது அன்பளிப்பு செய்ய வேண்டும் என்று நினைத்தேன். அப்போதுதான் நான் தமிழிசை, கருணாமிருதசாகரம் போன்றவை தெரிந்திருந்த சமயம். அவருக்கு அந்த நூலை அன்பளிப்பாக கொடுத்தேன்.

அது ஒரு பெரிய நூல், ஒற்றை நூல் 1346 பக்கம் உள்ளது. கொடுத்தவுடனேயே புரட்டிப் பார்த்துவிட்டு, இந்த வட்டப்பாலை, ஆயப்பாலை எல்லாமே எனக்குத் தெரியுமே. நான் படிச்சிருக்கேன் என்கிறார். அவர் ஆப்ரகாம் பண்டிதரின் தோட்டத்தில் வேலை பார்த்த ஒருவரின் மகனிடம் படித்திருக்கிறார்.

ஆபிரகாம் பண்டிதர் எப்படி என்றால் தோட்டத்தில் வேலை பார்ப்பவர்களுக்கு எல்லாம் இசை சொல்லிக் கொடுப்பார். எல்லோருக்கும் சொல்லிக் கொடுப்பார். அவர் பெரிய ஆளுமை, பெரிய பணக்காரர், தன் பொதுநல உழைப்பால் ஊரையே வளைத்துப் போட்ட சொத்துக்காரர். அவரைப்போல யாருமே கிடையாது. தோட்டத்தில் வேலை செய்பவர்கள், சமைப்பவர்கள், சமையல்காரர் பெண் என எல்லாரையும் கூப்பிட்டு வைத்து வீணை வாசிக்க கற்றுக் கொடுத்து விடுவார். அப்படிப் படித்தவர்தான் தன்ராஜ் மாஸ்டர். இந்த தன்ராஜ் மாஸ்டரிடம் இசை கற்றுக் கொண்டவர்கள்தாம் இளையராஜாவும், ஏ.ஆர். ரகுமானும்.

இந்த நூலைப் பார்த்துவிட்டு ரஹ்மான் ஒருநாள் கூப்பிட்டு இருந்தார். இதில் இருக்கும் எல்லாவற்றையும் மக்களிடம் கொண்டுபோய் சேர்க்க நாம் என்ன பண்ணணும்னு பாருங்க என்றார். நம்மிடம் உள்ளது ஒன்றுதான் சினிமாதான். ஆவணப்படம் எடுக்கலாம் என்று, நாலு மணிநேரம் ஆவணப்படம் எடுத்திருக்கிறோம். ஆபிரகாம் பண்டிதரின்

கருணாமிருதசாகரம் என்று நியூயார்க்கில் 2022 ஆம் ஆண்டு திரையிடப்பட்டது. இன்னும் பரவலாக வரவில்லை.

ஆனால் நான் தனித்திரையிடல் செய்து வருகிறேன். கோயம்புத்தூரில் பண்ணாரி மாரியம்மன் கல்லூரியில் இருந்து நிறைய மாணவர்கள் அந்தப் படத்தைப் பார்த்திருக்கிறார்கள். அதாவது ஒரு நாள் முழுவதும் அந்தப் படத்தைப் பார்த்தார்கள். காலையில் ஆரம்பித்து இரவு வரை பார்த்தார்கள். நாலு மணி நேரப் படம்தான், ஆனால் அதைக் கொஞ்சம் கொஞ்சமாகப் பார்த்து, படித்து, ஸ்னாக்ஸ் சாப்பிட்டு, உரையாடி, கேள்விகள் எழும்பி என்று பார்த்தார்கள். அதை, அந்த மாதிரி ஒரு பாடமாகத்தான் ஆக்கியும் உள்ளோம். அதை ஏ.ஆர். ரகுமான் ரிலீஸ் பண்ணினால் ஆன்லைனில் கிடைக்கும். இல்லை. அதுவரை நானே அதை ஒரு பிரச்சாரமையமாகக் கொண்டு போகலாம் என்று பார்க்கிறேன்.

(கவிதா மணாளனைப் பார்த்து) நீங்கள் பாடுவீர்களா?

கவிதா மணாளன்: *இல்லை*

ஆனால் நம்முடையதுதான் அந்தப் பாட்டு எல்லாம். நான் சொன்ன மாதிரி மொழியில் எப்படி நாக்கு அறுபட்டு போச்சோ, அது மாதிரி இசையும் நம்மிடம் இல்லாமல் போய்விட்டது. அதை முழுமூச்சாக பண்ணியவர் பண்டிதர்தான். அவருக்கு அதைச் செய்யச் சொன்னவர் அந்தக் கருணானந்தர். அந்தப் பெயர்தான் கருணாமிர்த சாகரம் என்ற பெயருக்குக் காரணம். கருணானந்தர் என்ற பெயர் 50 ஆண்டுகளுக்கு முன்பு தமிழில் மிகப் பிரபலமாக இருந்தது. கருணாநிதி கூட அதில் இருந்து வந்திருக்கலாம் என்று நினைக்கிறேன். கருணானந்தர் என்பவர் ஒரு சித்தர். அவர் சுருளிமலையில் இருந்தவர். அவரைப்போய் இந்தப் பண்டிதர் பார்த்திருக்கிறார்.

நம்முடைய வாழ்க்கையில் நிறைய விஷயங்கள் நிகழும். அது அதிர்ஷ்டம் என்றெல்லாம் சொல்ல முடியாது. நான் சித்த மருத்துவம் படித்ததும் அப்படித்தான். நான் 12 ஆவது முடித்து இரண்டு வருடம் படிக்காமல் இருந்தேன். ஏதாவது உருப்படியாப் படிக்க வேண்டும் என்று. எங்கள் வீட்டில் வருத்தப்பட்டார்கள், கண்ணீர் விட்டார் என் அப்பாவெல்லாம். நல்லா மார்க்கு வாங்குற பொண்ணு மேல படிக்காமல் சும்மா இருக்கேன்னு.

சித்த மருத்துவம்தான் படிப்பேன் என்று சொல்லி இரண்டு ஆண்டுகள் இடம் கிடைக்காமல் மூன்றாவது ஆண்டும் முயற்சி செய்துதான் சேர்ந்தேன். அப்பொழுது ஏதாவது ஒன்று நம்மை எங்கோ கொண்டு சேர்க்கிறது. அதாவது உள்ளுணர்வுதான்.

அதேபோல்தான் பண்டிதர் போய் சுருளி மலையில் கருணானந்தரைப் பார்த்திருக்கிறார். அப்பொழுது தென் மாவட்டங்களில் நிறைய பேர் பூச்சிக்கடி, பாம்புக் கடியில் இறந்திருக்கிறார்கள். அப்போது கருணானந்தர் சொல்லி இருக்கிறார் நம்மிடம் இதற்கெல்லாம் நல்ல வைத்தியம் உள்ளது. நீ அதை மக்களிடம் பரவலாக கொண்டு போ என்கிறார். ஆபிரகாம் பண்டிதரே ஒரு சித்த மருத்துவர் குடும்பத்திலிருந்து வந்தவர்தான். அவர் பள்ளித் தலைமையாசிரியராக இருந்திருக்கிறார். இவருக்கு சட்டென்று பொறிதட்டி இருக்கிறது.

கருணானந்தரிடம் நல்ல மருத்துவ முறைகள் இருந்திருக்கின்றன. அந்த முறைகளை இவர் கற்றுக்கொண்டு மருந்து செய்து மனைவியும் இவரும் பொட்டலங்கள் கட்டி கூடையில் வைத்து, கிராமம் கிராமமாகச் சென்று மருந்துகளைக் கொடுத்து இருக்கிறார்.

தெற்கு ஆசியா முழுக்க இவருடைய மருந்துகள் தபாலில் போயிருக்கின்றன. தஞ்சாவூரில் இவருக்கென்று ஒரு தனி தபால் நிலையம் இருந்திருக்கிறது, இவருக்குப் பணம் வருவதற்கு, கோரிக்கைகள் வருவதற்கு என்று.

சித்தமருத்துவராக அவர் பெரிய செல்வந்தர் ஆகியிருக்கிறார். அந்தச் செல்வங்களை எல்லாம் எடுத்துக்கொண்டு கருணானந்தரிடம் போய், 'இந்தப்பணம் எல்லாம் உங்களால்தான் எனக்கு வந்தது. இதை நான் என்ன செய்ய வேண்டும்' என்று கேட்க, 'இதையெல்லாம் எடுத்துக்கொண்டு போய் தமிழிசையை வளர்த்திடு' என்கிறார்.' நம் 2000 ஆண்டு சொத்து என்பது தமிழிசைதான். அது கொஞ்சம் கொஞ்சமாக செத்துப் போய்க் கொண்டு இருக்கிறது. அதன் உயிரை நீ காப்பாற்று' என்று கூறியுள்ளார்.

ஆபிரகாம் பண்டிதர் ஒரு கிறித்துவர், தேவாலயங்களில் பாடுபவர், கொஞ்சம் அப்படியாகத் தமிழ் இசையின் அடிப்படை

அறிந்தவர். எனவே தமிழிசையில் மூழ்கி விட்டார். தமிழிசை என்றால் என்னவென்று முதலில் தான் கற்றுக்கொண்ட பின்பே கருணாமிர்த சாகரம் என்ற இந்த நூலை எழுதுகிறார்.

தமிழிசை மாநாடுகள் ஏழு நடத்தினார். அந்த மாநாடுகள் நடத்த வேண்டும் என்றால் பெரிய செல்வந்தராக இருக்க வேண்டும். அதனினும் முக்கியமாக பெரிய இதயம் வேண்டும். நம் மூதாதையர்கள் மீதும் தமிழர்கள் மீதும் அளவில்லாத அன்பும் அக்கறையும் வேண்டும். தன்னுடைய வாழ்க்கை பற்றி பெரிய புரிதல் இருந்திருக்கிறது.

நான் சொன்னால் கேட்க மாட்டார்கள், போதாது என்று, தன்னுடைய மகள்கள் இரண்டு பேர் மூலமாக இசைக்கோட்பாடுகளை நிரூபிக்கிறார். தமிழர்களின் இசைக்கோடுபாடுகளாகக் குறிப்பாக பார்ப்பனர்களுக்கு எதிராக.

24 ஸ்ருதிகள், ஏழு ஸ்வரம் என்பதே நாம் உருவாக்கியதுதான். சரிகமபதநிச, குரல், துத்தம் கைக்கிளை, உழை, இளி, விளரி, தாரம் அந்தக் கண்டுபிடிப்புகள் நிகழ்த்தி அந்த வீணையில் அந்த ஒலி ஒலிக்கும் போது 24 சுருதிகளாக மாறுகிறது. இன்றைக்கும் 22 சுருதிகள்தான் என்று பார்ப்பனர்கள் கூறுகிறார்கள்.

நண்பர்களே நீங்கள் எந்தப் பார்ப்பனக் கூட்டத்தில் வேண்டுமானாலும் ஆபிரகாம் பண்டிதர் பெயரைக் கூறிப்பாருங்கள், எல்லாரும் கொந்தளித்து எழுவார்கள். காரணம் அவர்களால் அந்தப் பெயரையே தாங்கிக்க முடியாது. முதலில் அவர் ஒடுக்கப்பட்ட சமூகத்திலிருந்து வந்தவர், பின்னர் கிறித்துவர், தமிழிசை வல்லுநர். இந்தக் கலப்பு எல்லாம் அவர்கள் யாருக்கும் பிடிக்கவே பிடிக்காது.

தமிழிசை உண்மையிலேயே கருணாமிர்த சாகரம். கருணையினால் ஆன அமிர்தம் நிறைந்த ஒரு பெருங்கடல்தான் தமிழிசை. தமிழிசையை முறையாகப் பயிற்சி செய்தால் கண்டிப்பாக 150 ஆண்டுகள் ஒரு மனிதர் இந்தப் பூமியில் வாழ்வதற்கான ஆற்றல், நோக்கங்கள், பணிகள் எல்லாமே அதில் இருக்கு.

எப்படி இசை இசைத்தால் மழை பொழியும் என்று

சொல்கிறார்களோ, அவ்வளவு விடயங்களும் அதில் இருக்கிறது. அப்படித்தான் அந்தக்கருணாமிருதசாகரமும்.

நாம் ஏன் ஒடுக்கப்பட்ட விஷயம் சார்ந்து செய்கிறோம் என்றால் இதே குட்டி ரேவதி முலைகள் என்ற தொகுப்பை ஓர் ஆதிக்கச் சாதியில் இருந்து, பார்ப்பனச் சாதியில் இருந்து எழுதியிருந்தால் இவ்வளவு பெரிய கிளர்ச்சிப் போராட்டம், சர்ச்சை எல்லாம் உருவாகி இருக்காது என்பது ஒன்று. உண்மையில் ஆதிக்கசாதியில் இருந்து அப்படியான தலைப்பில் பொருளில் எழுதவும் சமூகத்திற்கு அவசியமில்லைதானே.

இரண்டாவது இந்தியா முழுவதும் போய் வந்து அண்ணல் அம்பேத்கரின் பணிகள் பற்றி அவர் எப்படி எல்லாம் செய்தார் என்று பார்த்தேன். அவரின் BAMCEF பற்றி சீனிவாசன் அவர்கள் ஆவணப்படம் பண்ணினார். அந்தப் படப் பதிவிற்கு போகும்போதுதான் அதைப்பற்றி நிறையத் தெரிய வந்தது. இந்த மண் அவர்களுடையதுதான். அவர்களிடம் இருந்து பறிப்பதற்காக செய்யப்பட்ட சதிகள் நிறைய இருக்கிறது.

அப்புறம் இயல்பாகவே மொழிகளுக்குள் போகும்போது புத்தமும் அவர் தம்மமும் பற்றி அறிந்தேன். புத்தர் தன்னுடைய கொள்கைகளை முதலில் பாலி மொழியில்தான் எழுதினார். ஏனென்றால் பாலி மொழி ஒடுக்கப்பட்டவர்களின் மொழி. புத்தர் ஒரு அரசர். அவர் நினைத்திருந்தால் ஆதிக்கச் சமூகத்தினர் பேசும் மொழியில் எழுதி இருக்க முடியும். ஆனால் அவர் வேண்டுமென்றேதான் அதை எழுதுகிறார். ஏனென்றால் முதலில் அந்த மக்களுக்குத் தெரிய வேண்டும் என்று எண்ணினார்.

நான் கூண்டுக்குள் இருக்கிறேன் என்று தெரிந்தால்தானே நான் கூண்டை விட்டு வெளியே போக வேண்டும் என்று எனக்குத் தோன்றும். கூண்டுக்குள் வைக்கப்பட்டிருக்கிறேன் என்று எனக்குத் தெரியாத பட்சத்தில் எனக்கு விடுதலை தேவை என்று எனக்கு எப்படித் தெரியும்?

அதனால் அந்த மாதிரியான பயிற்சி இருக்கிறது என்று நினைக்கிறேன். அதனால்தான் இந்த விஷயங்களைப் பிடிவாதமாகச் செய்ய முடிகிறது என்று நினைக்கிறேன்.

கவிதா மணாளன்– வீ.பா.கா. பற்றி நீங்கள் என்ன நினைக்கிறீர்கள்?

ஆமாம் அவருடைய பங்களிப்பு தமிழிசைக்குப் பெரிய பங்களிப்பு. இவர்கள் எல்லாருமே ஒரு தொடர்ச்சிதான். வீ.பா. காவின் ஒரு நூல் கூட போட வேண்டும் என்றும் நினைக்கிறேன். ஏனென்றால் அவர்கள் எல்லாம் மறைக்கப்படுகிறார்கள்.

நீங்கள் நம்ப மாட்டீர்கள் மணாளன், தமிழ்நாட்டில் மட்டும் அவ்வளவு பேராசிரியர்கள் நம்முடைய தமிழ் இசை குறித்து அவ்வளவு ஆய்வு செய்து புதிது புதிதாக நூல்களைக் கொண்டு வந்து எந்த ஒரு சமூக அங்கீகாரமும் இல்லாமல் இருக்கிறார்கள்.

அது எப்போது வெளியே வரும் என்றால் நாம் தமிழ் இசைக்குக் குரல் எழுப்பி பெரிய அளவில் ஒலிக்கும் போதும், நாமும் பண்டிதரைப் போல தமிழிசைக்காக மாநாடுகள் நடத்தும்போதும் வரும்.

நாங்கள் அப்படியான ஒரு கொண்டாட்டத்தைத் திட்டமிட்டுக் கொண்டு இருக்கிறோம். ஆகஸ்ட் இரண்டாம் தேதி பண்டிதர் பிறந்தார். ஆகஸ்ட் 31ஆம் தேதி இறந்தார். எனவே ஆகஸ்ட் மாதத்தை தமிழிசை மாதமாக கொண்டாட வேண்டும் என்ற கோரிக்கை வைத்துக் கொண்டிருக்கிறோம்.

ஒரு முன்மாதிரியாக பண்ணாரி மாரியம்மன் கல்லூரியில் மாணவர்கள் மிகுந்த ஆர்வமாக இருக்கிறார்கள். சிறிய அளவில் நடத்திப் பார்க்கலாமா என்று பார்க்கிறோம்.

கவிதா மணாளன்: *எங்கள் பல்கலைக்கழகங்களில் இப்போது பாடத்திட்டம் மாற்றுகிறார்கள். அப்படி மாற்றும்போது கூடுதல் தாள்களாக தமிழ் இசையை ஒரு தாளாகவும் தமிழ் மருத்துவம் ஒரு தாளாகவும் வைக்கத் திட்டமிட்டுள்ளனர். தமிழிசைக்கென்று ஏதாவது பாடத்திட்டத்தில் வைப்பதற்குண்டான ஒரு வழிகாட்டு நூல்கள், தமிழ் மருத்துவத்திற்கென்று வழிகாட்டு நூல்கள் இருந்தால் நீங்கள் பரிந்துரை செய்ய முடியுமா?*

சிறப்பு, மிகச்சிறப்பு. அப்படி ஒரு பாடப்பகுதியை உருவாக்கவேண்டுமென்று நானும் தலைகீழாக நடக்கிறேன் அது சாத்தியமே படமாட்டேன் என்கிறது. எல்லாமே ஆதிக்கவாதப் பிரதியாகத்தான் இருக்கிறது. நாம் தமிழிசை தெரிந்தவர்கள் கிட்டயும் எழுதி வாங்குவது பெரிய போராட்டமாக உள்ளது. நான் எப்படியாவது உங்களுக்கு செய்து தருகிறேன்.

எது செய்தாலும் பெரிய அளவில் செய்யுங்கள். 10 பேர் வந்தாலே போதும், அந்தக் கூட்டத்தை நடத்திக் கொள்வோம் என்ற நம் சிந்தனையை மாற்றிக்கொள்ளவேண்டும். நல்லாத் திட்டமிட்டுப் பெரிய அளவில் ஒரு சமூகத்தின் பெரிய கூட்டத்திற்குப் போய் சேர்கிற அளவிற்கு செய்யுங்கள்.

உங்கள் கல்லூரியில் நீங்கள் இப்படி செய்கிறீர்கள் என்றால் பரந்த அளவில் எல்லோருக்கும் தெரிகிற மாதிரி நீங்களே அதை திரும்பத் திரும்பச்சொல்லுங்கள். எல்லா இடங்களிலும் சொல்லுங்கள். ஒரு 500, 5000 பேர், பின் 5 லட்சம் பேருக்கு என்று சொல்லுங்கள். டிவி மற்றும் சமூக ஊடகங்கள் என்று எல்லாவற்றிலும் சொல்லுங்கள். எதையுமே சிறிய அளவில் செய்யாதீர்கள். மார்க்கெட்டிங் கூச்சம் இல்லாமல் சொல்லுங்கள். எங்கே என்னைக் கேட்டாலும், என்னை உட்கார வைத்து பேசச் சொன்னால் தமிழிசையைப் பற்றித் தயக்கமில்லாமல், கூச்சமில்லாமல் பேசுவேன். ஏனென்றால் நான் அந்தப் பயிற்சியை எடுத்திருக்கிறேன்.

ஆபிரகாம் பண்டிதரைப் பற்றி எங்கே பேசச் சொன்னாலும் நான் ஒரு மூணு மணி நேரம் பேசுவேன். சித்தமருத்துவம் பற்றிப் பேசச் சொன்னால் மூணு மணி நேரம் பேசுவேன். ஏனென்றால் அதைத் தாண்டி வேறு எதுவும் நான் பேசமாட்டேன். நீங்கள் நன்றாகக் கவனித்தீர்கள் என்றால் தெரியும், அதைத் தாண்டி வேறு எழுத்தாளர்களையோ அல்லாத சொற்களையோ நான் பேசமாட்டேன். எனக்கு இவ்வளவு நேரம் இருக்கு இவ்வளவு நேரத்திற்குள் என்னால் எவ்வளவு பேச முடியுமோ அவ்வளவும் பேச வேண்டும். அது ரொம்ப முக்கியம். தமிழிசை நான் இன்னும் பயிற்சி பெற வேண்டும். சரியான நபரை வேண்டுமானால் நான் அறிமுகப்படுத்துகிறேன். நன்றாக விரிவுபடுத்துங்கள்.

ச.ப்ரியா: நவீனம் பெருகி இயற்கை அழியும் சூழ்நிலை ஏற்படுகிறது. சித்த மருத்துவராக நீங்கள் அதை எப்படி பார்க்கிறீர்கள்?

சித்த மருத்துவராக இல்லை. ஒரு தமிழராக நாம் திணைச் சமுதாயத்தைச் சேர்ந்தவர்கள். நாம் திணைச் சமுதாயம் என்ற பண்பாட்டையே விட்டுவிட்டு வந்து விட்டோம். இந்தச் சுற்றுபுறச்சூழல் என்று சொல்வதெல்லாம் ஒரு பிளாஸ்டிக்

வார்த்தை என்பேன். திணை எப்படி எல்லாமோ என்னவெல்லாமாகவோ இருக்கிறது. தமிழ்த்துறை, மொழித்துறை, இலக்கியத்துறை போன்றவர்களின் பணியாக இருக்க வேண்டும் என்று தோன்றுகிறது. முன்பு தமிழ்த்துறை என்று தனியாக இருந்தது அப்புறம் மொழித்துறை என்று ஆக்கினார்கள். அதுவும் இப்பொழுது இருக்கிறதா என்று தெரியவில்லை.

நாம படிக்கும்போது, தமிழை நன்றாக எழுதுகிறோம் வாசிக்கிறோம் என்றால் தமிழ் ஆசிரியர்களுக்கு டிபன் பாக்ஸ் தூக்கிட்டு போவோம். அது அவர்களுக்கு நாம் அடிமையாக உள்ளது என்றல்ல, அவர்களிடம் இருந்து நாம் இன்னும் கூட கொஞ்சம் கற்றுக் கொள்வோம் என்றுதான். தமிழ் எல்லாம் முழுமதிப்பெண் என்றுதான் நானெல்லாம் இருந்தேன். அந்த ஆர்வத்தை ஊட்டக்கூடிய தமிழ் பேராசிரியர்கள்தான் நமக்கு இன்றும் தேவை. எழுத்தாளர்களுக்கும் பேராசிரியர்களுக்கும் பயங்கர இடைவெளி. நாங்கள் நவீனம், அதிநவீனம் என்று போவோம். இவர்கள் சங்கம், தொல்காப்பியம் என்று போவார்கள். மிகவும் நன்று. சிறந்ததும் கூட. ஆனால் எங்காவது இரண்டும் இணைய வேண்டும், பிணைய வேண்டும், ஒன்று குழைய வேண்டும் ஆனால் அது நடக்கவில்லை. ஓர் எதிர்த்தன்மை வந்துவிட்டது. நீங்கள் நவீனம் பேசுகிறீர்கள் எங்களுக்கு ஆகாதவர், நீங்கள் சங்கம் என்று பேசுகிறீர்கள் எங்களுக்கு ஆகாதவர் என்றுள்ளது. ஆனால் இது இல்லாமல் அது இல்லை. அது இல்லாமல் இது இல்லை.

அப்படி ஒரு விடயம் நிகழாமல்தான் எல்லோரும் பார்த்துக் கொண்டார்கள். ஓர் ஒவ்வாமை வந்துவிட்டது, எல்லோர்க்குள்ளும் இன்று நான் தினமும் நூல் வைத்து அகநானூறு, புறநானூறு படிக்கிறேன். நாம் எல்லோரும் அதைப் படித்துள்ளோம். இருந்தாலும் மீண்டும் மீண்டும் வாசிப்பது என்றொரு பயிற்சி தேவைப்படுகிறது. ஒரு நாளைக்கு ஒரு செய்யுள் படித்தோம். சங்கத்தைப் படித்தோம் என்றால் அந்த நாளைக்கு உண்டான ஊக்கத்தை கொடுக்கிறது. அப்பொழுது இந்த இரண்டு பாதைகளும் இணைய வேண்டும்.

இலக்கியத்துடன் இந்தக் கல்விப் புலங்கள் சேரவே இல்லை. அது இல்லாத வெளியில்தான் இலக்கியம் இயங்கிக் கொண்டிருக்கிறது.

எனக்கு இந்த நேர்காணல் எல்லாம் பெரிய உற்சாகமான விடயம். ஏனென்றால் கல்லூரிகளுடன் சங்கமிப்பது. அதனால்தான் நான் எல்லாவற்றிற்கும் சரி என்று சொல்லிவிடுவேன். முன்பெல்லாம் ஒரு நிகழ்விற்கு வந்தால் ரூமில் படுத்துத் தூங்கி நிகழ்வை அட்டென்ட் பண்ணிட்டு போய் விடுவோம். இப்போது அப்படி இல்லை ஆபிரகாம் பண்டிதர் பேர் சொல்ல வேண்டி உள்ளது, கர்ணாமிருதசாகரம் சொல்ல வேண்டியுள்ளது, எல்லாவற்றையும் வார்த்தை வார்த்தையாகச் சொல்ல வேண்டியுள்ளது.

நீங்கள் நம்ப மாட்டீர்கள் அன்று தான் நாகர்கோவில் சென்று ஒரு படப்பதிவிற்காக இறங்கப்போகிறேன். திருநெல்வேலி தாண்டவில்லை. ஏ.ஆர். ரகுமானே, நீங்கள் உடனே கிளம்பி வாங்கன்னு சொன்னார். இங்கே விஜயின் சர்க்கார் படத்தின் ஆடியோ லான்ச். மேடையில் என்னை விட்டு நீங்க கர்ணாமிருதசாகரம் பற்றிப் பேசுங்கள் என்று சொல்கிறார்.

அப்போது நாம் எங்கெல்லாம் பேச வேண்டியுள்ளது. அந்த விடயத்தை அப்படிப் பார்க்கிறார் அவர். ஏ. ஆர். ரகுமான் என்ன ஒரு இலக்கியவாதியா? அவர் நம்முடன் வேலை செய்யும் ஆளா? ஆனால் அவருக்குத் தோன்றுகிறது . இதை எந்த இடத்தில் பேசவேண்டுமென்று. என்னை வணிகத்தளங்களின் மையவெளியில், சர்க்கார் மேடையில் போய்ப் பேசச் சொல்கிறார். அப்படியெல்லாம் வாய்ப்பே கிடையாது. அவருக்குத் தோன்றுகிறது. இதை எங்கே பேச வைத்தால் மக்களிடம் போய்ச்சேரும் என்று.

அதற்கு அப்புறம்தான் நான் இந்த “ஆபிரகாம்பண்டிதரின் கருணாமிர்த சாகரம்”, என்ற ஆவணப்படத்தைச் செய்ய முடிந்தது. இந்த நிகழ்ச்சியைப் பார்த்துவிட்டு ஒருவர் என்னைத் தொடர்பு கொள்கிறார். ரகுமான் ஆஃபீஸ்க்குப் போன் பண்ணி நான் என்ன பண்ண வேண்டும் இதற்கு என்று கேட்கிறார்.

அதனால் நாம் விரிந்த அளவில் பேச வேண்டும். நான் இங்கே போய் இதைப் பேசமாட்டேன் என்று அப்படியெல்லாம் நினைக்காதீர்கள். நம் மூதாதையர்கள் 2000 வருடம் இருட்டில் இருந்தார்கள். கொத்தடிமைகளாகச் செத்துப் போனார்கள், சாப்பிடாமல் செத்துப் போனார்கள், நோயில் செத்துப்

போனார்கள், எதுவுமே இல்லாமல் செத்துப் போனார்கள். நமக்கு இன்று எல்லாமே இருக்கிறது, நமக்கு சாப்பாடு இருக்கிறது, ஒரு சுய விழுமியம் இருக்கிறது, எனில் எவ்வளவு மொழிக்கு மருத்துவத்திற்கு இசைக்கு என்று கூறுவதைவிட, மொழியின் வழியாக, மருத்துவத்தின் வழியாக, இசையின் வழியாக நாம் எவ்வளவு செய்ய முடியுமோ ஒவ்வொருத்தரும் வெவ்வேறு வேலை செய்ய வேண்டியுள்ளது. அதனால் எல்லாரும் எல்லா மண்வெட்டியையும் எடுத்தால்தான் நாம் வேலை செய்ய முடியும் என்று நினைக்கிறேன்.

கவிதா மணாளன்– *அதோட இன்னொரு மண்வெட்டியையும் எடுத்துக் கொள்ளுங்கள். இப்போது அகநானூறு எல்லாம் படிக்கிறீர்கள் இல்லையா. உங்களுடைய பார்வையில் அதற்கு உரை எழுதும் முயற்சியை எடுத்துக் கொள்ளுங்கள். ஜோ டி குரூசிடம் இதைத்தான் கேட்டேன். அவருக்கு இருக்கும் நெய்தல் திணை அறிவு, அந்த அடிப்படையில் நெய்தல் திணைப் பாடல்களைப் பார்த்தால், அது முழு கண்ணோட்டத்தைத் தரும். அதற்கு உரை எழுதித் தரணும்னு அவர்கிட்ட சொன்னேன். அது மாதிரிதான் உங்களிடமும் தமிழிசை சார்ந்தும், மருத்துவம் சார்ந்தும், கவிதை சார்ந்தும் உங்களுக்கு இருக்கும் விரிந்த பார்வையோட சங்க இலக்கியங்களுக்கு உரை எழுத முயற்சி செய்தால் மிகச் சிறப்பாக இருக்கும், எழுதுங்கள்.*

கண்டிப்பாக, எனக்கு திருக்குறளுக்கு எழுத வேண்டும் என்று ரொம்ப ஆசை. சங்க இலக்கியங்களுக்கும் எழுத வேண்டும். எல்லா வாழ்வியல் நெருக்கடிகளுக்கும் இடையில் இதையெல்லாம் செய்துவிட்டுத் தான் மறைந்து போகவேண்டும்.

கவிதா மணாளன்: *சித்த மருத்துவத்தில் இருக்கும் நீங்கள் தாவரங்களின் பெயர்களை நுட்பமாக அறிந்திருப்பீர்கள். சங்க இலக்கியத்தில் ஒவ்வொரு பெயர் வரும், அப்போது எனக்கு அதெல்லாம் ஏதோ ஒரு மரமாகவோ, ஏதோ ஒரு செடியாகவோதான் தெரிகிறது. அதோட அருமை தெரிவதில்லை. ஏன் இந்த பூ இங்கு சொல்லப்படுகிறது என்பதற்குக் கூட ஒரு காரணம் இருக்கும். அதை உணர்கிற தன்மை அப்பூவை அறிந்தவர்களுக்குத்தான் வாய்க்கும்.*

கண்டிப்பாக. கண்டிப்பாக இந்த ஆலோசனையை நான் கருத்தில் ஏற்றுக்கொள்கிறேன். கண்டிப்பாக செய்யவேண்டும். நான் எவ்வளவு வேலை செய்ய வேண்டி உள்ளது.

ரமேஷ்: இலக்கியத்துறை, விமர்சனத்துறை சார்ந்து தீவிர இலக்கியம், வெகுசின இலக்கியம் என்று கூறு போடுவது பற்றிய உங்கள் பார்வை என்ன? ஏனென்றால் வெகுசன இலக்கியம் என்பது வியாபார உத்திக்காக சும்மாச் சின்ன விஷயத்தை பேசிவிட்டுப் போய் விடுகிறார்கள்; கொண்டாடப்படுகிறது. நேரடியாகச் சொன்னால் வைரமுத்துவை எடுத்துக்கலாம். ஆனால் தீவிர இலக்கியத்திற்குள் எத்தனை ஆளுமைகள் பெயரறியப்படாத சூழல். இன்றும் பஞ்சத்தில், முழுநேர உணவில்லாமல் வாரக் கணக்கில் பட்டினி இருந்து செத்தவர்கள், செத்துக்கொண்டிருப்பவர்கள் எல்லாம் குறித்து வரலாறு நமக்கு சொல்கிறது. இந்த இரண்டையும் ஈடு செய்ய வேண்டிய வேலைகளாக எவற்றைப் பார்க்கிறீர்கள்? இல்லை என்றால் இதைப் பற்றிய உங்கள் கருத்து.

இன்னொரு மண்வெட்டியைப் பற்றி நான் இன்னும் பேசவில்லையே. பிரமிள் என்னும் மண்வெட்டி. கவிஞர் பிரமிள். இன்று காலையில் கூட என்னோட மன ஓட்டத்தில் இருந்தது. நான் தீவிர இலக்கியப் பிரிவைச் சேர்ந்தவள். ஏனென்றால் அப்படித்தான் நான் வளர்ந்தேன். அப்படித்தான் என்னோட எல்லாமே உருப்பெற்று இருக்கிறது. அப்படி ஒரு வளர்சிதை மாற்றம்தான் எனக்கு நிகழ்ந்திருக்கிறது என்று நினைக்கிறேன். நீங்கள் இப்ப சொன்னீங்க இல்ல ரமேஷ் நீங்கதான் இதைச் செய்ய வேண்டி இருக்கிறது. ஏனென்றால் சமூக அறிவியல் தெரியவில்லை என்றால் இது என்ன வகையான எழுத்து என்று நீங்கள் புரிஞ்சுக்கவே முடியாது.

ஆபிரகாம் பண்டிதரைக் கொன்று பாடையில் ஏற்றி இருக்கிறார்கள், புதுமைப்பித்தனையும் கொன்று பாடையில் ஏற்றினார்கள், பிரமிளையும் அப்படித்தான் கொன்று பாடையில் ஏற்றி இருக்கிறார்கள். பிரமிளைப் பற்றி, நான் அவருடைய கடைசிக்காலங்களில் அவருடன் நெருக்கமாக இருந்த காலசுப்பிரமணியத்துடன் பகல் இரவாகப் பேசி உள்ளேன்.

எனக்கு என்ன ஆர்வம் இருக்கும் என்றால், எதனால் இவ்வளவு பெரிய ஆளுமைகள் எல்லாம் சீக்கிரம் இறந்து போகிறார்கள். எது இவர்களை நசிக்கிறது என்று பார்த்தால், அவர்களுக்குள் ஒரு ஆளுமையாக இருக்கிறார்கள். அவர்களால் தங்களின் அறிவுஜீவிதத்தால் சந்திக்கமுடியாத சவாலாக இருந்திருப்பது எது? அவர்கள் வேறு ஒருவரிடம் போய்

சாப்பாட்டிற்கு வழி இல்லை என்று கேட்க மாட்டார்கள். அப்படியான சூழ்நிலைகள் இவர்கள் எல்லோருடைய வாழ்க்கையிலும் வந்து போகும். ஆனால் ஒரு intellectual beingஆக அவர்கள் இருக்கும்போது அவர்களுடைய அறிவு எல்லாவற்றையும் சுரண்டி நாம் பயன்படுத்திக் கொள்கிறோம். ஆனால் அவர்கள் வாழ்வியலில் என்ன ஆனார்கள் என்று நாம் பார்ப்பதே இல்லை.

நீங்கள் சொன்னதுதான் கடுமையான வறுமை, கடுமையான நோய் ஆனால் இன்றளவும் சினிமா குறித்தோ, ஈழம் குறித்தோ, தமிழ் நவீனக் கவிதைகளில் சாதி அல்லது பார்ப்பனிய விடயங்கள் குறித்தோ, அது சார்ந்த குறியீடுகள் குறித்தோ, பிரமிளின் அளவிற்கு இன்றளவும் யாருமே எழுதவில்லை. இன்று 2024 அவருக்குப் பிறகு எத்தனையோ பேர் எழுத வந்து விட்டார்கள்.

இன்றைக்கும் பிரமிளுடைய எழுத்து எதிர்காலம் குறித்த, நவீனம் குறித்த, நவீன காலம் குறித்த, ஒரு விடயம். அது மானுடப் பண்பாட்டின் மீது, மனிதர்கள் மேல் அவ்வளவு தீவிரமான அக்கறையுடன் எழுதப்பட்டது. அவர்களை எல்லாம் இவர்கள் அசிங்கமானவர்கள், கோபமானவர்கள், இவர்கள் இதைச் செய்தார்கள் என்று அப்படித்தான் நமக்கு பிம்பம் கொடுக்கப்பட்டிருக்கிறது.

அப்போது இந்த பொறுப்பு, உங்களுக்குத்தான். நீங்கள்தான் பிரமிளைக் கொண்டு சேர்க்க வேண்டிய ஆள். நாம் நம்முடைய பொறுப்பை நாம் எங்கேயுமே உணர்வதில்லை என்று நினைக்கிறேன்., இவர் ஒரு பெரிய ஆள் என்றால் இவரைக் கொண்டாட வேண்டும், இவர் பின்னால் போக வேண்டும் என்று நினைக்கிறேன்.

நான் என்ன நினைக்கிறேன் என்றால் நம்முடைய தமிழ்ச் சமூகத்தில் நாம் எல்லோரும் கொண்டாடப்பட வேண்டியவர்கள்தான். நம் எல்லோருக்கும் நிறைய வேலைகள் இருக்கும் என்பதை நாம் உணரவில்லை. நாம் நம்முடைய இன்றைய சமூக அரசியல் நிலையில் நம் சமூக வரலாறு தெரியாமல் ஓர் இலக்கியத்தைப் படைக்கவே முடியாது. அதில் இலக்கியம் இல்லை. அது இலக்கியமும் ஆக முடியாது.

இலக்கியத்திற்கான மனிதத்திற்கான மாண்பு இல்லவே இல்லை. அதனால் ஓர் உபயோகமும் இல்லை. சவசவன்னு ஒரு நூறு பக்கம் வீணாப் போகும் அவ்வளவுதான்.

கவிதை வழியாக நான் முன்வைக்கும் மொழி அழகியலே என் அரசியல். இதற்கு கவிஞருக்கு ஆழமான சமூக அரசியல் அறிவு வேண்டும். இந்தச் சமூக அரசியல் அறிவின்றித் தமிழில் இலக்கியம் படைக்கவே முடியாது.

அதுதாண்டி நாம் இலக்கியத்தைப் பார்ப்பதற்கான விமர்சனப் பின்புலம் உருவாகாமல் போனதற்கு காரணம் எனக்குத் தெரிந்து கல்வியாளர்கள் (Academicians) இலக்கியத்தில் நுழையாததுதான் என்று நான் எப்போதுமே சொல்வேன். கல்வியாளர்கள் (Academicians) இந்த இலக்கியத்தில் எல்லாம் நீங்கள் எழுத வந்தீர்களா? என்ன எழுதி இருக்கிறீர்கள் என்று கேட்காதது? பின் என்ன எழுதி இருக்கிறீகள் என்று கேட்கும் அளவிற்கு அவர்களுக்கும் சமூக அரசியல் அறிவு இல்லாமல் இருந்ததுதான் காரணம்.

நான் பேராசிரியர்களைக் கடுமையாகக் குற்றம்சாட்டுவேன். விமர்சனப் பின்புலம் இலக்கியத்திலேயே இல்லாமல் போனதுதான் இவ்வளவு மலிவான எழுத்தாளர்கள் உருவாவதற்குக் காரணம். அதற்குக் காரணம் உங்களைப் போன்ற பேராசிரியர்கள்தான். நான் நேரடியாகத்தான் சொல்கிறேன் பின்னால் போய்ப் பேசினால் ‘அவங்க பார் பின்னாடி இப்படிப் பேசிட்டாங்க’ என்று சொல்லக்கூடாது இல்லையா. உங்கள் பக்கம் சாய்ந்துதான் நான் சொல்கிறேன்.

அப்படி இருந்திருந்தால் கண்டிப்பாக மலிவான இலக்கியங்கள் தமிழில் உருவாகி இருக்காது. அதில் உங்களுக்குப் பெரிய பங்கும் பொறுப்பும் இருக்கிறது. நீங்கள் யாரும் அதைக் குறுக்கு விசாரணை செய்தது கிடையாது. விமர்சனம் செய்தது கிடையாது. இது இலக்கியமா என்று ஏதோ ஒரு தரப்பில் இது மொழி ரீதியாகவோ, கருப்பொருள் ரீதியாகவோ, கருத்தியில் ரீதியாகவோ எதுவுமே கேட்டதே இல்லை யாரும்.

பலர் அந்த ஜோர்லதான் எழுதிட்டு இருக்கிறார்கள். யார் என்னைக் கேட்பது என்பது மாதிரிதான் எழுதிக்கொண்டு இருக்கிறார்கள்.

வீ.ரமேஷ்குமார்: நீங்கள் சொன்னீர்கள், பிரமிள் அளவிற்கு குறியீடுகள் பயன்படுத்தவில்லை என்று. நான் வாசித்த அளவில் உங்களுடைய கவிதைகளில் அவ்வளவு குறியீடுகள் இருக்கின்றன. நிறைய பேர் உங்களைப் புரிந்து கொள்ள முடியவில்லை என்று சொல்வதற்கு காரணம் அந்தக்குறியீடுகள் தெரியாமல் போவதுதான் என்று நினைக்கிறேன்.

என்னைப் புரிந்து கொள்ள முடியும். என்னுடைய கவிதையைத்தான் புரிந்து கொள்ள முடியாது. என்னுடைய மொழி சித்தர் இலக்கியம் படித்ததால் வந்தது. நம்மிடம் நம் எல்லோருக்குள்ளும் சித்தர் இலக்கிய மரபு இருக்கிறது. அந்தப் பின்புலத்தில் இருந்துதான் வருகிறோம். அப்படித்தான் எனக்கு அது வந்தது. அது, என்ன சொல்வது, நானாக உருவாக்கிக் கொண்டது, பயிற்சி என்றெல்லாம் கிடையாது. எழுதியதே அந்த நீரோட்டத்தில் தாம் எழுதினோம். அந்தப் புரிதலை ஓர் விவாதமாக வைக்க முடியுமா என்று இன்னும் சந்தேகமாகத்தான் உள்ளது. எதையும் புரிந்து கொள்கிற அறிவு இல்லை என்றால் அது அவர்களுடைய தரம், அவர்களுடைய அறிவு. அதை ஒரு மையப் பொருளாக வைக்க முடியுமா இல்லை விவாதத்திற்குரிய மையப் பொருளாக வைக்க முடியுமா என்று எனக்கு இன்றளவும் சந்தேகம் உள்ளது.

ச.ப்ரியா: மேடம், நான் எழுத வந்த காலத்தில் ரொம்ப..... முலைகள் தொகுப்பினால் ஏற்பட்ட சர்ச்சைகளை, ஒரு பெண்ணுடைய எல்லா சர்ச்சைகளையும் பார்க்கிறேன். அது சார்ந்து எல்லா நிகழ்வுகளையும் பார்க்கிறேன். அப்பொழுது நான் உடலை முன் வைப்பதற்கு இயலவில்லை. மிகவும் துணிவாகவும் எந்தத் தயக்கமும் இல்லாமல் உடலை முன் வைப்பதற்கு எனக்குப் பத்து வருடங்கள் தேவைப்பட்டு விட்டது. ஏனென்றால் நானும் அது போல் ஒரு வீடு என்ற வட்டத்திற்குள்தான் நான் வாழ்ந்துகொண்டு இருக்கிறேன். ஆனால் நான் இப்போது 'அனலிக்கா' என்ற என்னுடைய தொகுப்பில் நான் உடலை முன் வைத்திருக்கிறேன் என்றால் அதற்கு முதல் காரணம் நீங்கள்தான். முலைகள் தொகுப்புதான் எனக்குத் துணிவினைத் தந்தது. அதற்கு உங்களுக்கு ரொம்ப நன்றியும் மகிழ்ச்சியையும் தெரிவித்துக்கொள்கிறேன். இத்தனை ஆண்டுகளுக்குப் பிறகு அன்றைக்கு தோன்றியதை நான் இன்று உங்களிடம் பதிவு செய்து கொள்கிறேன். நீங்கள் இல்லை என்றால் நான் இப்படி ஒரு சூழலை முன் வைத்திருக்க மாட்டேன். முதல் புள்ளி உங்களிடம் இருந்துதான் தொடங்கி இருக்கேன்.

ரொம்ப மகிழ்ச்சியான விடயம். நன்றி.

ரமேஷ்: அடுத்த கேள்வி, பனிக்குடம். ஏனென்றால் தமிழ் இதழியல் வரலாற்றில் ஒரு பெரிய மைல்கல் பனிக்குடம். ஏனென்றால் இந்த இதழின் வடிவமைப்பு மற்றும் உள்ளில் வைத்த விடயங்கள் எல்லாமே நான் பார்த்து பிரமித்து இருக்கேன். இன்று உங்களைச் சந்திக்கப் போகிறோம் என்றதால் திரும்ப அந்த இதழ் கிடைக்குமோ என்று பிடிஎஃப் தேடிப்பார்த்தேன் கிடைக்கவில்லை. அதனுடைய படங்கள்தான் கிடைத்தன. பத்திரிக்கைத் துறையில் வந்த பெண்களை, கலைத்துறை, ஓவியம் என்று எல்லாவற்றிலும் பெண்களை மையப்படுத்தினீர்கள். அந்த இதழைத் திரும்பவும் கொண்டு வருவதற்கான இன்றைய சாத்தியப்பாடுகள் எப்படி இருக்கின்றன. ஏனென்றால் இன்றைய தகவல்கள் எல்லாம் சொல்லி இருக்கிறீர்கள் என்று நினைக்கிறேன். ஒரு பேட்டியில் ஓர் இணைய இதழாக கொண்டு வரலாம் என்று. அது எவ்வளவு விரைவாக?

நீங்கள் எல்லாரும் சேர்ந்து கொண்டு வரலாம். அது ஒரு பணி, தீவிரமான பணி. இப்பொழுது சமூக ஊடகங்கள் இருக்கின்றன. நினைத்தால் ஒன்றை எழுதி விட முடிகிறது. பேஸ்புக்கில் ஏதாவது ஒன்றில். அப்போ ரொம்பக் கடுமையாக இருந்தது. ரொம்ப கொடுமையாகவும் இருந்தது. எழுதுவதற்கு இடம் இல்லை, இல்லாமல் இருந்தது. எங்கேயோ எனக்குள் இருக்கும் கூக்குரலை நான் சேனலைஸ் பண்ணிக்க வேண்டுமென்று எனக்குள் ஒரு தீவிரமான முடிவு இருந்தது. இன்றைக்கு இருக்கும் எல்லாப் பெருங்கவிஞர்களும் அவர்களுடைய முதல் கொத்துக் கவிதைகளையும் அதில்தான் எழுதி இருப்பார்கள். நீங்கள் அதைப் பார்த்தால்தான் தெரியும்.

ஒன்று எனக்கு எழுத இடம் இல்லாமல் இருந்தது. அப்புறம் பெண்ணியக் கருத்தியலில் தீவிரம் எனக்குள் ரொம்ப மூர்க்கமாகவும் ஆவேசமாகவும் இருந்தது. மூன்றாவது விடயம், அழகியலை ஒரு அரசியலாக பார்த்தேன் நான்.

நீங்கள் ஒரு விடயத்தைச் செய்யும் போது தமிழர்களுக்கென்று ஒன்று, ரொம்ப நுண்மாநுழைபுலம் சேர்ந்த ஓர் அழகியல் இருக்கிறது. சங்கக் கவிதைகளில் அந்த அழகியலை ரொம்ப பிரில்லியண்டாக எழுதி இருக்கிறார்கள், நம்முடைய கவிஞர்கள். நிறைந்த மொழி அழகியல், அதில் உள்ள காட்சி அமைப்பு, சொல்ல வந்திருக்கிற விடயம். இவ்வளவு ஆயிரம்

ஆண்டுகளுக்கும் பின்பு அதனுடன் நாம் தொடர்புபடுத்திக் கொள்ள முடிகிற உணர்வுகள். அப்ப நம்முடைய இந்தக்காலத்தின் முதன்மையான குறைபாடு என்னவென்றால் அழகியல் என்பதை நாம் செய்கிற செயல்களில் நாம் முன்வைப்பதில்லை. ஏதோ ஏனோதானோ தாறுமாறாக ஒரே அலங்கோலமாக எல்லாவற்றையும் பண்ணுகிறோம் என்று நினைக்கிறேன்.

ஆபிரகாம் பண்டிதரின் சிறப்பு கூட என்னவென்றால் அந்த அழகியலின் உச்சம்தான். பிரமிளினுடைய விஷயமும் என்னவென்றால் அந்த அழகியலின் உச்சத்தை அவர் செய்யும் ஒவ்வொரு செயலிலும் வைத்திருந்ததுதான். அந்த அழகியலே அரசியல் ஆகிறது.

அழகியல் என்றால் என்ன? கவித்துவமாக ஒன்றை வெளிப்படுத்துவது என்றுதான் நினைக்கிறேன். அதில் இன்று தமிழர்கள் ரொம்ப சுழியமாக இருக்கிறோம் என்று நினைக்கிறேன். அதனால்தான் நான் சொல்கிறேன் நீங்கள் ஏதாவது ஒன்று செய்தீர்கள் என்றால் உங்கள் துறையில் தமிழிசை அல்லது தமிழ் மருத்துவம் கொண்டு வருகிறீர்கள் என்றால் அல்லது மாநாடு நடத்துகிறீர்கள் என்றால், அந்த அழகியலின் வெளிப்பாடு நமக்குத் தெரிய வேண்டும். அரசியலின் ஆழம் தெரியும்போதுதான் இதற்கு இவ்வளவு முக்கியமான அரசியல் முக்கியத்துவம் இருக்கும் என்று தெரியும்போதுதான் அதை அழகியல் சார்ந்து வெளிப்படுத்த முடியும் என்று நினைக்கிறேன். அது ஒரு மனப்பயிற்சி, குழுப்பயிற்சி. சேர்ந்து செய்ய வேண்டும் என்று சொல்வார்கள், தமிழிசையில். எல்லாரும் சேர்ந்து பாடும் போது ஒரு லயம் உருவாகும். அது மாதிரியான விடயம் அது. பனிக்குடம் என்பது அது மாதிரியான விடயம் என்று நான் நினைக்கிறேன்.

சுதா: கவிதை, சினிமாப்பாடல், ஆவணப்படம் என்று மூன்றில் உங்கள் பங்களிப்பு உள்ளது. இதில் மக்களிடம் கருத்துக்களைக் கொண்டு சேர்க்க எது சிறந்ததாக இருக்கும் என்று நீங்கள் நினைக்கிறீர்கள்?

ஒவ்வொன்றிலும் ஒவ்வொன்று செய்யமுடிகிறது. நான் முன்பு இது உயர்ந்ததா? அது சிறந்ததா? அப்படி எல்லாம் பார்த்துக் கொண்டிருந்தேன். எல்லாவற்றிலும் அது அதற்கான முதன்மைத்துவம் இருக்கிறது. அதனால் அதைச் செய்ய

முடிகிறது. சினிமா என்பது ஒரு சிறந்த விடயம் என்னவென்றால் இலக்கியம் மாதிரியான prejudice (முற்கோள்) இல்லை. ஒரு முன் அபிப்பிராயம் இல்லை. என்னைப் பற்றி நிறைய முன் அபிப்பிராயங்கள் உண்டு இங்கே. இலக்கியத்துறையில் எல்லாம் பரப்பப்பட்டிருக்கும். சினிமாவில் அப்படி இல்லை. திறமை மட்டும்தான். எழுதுவதற்குத் திறமை இருந்தால் எழுதலாம். எனக்கு சினிமாவில் இயங்குவது வெகு எளிதாக இருக்கிறது. திரைப்படம் பெரிய தளத்தில் போய் வேலை செய்வது. இலக்கியம் குறுகிய மனபிம்பங்களால் ஆனதாக உள்ளது. எனக்குத் தெரிந்து இன்றும் சாதிக் குழுமமாகத்தான் இருக்கிறது இலக்கியம் நான் நினைக்கிறேன். இன்னும் விரித்துப் பேசினால் இது பயங்கரச் சர்ச்சை ஆகும். இன்றைக்கும் இலக்கியம், நீங்கள் சொல்வீர்கள் கொங்கு இலக்கியம், கரிசல் இலக்கியம், என்றெல்லாம் அது சாதிய இலக்கியம் தவிர வேறு ஒன்றும் இல்லை. அதில் என்ன பெருமை இருக்கிறது. ஆனால் இன்றொன்று என்னவென்றால், என்ன பிரச்சனை என்றால், மணிவண்ணன், சாதியே கிடையாது தமிழர்களுக்கு. இவர்கள் புதிதாக ஒன்றைப் புகுத்தி அதை நம்மிடம் நிறுவி, அதன் வழியாக ஒரு படிநிலையைக் கொண்டு வரலாம் என்று நினைக்கிறார்கள். வாய்ப்பே கிடையாது. கடைசியில் நாம் இன்னும் ரொம்ப கீழான நிலைக்குத்தான் போவோம். மதம், சாதி என்பது நம்மிடம் கிடையவே கிடையாது. இவ்வளவு அகழ்வாராய்ச்சி பண்ணியிருக்கிறார்கள் அங்கேயும் நமக்கு குறியீடுகள் கிடைக்கவில்லை. மதம் இருந்ததற்கான குறியீடுகள் கிடைக்கவில்லை. இவ்வளவு இலக்கியங்கள் வாசிக்கிறோம் எங்கேயுமே சாதி இருந்ததற்கான எதுவுமே இல்லை. ஆனால் நாம் என்ன நினைக்கிறோம் என்றால் இதன் வழியாக நாம் ஒன்றைக் கொண்டு வந்து, என்னுடைய பிம்பத்தைக் கட்டமைத்துக் கொள்ள முடியுமா, என்னுடைய அதிகாரத்தைக் கட்டமைத்துக் கொள்ள முடியுமா, என்று. என்னென்னமோ தகிடுதத்தம் செய்கிறார்கள் இலக்கியம் என்ற பெயரில். என்னென்னமோ இலக்கியங்கள் கொண்டு வந்து விட்டார்கள். அந்த எல்லாக் குழுமமும் சாதியக் குழுமம் அன்றி வேறில்லை. இப்பொழுது நான் என்ன நினைக்கிறேன் என்றால் சினிமாவில் உங்களுடைய திறமை தேவைப்படும். ஆளுமை தேவைப்படும்.

கடுமையான உழைப்பு தேவைப்படும். அந்த உழைப்பு தேவைப்படும்போது நிறைய பேர் வெளியே போய் விடுவார்கள். ஏனென்றால் நம் மக்களுக்கு கொஞ்சம் சோம்பேறித்தனம் வந்துவிடும். திரைப்படத்துக்குத் தேவை கடுமையானதொரு அல்லும் பகலுமான உழைப்பு. சினிமாவில் 24 மணி நேரமும் உழைக்கவேண்டும். இயக்குநர் என்றால் நான் இவ்வளவு நேரத்திற்குத்தான் இயக்குநர் என்றெல்லாம் கிடையாது. 24 மணி நேரமும் இயக்குநர். அப்படி உழைத்தால் மட்டுமே நான் என்னுடைய ஒரு படத்தை வெளியில் கொண்டு வரமுடியும். அப்பொழுது எனக்கு அது ரொம்ப விடுதலையாக உள்ளது. அப்படி ஒவ்வொரு வெளிக்கும் ஏற்ற விடயங்களை நான் செய்து கொள்கிறேன்.

கருணாமிருதசாகரம் சார்ந்து நிறைய அறிவார்ந்த விடயங்களைச் செய்ய வேண்டியுள்ளது. அதைவிட என்னவென்றால் நமது மூதாதையரின் செல்வம் இப்படிப்பட்டது என்று உங்களிடம் காண்பித்தால் போதும். நீங்கள் ஒரு பத்து வருடத்திற்கு சிறந்த பாடகி ஆகலாம், இல்லை உங்கள் மகள் பாடகி ஆகலாம். அந்தத் தமிழிசையை நாம் திரும்ப புனரமைக்கலாம். ஏதாவது ஒன்று நிகழ்ந்து விடாதா, ஒரு மேஜிக் நிகழ்ந்துவிடாதா என்று நினைத்துக் கொண்டிருக்கிறோம்.

கவிதை, எனக்கு மிகவும் அந்தரங்கமான , நான் நான் ஊக்கமாக இருப்பதற்கு, என்னுடைய மனத் தெளிவிற்கு ஆதாரமாக உள்ளது.

கவிதா மணாளன்: *திரைப்படம் சாதி சாராமல் இருக்கிறது என்று நினைக்கிறீர்களா? எனக்கு என்னமோ பெரிய பார்ப்பனியக் கூடாரமாக மாறிவிட்டது என்று நினைக்கிறேன்.*

அப்படித்தான் இருந்தது, இருந்துகொண்டுமிருந்தது சினிமா. முதலில் ஆழ்வார்ப்பேட்டையில் இருந்தது சினிமா. கோடம்பாக்கத்திற்கு நகர்ந்தது, இப்பொழுது வடசென்னைக்குப் போய்விட்டது. அங்கே இப்பொழுது கோடம்பாக்கம் ஒன்றுமே இருக்காது ஒரு நிழலே கிடையாது. நான் சொல்கிறேன். காலம், நீங்கள் சொல்கிற கதைக்கூற்றின் வழியாகப் போய்க்கொண்டே இருக்கும். இது ஒரு நெரேஷன்*(Narration).*

இப்ப நான் உட்கார்ந்து, நீங்க கேள்வி கேட்பது, ஒரு நெரேஷன் பாணியில் தான் போய்கொண்டு இருக்கிறது.

சினிமாவில் சாதி இருந்தது, ஒன்லி பிராமின் கதைக்கூற்றுமுறை இருந்தது, முதலியார் கதைக்கூற்றுமுறை இருந்தது, பிள்ளைவாள் கதைக்கூற்றுமுறை இருந்தது, 'பிள்ளைவாள்'னே கூப்பிடுவார்கள் மையக் கேரக்டரையே. இன்று நாம் பார்க்கும் போதே நமக்கு தெரிகிறது, அது எப்படிப்பட்டது என்று. அப்படித்தான் இங்கேயும் பேசிப்பார்கள். ஆழ்வார்ப்பேட்டையில் இருந்தது சினிமா. அப்புறம் கோடம்பாக்கம், வடபழனி, சாலிகிராமம் இன்று வடசென்னை.

சாதி இல்லாமல், – இது புகுத்தப்பட்டது தானே ஆனால்-, சினிமாவில் அந்தப் பெரும் சக்கரத்தை நகர்த்த முடிகிறது என்று சொல்லலாம். இலக்கியத்தில் அதைச்செய்ய முடியவில்லை. அதற்கு நாம் எல்லாம் ஒன்றாகச் சேர வேண்டும்.

அங்கு (திரைத்துறையில்) 24 டிபார்ட்மெண்ட் சேர்ந்து வேலைசெய்யணும். நீங்கள்சாதிசார்ந்து எந்த டிபார்ட்மெண்டையும் கொண்டுவர முடியாது. ஒன்றுமே செய்ய முடியாது. சமைப்பவர், இவர் சமைப்பதை சாப்பிட முடியாது என்றால் சினிமா இயங்கவே முடியாது. நடக்கவே நடக்காது. அங்க 24 டிபார்ட்மெண்ட் வேலை செய்யணும் 24 டிபார்ட்மென்டிலும் தீவிரமாக இருந்தால்தான் ஒரு படம் வெளியே வரமுடியும். போட்ட காசை எடுக்க முடியும் என்று எல்லாம் விஷயமும் இருக்கு. இல்லையென்றால் வாய்ப்பே இல்லை. நீங்கள் இவன் சமைக்காத சாம்பார் வேண்டும், இவன் சமைக்காத வடை வேண்டும் என்ற வாய்ப்பே இல்லை. சினிமாவில் பயங்கர ஒழுங்குமுறை அவசியப்படும்.கடுமையான ஒழுக்கம், நேர ஒழுக்கம், கால ஒழுக்கம், திறமை சார்ந்த ஒழுக்கங்களைப் பார்க்கலாம். எனக்கு கொண்டாட்டமாய் இருக்கும் சார்.

ச.ப்ரியா: *நீங்கள் பாடலாசிரியர் ஆனது, திடீர்னு உங்களைப் பாட்டெழுதுங்க என்று ரஹ்மான் சார் சொன்னார்...*

பாடலாசிரியர் என்பதை நான் கொஞ்சம் தாழ்வாக நினைத்துக் கொண்டிருந்தேன். ஒரு கவிஞர் எப்படி பாடல் ஆசிரியராக முடியும் என்று. ஆனால் ஏ.ஆர்.ரகுமான் சொன்னால் எழுதாமல் இருக்க முடியுமா?

(கவிதா மணாளன்: மணிவண்ணன் அவர்களும் ஒரு பாடல் ஆசிரியர். நேற்று திரையிடப்பட்ட 'குரங்கு பெடல்' என்ற படத்தில் அவருடைய பாடல் இடம் பெற்றுள்ளது. வாழ்த்துகள், வாழ்த்துகள்.)

ஜோதிலட்சுமி: இன்றைய நவீன இலக்கியத்தில் எல்லாக் கவிதைகளும் தலைப்புடன் வருவதில்லை. ஆனால் உங்களுடைய பெரும்பாலான கவிதைகளை இல்லை, எல்லாக் கவிதைகளையும் நீங்கள் தலைப்புடன் எழுதுகிறீர்கள். அதற்கான காரணம் ஏதாவது இருக்கிறதா?

அப்படித்தானே கவிதை எழுத வேண்டும். கவிதைக்கு என்றோர் ஒழுங்கு, ஒழுக்கம் இருக்கிறது. நான் ரொம்ப மரபார்ந்த கவிஞர். முழுமையும் நான் ஒரு கவிஞர். எப்படிச் சொல்வது? நான் வாசித்து, உலகளாவிய நாடுகள் எல்லாம் போய், கவிதை வாசித்தல் (Poetry Reading) எல்லாம் செய்திருக்கிறேன். ஒருவர் ஒரேயொரு கவிதை தன்னுடைய வாழ்க்கையில் எழுதி இருந்தாலும் அவர் ஒரு முக்கியமான கவிதை எழுதியிருந்தால் அதற்குத் தலைப்பு வேண்டும், தலை வேண்டும், அதற்கான எல்லாக் கவி நுணுக்கங்களும் வேண்டும்தானே. தனியாக ஒரு முகவரி இல்லாமல் இருக்க முடியாதில்லையா? நான் கவிதை ஒழுக்கங்கள் சார்ந்தவள். ஒரு கவிஞராக, கவிதைத்துறை சார்ந்தவராக நான் இப்படி இப்படித்தான் இருக்க வேண்டும் என்ற ஒழுங்குகளை எனக்குள்ளே வைத்துள்ளேன். ஒரு கவிஞர் எப்படி இருக்க வேண்டும் என்பதை, ஒரு கவிஞர் 24 மணி நேரமும் கவிஞராக இருக்க வேண்டும் என்பதைக் குறித்த விழிப்பை எனக்கு நானே வைத்திருக்கிறேன். அவர் செய்கின்ற எல்லாவற்றிலும் கவித்துவம் மிளிர வேண்டும். அவர் அந்தப் பண்போடு நடந்து கொண்டால்தான் கவிஞர். அப்படி இல்லாமல் வெறும் எழுத்தால் மட்டும் ஒரு கவிஞர் வந்திட முடியாதென்று நினைக்கிறேன். மாணவர்களிடம் நாம் கவிதை பேசலாம். அது ரொம்ப நல்லா இருக்கும். கவிதை பேசி அது என்ன, எப்படிக் கவிதை, எல்லாம் பேசணும்னு ரொம்ப ஆசை. ஆனால் நாம் கவிதைக்கும் நமக்கும் இடையே அதிக இடைவெளியை உருவாக்கி வைத்துள்ளோம். கல்விப் புலங்களிலும் சரி, சமுதாயத்திலும் சரி. எனக்கு அதில் எல்லாம் உடன்பாடு கிடையாது.

ஆனால் நான் ரொம்ப பெருமைகொள்கிறேன், கவிஞராக இருப்பதில். கவிஞராக இருப்பது என்பது பெருமை. நீங்கள் எல்லோரும் கவிதை எழுத வாருங்கள் என்று நான் சொல்கிறேன். அது ஓர் ஒளிமயமான உருவம். செத்துப் போனால்கூட ஒளிமயமாகச் செத்துப் போகனும். அதில் நமக்கு கவலையே இருக்காது. ஏனென்றால் மரணம் பற்றிய முன்னறிவு நமக்கெல்லோருக்கும் இருக்கிறது. அதில் கவிஞராக இருப்பதென்பது இந்தப் பேரண்டத்துடன் இரண்டறக் கலப்பதின் ஒரு சாயல்தான். அதை நீங்களே வளப்படுத்திக்கொள்ளத்தான் செய்ய வேண்டும். நான் ஒன்னும் அப்படி நடந்து முழுமை ஆயிட்டேன் என்றெல்லாம் இல்லை. எனக்கும் அந்தக் கோணல்கள் எல்லாம் உருவாகும். அதைச் செம்மைப்படுத்திக் கொள்கிற கத்தி கவிஞரிடமேதான் உள்ளது. கவிஞராக இருப்பதனால் நம்மிடமும் அந்தக் கத்தி உள்ளது.

வை.தர்மலிங்கம்: நீங்கள் பேசுகிறபோது, புடைத்து, ஆக்கி, அடிச்சு, அவித்து என்று வார்த்தைகள் எல்லாமே பெண்களை மையப்படுத்தி, சமையல் ஆக்குவதை மையப்படுத்தி என்று பெண்கள் பயன்படுத்தக்கூடியதாகவே இருக்கிறது. உங்களுடைய மொழி ஒரு புதுமைப்பெண் போல் இல்லாமல், எடுத்துக்காட்டாய்ச் சொல்கிறபோது புடைத்து, பொறுக்கி, சலித்து என்று, இது எனக்குச் சலிப்பாக உள்ளது.

நீங்கள் நெல் அவிக்க மாட்டீர்களா? நெல் அவிப்பது ஆண்கள் செய்வதில்லையா? நெல்லை ஆண்கள் தொடவே மாட்டீர்களா? புடைப்பது அவிப்பது சமைப்பது ஆண்கள் செய்வதில்லையா? நெல்லை, அரிசியை ஆண்கள் சாப்பிடுவதே இல்லையா? இந்தக்கேள்வி பாலினம் பற்றிய உங்களுடைய முன்னபிப்ராயம், முன்தீர்மானங்கள், முன் தீர்ப்புகள் குறித்தானது.

நான் முழுமையும் எப்படியென்று சொல்கிறேன். கு.சிவராமன் தெரியுமா? மருத்துவர் சிவராமன், அவருடைய பெரிய மருந்துக் கம்பெனியை நான் பார்த்துக் கொண்டிருந்தேன். 100 கிலோ லேகியம் செய்வேன். 100 லிட்டர் தைலம் செய்வேன். ரெண்டு கிலோ தங்க பற்பம் செய்வேன். ஒரு கிலோ வெள்ளிப் பற்பம் செய்வேன். நான் இந்தச் சமையல்காரி மட்டும் இல்லை, அந்தச் சமையல்காரியும்தான்.

வை.தர்மலிங்கம்: அந்த மொழி, ஏன் அந்த வார்த்தை வருகிறது என்று இப்பொழுது எனக்குத் தெரிந்து விட்டது.

ஏனென்றால் உங்கள் மனதில் உள்ள முன்னபிப்பிராயம் சமையல் பற்றி. ஆனால் உண்மையிலேயே நான் சிறந்த முறையில் லேகியம் செய்பவள். குமரி லேகியம் என்று ஒன்று செய்வேன். பெண்களுக்கு இருக்கிற கர்ப்பப்பை சம்பந்தமான நோய்கள் எல்லாம் போய்விடும். தணிகாசலம்னு மருத்துவர் ஒருத்தர் இருந்தார். உங்களுக்குத் தெரியும் ஒரு சித்த மருத்துவர். ரொம்ப சர்ச்சைக்கு உள்ளானவர். அவர்கிட்டயும் வேலை பார்த்தேன் நான். அவரிடமும் நான் லேகியம் செய்தேன். தணிகாசலத்திடம் நான் தங்கப்பற்பம், வெள்ளிபற்பம் எல்லாம் செய்வேன். தங்கப்பற்பம், வெள்ளிபற்பம் எல்லாம் எளிதாக செய்யக்கூடிய ஒரு சித்தமருத்துவர். பாதரசம் கட்டுவேன்.

நான் முழுமையாக சித்தமருத்தவராக இருக்கிறதில் ரொம்பத் தீவிரமாக இருந்தேன். இடையில் ஒரு விபத்து நிகழ்ந்தது. விபத்து என்றால் அது ஒரு மன விபத்து. அதில் தான் நான் தீவிரமாக இந்தப் பக்கம், கவிதையின் பக்கம், மொழியின் பக்கம் வந்து விட்டேன். இப்பொழூது 25 வருடம் கழித்து எனக்குத் தோன்றுகிறது. இப்பொழுது சமீபத்தில் என்னுடைய மனதில் உழல்வது என்னவென்றால் நான் ஒரு தீவிர லட்சியவாதியாய் இருந்தேனே 25 வயதில். 50 வயதில் இப்படியாக என் இலட்சியத்தின் எதிர்த்திசையில் வந்து நிற்கிறேனே என்று தோன்றுகிறது. ஏனென்றால் உண்மையிலேயே என்னை மாதிரி மருந்து செய்ய முடியாது யாராலும் என்ற இறுமாப்புடன் ஒரு காலத்தில் மருந்து செய்துகொண்டிருந்தேன். அந்தப்பக்குவம் பார்த்து கையிலும் எடுத்து, அது ஒரு பெண்ணாக இருந்து அதனால செய்ய முடிந்ததா, இல்லை சித்தமருத்துவத்தின் மீது இருந்த ஒரு வேட்கை. வாய்ப்புகளைத் தேடிதேடித்தான் தங்கப்பற்பம், வெள்ளிப்பற்பம், பாதரசக்கட்டு எல்லாமே அருமையா செய்தேன். பாதரசம் கட்டுவது என்பது எல்லாம், நீங்கள் ஒரு கால வெளிக்குள் போகிற மாதிரிதான். மிக நீளப் பொறுமை வேணும், உங்களுக்குத் தெரியும் இவ்வளவு நாள் அரைக்கணும், பக்குவம் பார்க்கணும், விரல் வைத்தால் ரேகை தெரியணும், அந்த மாதிரி நிறைய செய்யணும். இதெல்லாம் நமது மூதாதையர், சித்தர்கள் செய்திருக்கிறார்கள். அதைத்தானே

நானும் செய்கிறேன். அதில் ஒன்றுமே இல்லை. நீங்க நல்ல கேள்வி கேட்டீர்கள். அதனால் என்னால் இதெல்லாம் சொல்ல முடிந்தது.

ஆனால் நான் வீட்டில் சமைக்க மாட்டேன். ஆள் வைத்து தான் சமைக்கிறேன்.. எனக்கு இப்பொழுது ஓர் ஆண் சமையல்காரர் இருக்கிறார் என்னுடைய திரை அலுவலகத்தில். ஆனால் என்னை மாதிரி மட்டன் குழம்பு, பீப் குழம்பு யாராலும் வைக்க முடியாது. அப்புறம் சாம்பார், ரசம் எல்லாம் எக்ஸ்ட்ரா ஆர்டினரி ஆக வைப்பேன். அது எங்கிருந்து வந்ததுன்னா எனக்கு சமைக்கிறது மேலே எல்லாம் ஆசை கிடையாது. சித்த மருந்துகள் செய்முறை மீது உள்ள ஆர்வம். எனக்கு நோயாளிகளை உட்கார்ந்து பார்ப்பதைவிட லேகியம் போன்ற விஷயங்கள். மருத்துவ சாம்பார். அதாவது என்ன காய் சாப்பிடணும்னு எப்படி சாப்பிடணும் எந்த அளவு சாப்பிடணும் அதெல்லாம் சார்ந்து சமைப்பதற்கு எனக்கு நன்றாகத்தெரியும் கதென்று நம்புகிறேன்.

ச.ப்ரியா: *அதனாலதான் நீங்க இவ்வளவு இளமையாக இருக்கிறீர்களா?*

ஓ அப்படியா பாருங்க. இப்ப என்ன சொல்றது, ஆண்கள் சமைக்கக் கூடாதா?

பீட்டர் பால்: பெரும்பாலான கல்யாண வீடுகளில் ஆண்கள்தான் சமைக்கிறார்கள்

அவர்கள் என்ன செய்வார்கள் என்றால் காசு கொடுத்தால் ஹோட்டலில் சமைக்க தயாராக இருப்பார்கள். கல்யாண வீட்டிலும் சமைக்க ரெடியா இருப்பார்கள். ஆனால் வீட்டில் சமைக்க மாட்டார்கள். ஓசியிலே ஏன் சமைச்சுக்கொடுக்கனும்னு நினைப்பாங்க. ஏன்னா பெண்கள் சமைக்கிறது சும்மாதான்னு எல்லோரும் நினைச்சுட்டு இருக்காங்க.

ச.ப்ரியா: *ஒரு சித்த மருத்துவர், ஒரு பாடலாசிரியர், அந்த இரண்டுக்கும் மேலாக ஒரு இயக்குநர். ஒரு சித்த மருத்துவராவது.. ஓர் எல்லை என்றால் ஒரு நவீன பெண் கவிஞர் என்பது வேறொரு எல்லை. ஆகப்பெரிய ஒரு கடல் முன்னாடி நிற்கிற மாதிரி பிரமிப்பாய் இருக்கிறது.*

அனைவருக்கும் மனமார்ந்த நன்றி. இவ்வளவு ஆழமான ஓர் உரையாடல் நிகழும் என்று நான் நினைக்கவில்லை. ஜோதி

ரொம்பத் தீவிரமாக என்னைப் பின்தொடர்ந்து இந்த உரையாடலுக்கான நேரத்தைக் கொடுக்க ஏற்பாடு செய்திருந்தார். பொதுவாக கல்லூரி மாணவர்களுடன் பேராசிரியர்களுடனான உரையாடலை நான் எப்பொழுதுமே வேண்டும் என்று நினைப்பேன். ஏனென்றால் அவர்களால்தான் இவ்வளவு ஆழமான உரையாடலை நிகழ்த்த முடியும். இல்லையென்றால் மேம்போக்கான உரையாடல் நிகழும். அதனால் ஒரு பயனும் இருக்காது. ஒரு பரவலான உரையாடலை உங்களிடம் செய்ய முடிந்தது.

கவிதா மணாளன், மணிவண்ணன், ரமேஷ் குமார், ச. பிரியா, சுதா, பீட்டர், ஜானகி பிரியா, கன்னல் இளம்பரிதி, சோலைமாயவன், தர்மலிங்கம் எல்லோர்க்கும் நன்றி.

நான் மனதில் நினைத்து வைத்திருந்த ஆழமான விடயங்களை எந்தவிதமான தயக்கமும் இல்லாமல் நேரடியாக உங்களிடம் பேச முடிந்தது. ஒரு பாம்பு தன் சட்டையை உரித்துப் போட்டது போல் உள்ளது. நல்லதொரு புதிய பரிணாமத்திற்கு வந்தது போல் உள்ளது. இந்தக் காலத்திற்கும் இந்த வாய்ப்பிற்கும் மனமார்ந்த நன்றி.

– பொற்றாமரை, மாசி-பங்குனி 2055 (2024)

காதலின் அரியநிலை

மெல்ல பூக்காது
காடு மொத்தமும் பூத்தடங்காத ஒளி
ஆற்றின் கரைகளெல்லாம் பெருகி வளர்ந்த
தாவரங்களாய்
நாளை இன்று நேற்று என எல்லா பேதமும்
அடங்கிப் போக
விறுவிறு என்று என் மேனி உன்னில்
கொடியைப் போல வளர்ந்து உயர்ந்து பதிந்துகொள்கிறது
அசாதாரண தருணமொன்று நினைவில்
கடந்து செல்கிறது
மீள் ஓட்டி அதைக் காணுகையில்
அதன் மீது இன்னொரு அசாதாரண அர்த்தம்

தனித்த பெருமிதத்துடன் நடந்து செல்கிறது
காலத்தின் ஒழுங்கைக் கலைக்கும் ஆற்றல்
நீ தந்து செல்லும் நினைவின் திமிங்கலம்
கடலைச் சாதிக்கிறது
தனது துள்ளலில்
முதன்முறையாக நான் இந்நிலையில்
மரித்துப் போய்விடக்கூடாது என்று நினைக்கிறேன்
நீங்களும்

●